हिंदोल सेनगुप्ता हे विविध पुरस्कारप्राप्त लेखक, पत्रकार, वक्ता आणि सामाजिक उद्योजक आहेत. त्यांनी आतापर्यंत सात पुस्तकं लिहिली आहेत. नोबेल पुरस्कार विजेते एफ. ए. हाएक यांच्या स्मरणार्थ मॅनहॅटन इन्स्टिट्यूटतर्फे देण्यात येणारा 'हायेक पुरस्कार' प्राप्त करणारे ते सर्वांत तरुण आणि एकमेव भारतीय आहेत. सार्वजनिक कार्यासाठी देण्यात येणारा पीएसएफ पुरस्कार मिळविणारे ते सर्वांत कमी वयाचे व्यक्ती आहेत. हा पुरस्कार, भूतपूर्व राष्ट्रपती ए.पी.जे. अब्दुल कलाम आणि 'ना नफा तत्त्वावर चालणाऱ्या' वाईपोल ट्रस्टचे संस्थापक यांनाही मिळाला आहे. २०१५मध्ये त्यांना आंतरराष्ट्रीय धार्मिक इतिहास संघाच्या २१व्या विश्व काँग्रेसमध्ये 'हिंदुत्व आणि उद्योग व्यवसाय' या विषयावर आपलं संशोधन मांडण्यासाठी आमंत्रित केले होते. ऑस्ट्रेलियन इंडिया यूथ डायलॉगचे माजी विद्यार्थी हिंदोल यांना ऑस्ट्रेलियात भारतीय आणि भारतात ऑस्ट्रेलियन लोकांचा इतिहास लिहिण्यासाठी २०१५मध्ये अनुदान प्राप्त झाले होते. भारतातील पहिल्या महिला सुरक्षा मोबाइल ॲपबाबत विचार करण्यासाठी हिंदोल यांना, जगाला अधिक चांगले बनविण्यासाठी काम करणाऱ्या तेहतीस उद्योजकांच्या 'आयडिया मॅच' या यादीत समाविष्ट करण्यात आले. हिंदोल सध्या फॉर्च्युन इंडियाचे सहयोगी संपादक आहेत. तिथे ते राजकीय अर्थव्यवस्था आणि उद्योजकता यांविषयी लिहितात.

# स्वामी विवेकानंद

## आधुनिक युगात विवेकानंदांच्या चरित्राचा आणि शिकवणुकीचा अर्थ


हिंदोल सेनगुप्ता

अनुवाद : सुदर्शन आठवले



MANJUL

मंजुल पब्लिशिंग हाउस

*First published in India by*

MANJUL

**Manjul Publishing House**

*Corporate and Editorial Office*

•2nd Floor, Usha Preet Complex, 42 Malviya Nagar,
Bhopal 462 003 – India

*Sales and Marketing Office*

•C-16, Sector 3, Noida, Uttar Pradesh 201301 – India
Website: www.manjulindia.com

*Distribution Centres*

Ahmedabad, Bengaluru, Chennai, Kochi,
Kolkata, Hyderabad, Mumbai, New Delhi, Pune

Marathi translation of *The Modern Monk* by Hindol Sengupta



Original English edition First published in Penguin Books by
Penguin Random House India in 2016



Marathi edition first published in 2026

**ISBN 978-93-7317-120-3**

Translated by: Sudarshan Athavle

Printed and bound in India by Repro India Limited

*प्रकाश हेच माझं स्वरूप... त्या व्यतिरिक्त 'मी' अन्य कुणीही नाही.*

*– अष्टावक्र गीता*

# अनुक्रमणिका

# प्रस्तावना ९/११

'९/११' घडले त्या वेळी मी दिल्लीतील कॉलेजमध्ये होतो. यांसारख्या घटना घडल्याघडल्या दोन प्रकारचे इतिहास तयार होतात. एक – त्या घटनेचे साद्यंत, वेधक असे वर्णन – प्रथम काय झाले, मग त्यातून काय निष्पन्न झाले आणि नंतर काय काय, कस कसे घडत गेले त्याचा, बहुसंख्य लोकांनी मान्यता दिलेला योग्य क्रम.

पण ९/११सारख्या प्रचंड उलथापालथ घडवून आणणाऱ्या, होत्याचे नव्हते करणाऱ्या भयंकर प्रसंगांच्या इतिहासाला हे असे साद्यंत व वेधक घटनांचे क्रमश: वर्णन पुरेसे होत नाही. त्याला अनेक 'उपइतिहास' असतात. ९/११सारख्या प्रसंगाच्या इतिहासाला अनेकांना त्यांचे वैयक्तिक पान, निदान एखादा अपवादात्मक असा परिच्छेद, एखादी असाधारण ओळ तरी जोडायची असते. त्या प्रसंगाकडे पाहण्याचे त्यांचे स्वत:चे 'भिंग' असते आणि त्यातून ते त्या प्रसंगाकडे, तेव्हाच नाही तर, पुढे प्रदीर्घ काळ, वारंवार पाहत राहतात, त्यांना नव्याने अनेक गोष्टी प्रतीत होत राहतात, आणि सर्वांत महत्त्वाचे म्हणजे त्या त्यांच्या वैयक्तिक आठवणींच्या कोशात घट्ट बसलेल्या, त्यांच्या भिंगातून त्यांना दिसलेल्या त्या प्रसंगाचा ते पुन:पुन्हा अनुभव घेत राहतात.

'९/११' हा आजच्या काळावरील तसाच फार मोठा, अनेक इतिहास असलेला, काळा डाग आहे. आपण अमेरिकन नसलो, कदाचित माझ्यासारखे, तोवर अमेरिकेच्या भूमीवर पाऊलही न ठेवलेले जरी असलो तरीसुद्धा ती दोन विमाने ट्विन टॉवर्सवर धडकली त्या वेळी नेमके आपण काय करीत होतो, हे आपल्यापैकी प्रत्येकाच्या कायम स्मरणात राहिलेले असेल.

त्या वर्षी – २००१ साली – मी पत्रकारितेचे शिक्षण घेत होतो. त्या वेळी 'इंडिया ॲब्रॉड न्यूज सर्व्हिस' हे नाव असलेल्या ऑफिसमध्ये मी कॉलेज संपल्यावर, संध्याकाळी वार्ताहर म्हणून काम करीत होतो. 'इंडिया ॲब्रॉड' हे त्या वेळी अमेरिकेतून प्रसिद्ध होणारे, सर्वांत जास्त प्रसिद्धी पावलेले भारतीय वृत्तपत्र होते. ते 'अनिवासी भारतीयां'चे मुखपत्र समजले जायचे. त्या वृत्तपत्राद्वारे केवळ भारतीयांनाच नव्हे तर

अमेरिकन लोकांनासुद्धा उत्तम 'भारतदर्शन' घडायचे. आकाराने लहान असलेल्या पानांवर त्या वृत्तपत्राने, अगदी ज्यू धर्मीयांच्या बाबतीतल्यासारखेच, भारतीयांनी आणि अमेरिकास्थित भारतीयांनीसुद्धा त्या काळात कल्पनेतही पाहिलेले नसेल अशा तेथील शक्तिशाली, बलशाली अनिवासी भारतीय समाजाचे उज्ज्वल चित्र उभे केले होते, इतकेच नव्हे तर तो समाज भविष्यात त्या परदेशात स्वत:चे महत्त्वपूर्ण स्थान निर्माण करून सत्ताही प्राप्त करेल, हे भविष्यही वर्तवले होते. इकडे, तेच 'इंडिया अॅब्रॉड' दिल्लीमधील आमच्या साध्यासुध्या ऑफिसमध्ये आम्हाला अनेक प्रकारे अमेरिकेचा अनुभव घडवीत होते.

त्या संध्याकाळी ऑफिसमध्येच आम्ही टीव्हीवर ट्विन टॉवर्स कोसळताना पाहिली. एखाद्या गाजलेल्या हॉलीवुडच्या चित्रपटातील जगविनाशाचे एखादे सनसनाटी दृश्य पाहावे तसे वाटत होते. ऑफिसच्या त्या खोलीत सुन्न, भीषण शांतता पसरली होती. तिचा भंग केला तो फोनच्या आवाजाने. फोन माझ्या आईचा होता.

"या आतंकवाद्यांनी स्वामींचं नाव पुसून टाकलं या दिवसावरचं!"आई म्हणाली. 'स्वामी'? मला संदर्भ लागला नाही. "विसरलास का? याच दिवशी नव्हतं का स्वामीजींनी शिकागोमध्ये त्यांचं अजरामर भाषण दिलं? काय भीषण योगायोग आहे, नाही?"

खरेच, तोवर हे माझ्या लक्षात आलेलेच नव्हते. अल कैदाच्या या अमेरिकेवरील हल्ल्यापूर्वीच्या कितीतरी आधीपासून हा ११ सप्टेंबरचा दिवस माझ्या आयुष्याशी एका अगदी निराळ्या रीतीने जोडला गेला होता. मलाच का, आपल्या सर्वांनाच अभिमान वाटावा असाच हा दिवस आहे. १८९३ साली याच दिवशी तीस वर्षे वयाच्या नरेन्द्रनाथ दत्त या नावाच्या भारतीयाने शिकागो येथे भरलेल्या जागतिक सर्वधर्म परिषदेत व्याख्यान दिले होते. त्या व्याख्यानाने त्यांचे आयुष्य तर बदलून टाकलेच, त्याबरोबरच पाश्चिमात्यांच्या भारत देशाविषयीच्या आणि भारतीय प्राचीन तत्त्वज्ञानाविषयीच्या समजुतींमध्येही फार मोठा अनुकूल बदल घडवला होता.

हे दोन प्रसंग - एक, संकुचित धर्मांध वृत्तीचा हिंसक अमानुष हाहाकार आणि दुसरा बहुतत्त्ववादाचा, अनेकत्वाचा, भारतीय वैदिक परंपेतील सहिष्णू वैश्विकतेचा जाहीर, खणखणीत पुनरुच्चार - ११ सप्टेंबर या दिवसाचा वैयक्तिक इतिहास म्हणून माझ्या मनात कायमचे घर करून राहिले आहेत. त्या दिवसापासून माझ्या मनाच्या लोलकातून मी या दिवसाची दोन रूपे पाहत आलो आहे - एक, ९/११चे धर्मांध आतंकवाद्यांचे रूप आणि दुसरे एका सहिष्णू संन्याशाचे रूप. ही दोन रूपे 'एकाच नाण्याच्या दोन बाजू' नक्कीच नाहीत, ती एक नाणेही नाहीत, दोन अगदी भिन्न नाणी आहेत; पण तरीसुद्धा त्यांचा एकमेकांशी संबंध आहे. त्यात आधुनिक राजकारण आणि धार्मिकता यांकडे पाहण्याचे दोन सर्वस्वी विरुद्ध दृष्टिकोन आहेत - आपण एका विश्वातील रहिवासी एकमेकांकडे कसे पाहतो आणि जेव्हा पाहतो तेव्हा आपल्याला काय दिसते?

शिकागोमधील त्या सर्वधर्म परिषदेत स्वामी विवेकानंद म्हणाले होते,

'जो देश आजवर या जगातील सर्व धर्मांच्या, सर्व देशांच्या विस्थापितांना आणि पीडितांना आश्रय देत आला आहे त्या देशाचा मी नागरिक आहे, या गोष्टीचा मला अभिमान वाटतो. मी ही गोष्ट मोठ्या अभिमानाने सांगू इच्छितो की, जेव्हा रोमन जुलूमशाहीने इस्रायलींची पवित्र देवालये पाडून त्यांचे तुकडे तुकडे केले त्याच वर्षी त्या संहारातून वाचलेले; परंतु त्या आघाताने खचून गेलेले जे श्रद्धाळू इस्रायली आमच्या दक्षिण भारतात आले, त्यांच्या विशुद्ध, पवित्र स्मृती आजही आम्ही आमच्या हृदयात जपून ठेवल्या आहेत. मला याही गोष्टीचा अभिमान आहे की, मी अशा एका सहिष्णू धर्माचा आहे की, ज्या धर्माने महान पारशी धर्माच्या लोकांना आसरा दिला, त्यांना सामावून घेतले आणि आजही त्यांना आपलेपणाने सांभाळत आहे.

माझे वडील पहिल्यापासूनच अमेरिकनांची उपक्रमशीलता, धडाडी यांनी प्रभावित होते. 'जे हवे ते पदरात पाडून घेण्याची क्षमता' या शब्दांत ते त्याचे वर्णन करायचे. कलकत्ता येथे सिव्हिल इंजिनिअर म्हणून काम करीत असताना सभोवताली भारतीयांचा निरुत्साह, सुस्ती पाहून तर त्यांचे ते मत अधिकच घट्ट झाले होते. त्यांनी मला काही पुस्तके आणून दिली होती. त्यात मी पहिल्यांदा अमेरिकेच्या स्वातंत्र्यदेवतेच्या भव्य पुतळ्यावर कोरलेली वाक्ये वाचली :

'तुम्हाला ओझे झालेले, आयुष्याला कंटाळलेले, गरिबीने त्रासलेले, दाटीवाटीत मोकळा श्वास घेण्याची धडपड करणारे, गर्दीने गजबजलेल्या तुमच्या देशांच्या समुद्रकिनाऱ्यावरील गर्दी अधिकच वाढवणारे, तुम्ही आश्रय द्यायला नकार दिलेले, वाऱ्यावादळाने उद्ध्वस्त झालेले असे जे जे कोणी निराश्रित, बेघर असतील त्यांना माझ्या स्वाधीन करा, मी माझ्या हातातील दिव्याने त्यांना सोनेरी दरवाजापलीकडचा सुपंथ दाखवेन!'

हे एमा लॅझरस या कवयित्रीचे 'न्यू कलोझस' या नावाचे सुनीत आणि स्वामी विवेकानंद यांची व्याख्याने यांच्यातील संबंधांकडे माझे लक्ष वेधण्याचे कामही माझ्या वडिलांनीच केले. मला आठवते आहे, त्यांनीच मला सांगितले होते की, ऑक्टोबर १८८६मध्ये स्वातंत्र्यदेवतेचा पुतळा न्यू यॉर्क बंदराजवळ उभारून तो देशाला अर्पण केला गेला त्यानंतर काहीच वर्षांनी हा भारतीय संन्यासी अमेरिकेला गेला होता. जो देश विस्थापित, निर्वासित, पीडित यांचे आश्रयस्थान म्हणून, त्यांचे नवे घर म्हणून, आधीचे त्रस्त आयुष्य मागे ठेवून नवजीवन जगण्याची आशा बाळगणाऱ्यांचा स्वर्ग म्हणून उभारला गेला होता, त्या अमेरिकेला विवेकानंदांनी असे सांगणे हे अगदी योग्य, उचित असेच होते :

> 'सांप्रदायिकता, असहिष्णू मतांधता, संकुचित कडवेपणा आणि त्यातून अवतरलेली पिसाट धर्मांधता यांनी प्रदीर्घ काळ आपल्या सुंदर वसुंधरेला झपाटून टाकले आहे. या सगळ्या भुतांनी पछाडले नसते तर या मानवी समाजाने याहून कितीतरी जास्त प्रगती केली असती. पण आता त्यांची वेळ भरली आहे. आज सकाळी या परिषदेचा शुभारंभ जाहीर करण्यासाठी जी घंटा वाजली ती या सर्व भुतांची मृत्युघंटा ठरावी, लेखणी वा तलवार याद्वारे घडवून आणल्या जाणाऱ्या राजकीय वा धार्मिक छळांचा, एकाच ध्येयाकडे वाटचाल करणाऱ्यांच्या मनातील निर्दयतेचा, कठोरतेचा अंतकाल ठरावा.

अमेरिकेला संदेश देण्यात विवेकानंदांना एवढे यश का प्राप्त व्हावे? त्याचे कारण कदाचित हे असावे की, अमेरिका या राष्ट्राची उभारणी ज्या रोजच्या व्यवहारातील साध्या, पण तीव्र आशाअपेक्षा आणि आंतरिक ऊर्मींच्या पायावर झाली होती, त्यांना विवेकानंदांनी धर्म आणि तत्त्व यांची व्याप्ती आणि खोली प्रदान केली. त्यांनी अमेरिकन लोकांना असा विश्वास दिला की, परकीय निर्वासित, विस्थापित यांना आश्रय देण्याच्या तुमच्या धोरणामागील उदात्त भावना आणि तुमचे स्वातंत्र्यावरील नितांत प्रेम या दोन्ही गोष्टी आम्ही भारतीय पूर्णतया समजून घेऊ शकतो. म्हणजे ब्रिटिश वसाहतवाद्यांच्या अमलाखालील एका परतंत्र देशातील माणूस, काही काळापूर्वी ब्रिटिश वसाहतच असलेल्या अमेरिकेला सांगतो आहे की, आम्ही भारतीय स्वतंत्र नसू; पण तरीसुद्धा अमेरिकनांच्या मनात जाज्वल्य स्वातंत्र्यप्रेम का जागृत आहे हे आम्ही जाणतो!

एखाद्याच्या डोक्यावरील छप्पर गेले, निवारा हरपला की काय दुःख, यातना भोगाव्या लागतात ते आणि त्या वेळी नवे निवासस्थान शोधणे किती तातडीचे असते ते – या दोन्ही अनुभवांची प्रत्यक्ष झळ माझ्या पालकांना लागलेली होती. कारण ते दोघेही निर्वासित कुटुंबात जन्मले होते. ब्रिटिशांनी जेव्हा भारत व पाकिस्तान अशी देशाची फाळणी केली त्या वेळी त्यांच्या आईवडिलांनी आजच्या बांगलादेशातून पळ काढला होता. राहत्या घरातून हाकलून देणे आणि नव्या जागी स्वागत होणे किंवा झिडकारून लावणे म्हणजे काय असते, ते त्यांना चांगलेच माहीत होते. अशा दुर्दैवी निर्वासितांच्या मनातील जग नव्याने पाहण्याची आस, नवे घर हे एखाद्या लोलकासारखे, एखाद्या जाळीदार पडद्यासारखे वापरून त्यातून नव्या जगात प्रवेश मिळवण्याची, ते समजून घेण्याची, त्याच्याशी पुन्हा नव्याने जमवून घेण्याची इच्छा या गोष्टीही त्यांना परिचित होत्या.

स्वामी विवेकानंदांनी अमेरिकेत जाऊन आंतरराष्ट्रीय पातळीवरील परिषदेत भाषण करून सर्व देशांना, संपूर्ण मानवी समाजालाच, धार्मिक कर्मठपणावर आधारित मूलतत्त्ववाद झिडकारून टाकून त्यांची दारे सर्वांसाठी खुली करण्याचे आवाहन केले. त्याच प्रसंगाच्या स्मृतिदिनीच धर्मांध आतंकवाद्यांनी त्याच अमेरिकेवर भीषण हल्ला केला. या भयंकर, अमंगल योगायोगाचे मला कुतूहल तर वाटलेच; पण माझ्या आईवडिलांना त्या योगायोगाचे नेमके काय वाटले असेल ते सांगणे मला कधीच शक्य झाले नाही.

याच उपरोधिक योगायोगावर पुन्हा एकदा भर दिला गेला, तो माझ्या एका अमेरिकेतील सहकारिणीचे ९/११नंतर काही दिवसांनी मला जे एक पत्र आले त्यात. तिने तिचे सर्व कुटुंबीय, मित्रपरिवार सुखरूप असल्याचे कळवले होते. पत्र काळजी दूर करणारे होते; पण त्याचा शेवट विषण्णता दर्शविणारा होता. तिने शेवटी लिहिले होते, 'यामुळे काहीतरी बदल होईल; पण शेवटी आपण कोण होऊ हे मात्र सांगता येणे शक्य नाही!'

या वाक्याने दिवसभर माझी पाठ सोडली नाही. 'शेवटी आपण कोण होऊ हे मात्र सांगता येणे शक्य नाही!' कोण होऊ शकू आपण? रात्री घरी माझ्या आईवडिलांबरोबर जेवायला बसलो तेव्हा परत अमेरिका, आतंकवाद्यांचा हल्ला हा विषय निघाला. वडील म्हणाले, ''अमेरिका या असल्या हल्ल्याला चोख उत्तर देईल यात काही शंकाच नाही, पण त्याचे स्वरूप काय असेल हे सांगणे अवघड आहे, ते अगदीच अस्पष्ट आहे.'' त्या विषयावर आम्ही बराच वेळ बोललो. संभाषण औदासीन्यतेनेच भरलेले होते; पण ते मला अगदी स्पष्टपणे आठवते कारण त्या संभाषणाचा शेवट माझ्या आईने ज्या वाक्याने केला त्याने माझा असा काही ताबा घेतला की, तेच वाक्य हे पुस्तक लिहिण्यासाठी कारणीभूत ठरले. ती म्हणाली, ''बाहेरचा कधीच आधीसारखा नसतो.''

''म्हणजे काय म्हणायचंय तुला?'' मी तिला विचारले.

''एकदा फाळणीचा अनुभव घेतलेला असला, आपलं घर सोडून पळालेलो असलो की, बाहेरचं जग काय असतं, 'बाहेरची माणसं' याचा अर्थ काय, याचं उत्तर कधीच एकच राहत नाही. देशाच्या सीमा, आपले-परके सगळंच अतिशय गुंतागुतीचं होऊन बसतं!''

मला हे मान्य करावेच लागेल की, बऱ्याच काळापर्यंत माझ्या आईच्या त्या बोलण्याचा अर्थ मला समजला नव्हता. परंतु जेव्हा मी हे पुस्तक लिहायला घेतले तेव्हा भारतीय इतिहास नव्याने नीट समजून घेण्याची, त्याचे नव्याने विश्लेषण करण्याची मनात उसळून आलेली ऊर्मी आणि त्याच वेळेला अमेरिकेच्या प्रेसिडेंटपदाच्या निवडणुकीतील एकातरी उमेदवाराने काही परकीयांना बाहेर ठेवण्यासाठी अमेरिकेभोवती भिंत उभी करण्याची केलेली घोषणा, या दोन गोष्टींच्या पार्श्वभूमीवर माझ्या आईचे ते वाक्य माझ्या मनात पुन:पुन्हा घोळू लागले, 'बाहेरचा कधीच आधीसारखा नसतो!'

हे पुस्तक लिहिताना मी युरोपमध्ये भरपूर प्रवास केला. तेथे अनेक ठिकाणी मला अनेक भयग्रस्त लोक भेटले. त्यांना भीती वाटत होती ती त्यांच्या देशाच्या सीमांवर, समुद्रकिनाऱ्यांवर त्यांच्या भूमीवर प्रवेश करण्याची संधी शोधत दबा धरून बसलेल्या निर्वासितांची. जर्मनीमध्ये मी एरफर्ट ते बर्लिन आगगाडीने प्रवास करीत होतो. एक चिंताग्रस्त शाळाशिक्षक मला म्हणाला, ''अहो, आमच्यातले सगळेच काही पुराणमतवादी, हुकूमशाहीचे पुरस्कर्ते नाहीत. आम्ही काही वाईट माणसं नाही,

दोन मुलं आहेत मला. पण मला सांगा, आम्ही आज जरी संपूर्ण युरोपमध्ये आमच्या देशाची आर्थिक स्थिती सर्वांत चांगली आहे, तरीसुद्धा, जर आम्ही हजारोंच्या संख्येने माणसं आत घेतली तर आम्ही किती काळ टिकून राहू शकू? किती काळ प्रगती करत राहू शकू? काय होईल आमचं?''

हळूहळू हे परकीयांच्या विरोधातील आवाज मोठेच होत गेले, तातडीने कृती करण्याचा आग्रह धारदार झाला; कारण त्यांची काळजी फक्त आर्थिक, भौतिक समस्यांपुरती राहिली नव्हती, त्यात फ्रान्स आणि त्यानंतर बेल्जिअम येथे दहशतवाद्यांनी केलेल्या हल्ल्यांची भर पडली. आणि तेही केवळ पुढच्या आतंकाची सुरुवात असावी असेच वाटत होते.

स्वीडन हा एक असा देश आहे जेथे मी कामासाठी आणि एरवी मजा करायला म्हणूनही अनेक वेळा गेलेलो आहे आणि त्या देशातील जनतेने सिरियातून आलेल्या निर्वासितांना त्यांच्या देशात प्रवेश देण्यात, त्यांचे स्वागत करण्यात जे एक उमदे औदार्य, त्यांच्या आगमनाने सोसाव्या लागणाऱ्या अडचणी, गैरसोयी सोसण्यात जे धैर्य दाखवले आहे, त्याबद्दल मला त्या देशाविषयी कमालीचे कौतुक वाटत आले आहे. पण तेथील माझा एक मित्र मला मोठ्या उद्वेगाने, अगदी कासावीस होऊन सांगत होता, ''ज्या लोकांबरोबर माझे कधीही मतभेद झालेले नाहीत ते लोकसुद्धा या निर्वासितांच्या विषयावरून सतत वाद घालत आहेत. त्यामुळे आम्ही अप्रिय होऊ लागलो आहोत. आमच्या हृदयाची दारं आम्हाला उघडाविशी वाटतात पण मनात किंतु असतो, संघर्ष असतो, विरोधाचा सूर असतो. मग नेमके बरोबर काय, योग्य काय यावर आमचे एकमत होऊ शकत नाही.''

वयाची चाळिशीही पूर्ण करण्याच्या आधीच एक वर्ष विवेकानंदांचा हृदयद्रावक अंत झाला. आज त्यांच्या मृत्यूनंतर शंभर वर्षांनी त्यांनी ज्या समस्या, जे प्रश्न त्यांच्या भाषणांमधून मांडले होते ते कधी नव्हे इतके महत्त्वाचे, तातडीने सोडवण्याची गरज असलेले बनले आहेत. शिकागो येथील सर्वधर्म परिषदेत श्रोत्यांना चेतवणारे भाषण केल्यानंतर चारच दिवसांनी विवेकानंदांनी 'आपल्यात मतभेद का होतात?' या विषयावर एक व्याख्यान दिले होते. त्यात त्यांनी एक छोटीशी गोष्ट सागितली होती :

> एका विहिरीत एक बेडूक राहत होता. तो त्या विहिरीतच जन्मला होता, लहानाचा मोठा झाला होता, अनेक वर्षे त्याच विहिरीत राहिला होता. एक दिवस दुसरा एक बेडूक त्या विहिरीत पडला. तो त्याआधी विशाल सागरात राहत होता. विहिरीत राहणाऱ्या बेडकाने पाहुण्याला विचारले,
>
> ''तुम्ही कुठले?''
>
> ''मी समुद्रातून आलो आहे.''
>
> ''समुद्र? तो किती मोठा असतो? माझ्या या विहिरीएवढा?''

"अरे मित्रा, तू या तुझ्या छोट्याशा विहिरीची तुलना समुद्राशी कशी करू शकतोस?"

"छे, छे, माझ्या या विहिरीपेक्षा मोठे काही असूच शकत नाही!"

ते पुढे म्हणाले, "आम्ही हिंदू आमच्या लहानशा विहिरीत राहतो आणि त्यालाच जग समजतो. मुसलमान तेच करतात आणि ख्रिश्चनही तेच करतात. आज तुम्ही अमेरिकावासी त्या संकुचित जगाच्या सीमा तोडण्याचा प्रयत्न करीत आहात याबद्दल मी तुमचे मनापासून आभार मानू इच्छितो. तुम्हाला तुमचे ध्येय प्राप्त करायला भविष्यात परमेश्वर नक्कीच सहाय्य करेल अशी मी आशा करतो."

भाषण करतानाचा त्यांचा खडा स्वर आणि त्यांचा आत्मविश्वास या गोष्टी कमालीच्या लक्षवेधक आहेत. नुकतेच वयाच्या विशीचे दशक पार केलेला, कित्येक वर्षे ब्रिटिश राजवटीच्या जोखडात अडकलेल्या, – सतराच वर्षांपूर्वी ब्रिटिश पंतप्रधान बेंजामिन डिस्रायली यांनी इंग्लंडची राणी ही 'भारताची सम्राज्ञी' असल्याचे घोषित केले होते – त्याच राजवटीविरुद्ध १८५७ साली पुकारलेल्या पहिल्या स्वातंत्र्ययुद्धात (ज्यात लहान लहान संस्थानांमध्ये विभागलेल्या देशातील बहुतेकांनी भागही घेतलेला नव्हता) विदारक पराजय पत्करलेल्या दुर्दैवी देशातून हा तरुण – त्याचे 'विवेकानंद' हे नावही त्याला भारत सोडताना मिळालेले होते – (खेत्री या राजस्थानमधील संस्थानचे राजे अजित सिंग यांनी त्यांना या अमेरिका प्रवासासाठी आर्थिक मदत केली होती, त्यांनीच त्यांना हे नावही दिले होते आणि शिवाय तलम, आकर्षक असे भगव्या रंगाचे पायघोळ अंगरखेही दिले होते.) अमेरिका नावाच्या अशा देशात आला होता ज्या देशाने १७७६ साली त्याच ब्रिटिश राजवटीविरुद्ध फार मोठे युद्ध लढून त्या वसाहतवादी आधिपत्याच्या पारतंत्र्यातून सुटून स्वातंत्र्य मिळवले होते. पण त्याच वर्षी अमेरिकेतील शेअर बाजारात मंदी येण्यास सुरुवात झाली होती, 'सोनेरी युग' अस्ताला जाऊ लागले होते, नैराश्याचे ढग जमू लागले होते. दुसरीकडे, थॉमस एडिसनने चलत चित्रपटाचे चित्रीकरण करता येईल असा 'कायनेटोग्राफ' या नावाने प्रसिद्धी पावलेल्या कॅमेऱ्याचा शोध लावला होता आणि चित्रपट निर्मितीसाठी एका स्टुडिओची उभारणीही पूर्ण करीत आणली होती.

ती विवेकानंदांची पहिलीच परदेशभेट होती. अमेरिकेला येण्याआधी त्यांनी स्वामी विविदिशानंद आणि सच्चिदानंद ही नावे घेऊन, अत्यंत कष्टप्रद स्थितीत, काही वेळा हाल सोसूनही भारतभर दौरा केला होता. त्या दौऱ्यात दोन वेळा, एकदा रुद्रप्रयाग येथे आणि नंतर हिमालयाच्या पायथ्याशी असलेल्या हृशिकेष येथे त्यांना शक्तिपात घडवणाऱ्या गंभीर आजारांनी काही काळ खिळवून ठेवले होते, त्यांना घटसर्प झाला होता आणि त्यात तर ते मरता मरता वाचले होते. पुढे ज्या विषारी मधुमेहाने त्यांना मृत्यू आला त्याची सुरुवात त्याच वेळी होऊन त्या रोगाने त्यांचे शरीर पोखरून टाकायला सुरुवात केली होती.

सर्वधर्म परिषदेसारख्या आंतरराष्ट्रीय स्तरावरील समारंभाला, आणि तेही अमेरिकेत, हजर राहण्याची पात्रता सिद्ध करता येईल असे त्यांच्यापाशी काहीही नव्हते, त्या परिषदेला हजर राहण्यासाठी त्यांनी केलेला पहिला विनंतीअर्ज नाकारलाच गेला होता. त्या परिषदेला पोपच्या खालोखाल दर्जा असलेले, आधी 'बिशप ऑफ रिचमंड' आणि नंतर 'बिशप ऑफ बाल्टीमोर' ही महान पदे भूषविलेले अमेरिकन धर्मगुरू जेम्स गिब्सन यांच्यासारखे अथीरथी- महारथी उपस्थित होते. गिब्सन यांनी परिषदेचे उद्घाटन एका चैतन्यपूर्ण भाषणाने केले होते, ज्यात त्यांनी मूर्तिपूजेवर टीका केली होती. या अशा 'थोरां'च्या परिषदेत विवेकानंद तर केवळ 'पोर' होते.

> उंचनिंच (त्यांची उंची पाच फूट साडेआठ इंच होती), रुंद खांदे, भरदार छाती, दणकट शरीरयष्टी, सर्व प्रकारच्या क्रीडाप्रकारांच्या शिक्षणाने पीळदार बनलेले बळकट बाहू, ऑलिव्ह(?) रंगाची त्वचा, ठसठशीत चेहरा, भव्य कपाळ, रुंद जबडा, ठळकपणे नजरेत भरणारे सुंदर, विशाल, काळेभोर डोळे आणि जरा जडशीळशाच पापण्या.

या पहिल्याच परदेशप्रवासाला निघताना त्यांच्याकडे पैसे अगदीच कमी होते. जवळ उत्तम पायघोळ अंगरखे होते, पण त्यांचे जहाज जेव्हा कॅनडाच्या किनाऱ्यावर पोहोचले तेव्हा 'त्या सार्वजनिक समारंभाला शोभेशा खास भारतीय दिमाखदार पोशाखाने' त्यांना तिथल्या कडाक्याच्या थंडीत चांगलेच काकडवले होते. अमेरिकेला निघायच्या आधी घेतलेल्या त्यांच्या मोजमापात एकच तेवढे अगदी यथायोग्य होते - ते म्हणजे त्यांचे वजन - ते चांगले खणखणीत १७० पौंड होते.

दोन महिन्यांच्या प्रदीर्घ समुद्रप्रवासानंतर अमेरिकेच्या किनाऱ्यावर पाऊल ठेवताना तर त्यांच्याजवळ जवळजवळ पैसे उरलेच नव्हते. अमेरिकेत राहायची सोयही नव्हती. त्यांनी त्यांच्या एका अनुयायाला लिहिलेल्या पत्रात लिहिले आहे, 'निघायच्या आधी जी छान छान चित्रे रंगवली होती ती पार पुसली गेली आणि मला अक्षरश: अशक्य परिस्थितीशी लढा द्यावा लागला. बस्स झाले, हा देश सोडून परत आपले भारतात निघून जावे असा विचार शंभर वेळा तरी माझ्या मनात येऊन गेला. इथे मला जो खर्च करावाच लागणार आहे तो फारच प्रचंड, नव्हे, भयानकच आहे.'

असे जरी सगळे होते तरीही आंतरिक शक्ती आणि अंत:प्रेरणा त्यांना परत जाण्यापासून थोपवीत होती. 'माझ्या मनाचा निर्धार झालेला आहे. मला 'वरून' आदेश आला आहे. मला समोर कोणतीच वाट दिसत नाही, पण 'त्या'ला डोळे आहेत, तो पाहातो आहे.'

आगगाडीत केवळ योगायोगाने भेट झालेल्या कॅथरीन सॅनबर्न या लेखिकेमुळे त्यांना राहायला घर मिळाले. त्यांनी विवेकानंदांना त्यांच्या मॅसॅशूसेट्समधील मेटकाफ येथे

असलेल्या फार्म हाउसवर येऊन राहण्याचे आमंत्रण दिले. ती लेखिका विवेकानंदांच्या व्यक्तिमत्त्वाने पार भारावून गेली होती :

> 'दिमाखदार पौरुषत्वाचा आदर्श! सालविनीसारखाच देखणा, जणू जगावर राज्य करीत असावा अशा उमरावी रुबाबातली प्रभावी चाल. मनोरंजक संभाषण करताना किंवा ऐकताना आनंदाने नाचणारे, एरवी सौम्य- पण कोणी चिडवले, भडकवले तर आग ओकणारे काळेभोर डोळे...'

विवेकानंदांना आर्थिक साहाय्य करणारे आणि त्याचबरोबर त्यांचे पोशाखही ठरवणारे खेत्री संस्थानचे राजे आणि कदाचित स्वत: विवेकानंद, या दोघांनाही चारचौघांत उठून दिसणाऱ्या, निराळ्या, वैशिष्ट्यपूर्ण पोशाखाचे महत्त्व लक्षात आले होते. लोकांना काही ऐकवायच्याही आधी या संन्याशाने त्याच्या दर्शनानेच, वेगळेपणानेच त्यांच्या नजरेत भरले पाहिजे, हे त्या दोघांनाही सहज प्रेरणेनेच जणू समजले होते, पटले होते. आणि त्याचा प्रत्यय कॅथरीन सॅनबर्न यांच्या भेटीतच आला. त्यांनी विवेकानंदांच्या पोशाखाविषयी लिहिले आहे,

> 'त्यांनी डोक्याला कित्येक यार्ड लांब असलेल्या पिवळ्या रंगाच्या कापडाचा फेटा बांधला होता, अंगात 'तशा' प्रकारच्या लोकांची खूण असलेला, भगव्या रंगाचा पायघोळ झगा घातला होता (भारतीय साधू-संन्यासी सहसा वापरीत असलेल्या भगव्या पोशाखावरील हे तिचे भाष्य) आणि कंबरेला रुंदसा, झिरमिळ्यांनी सजवलेला गुलाबी पट्टा बांधला होता.'

त्यांनी असेही म्हटले आहे की, 'ते (विवेकानंद) माझ्यापेक्षा चांगले इंग्लिश बोलले.'

विवेकानंद सॅनबोर्न यांच्याकडे राहत होते त्या काळात सॅनबोर्न त्या 'संन्याशा'ला, ज्यांना त्या 'राजा स्वामी विवेकानंद' असे म्हणत असत, घोडागाडीतून, खास गणवेशातील नोकराचाकरांच्या सरंजामासकट बागा-उद्यानांच्या सफरी घडवीत असत. आणि तो संन्यासीही अलिप्त अशा शांतपणे, सोशीक नजरेने, पण मधूनमधून नर्म विनोदही करीत त्यांचा आनंद घेत असे. एका पत्रात विवेकानंदांनी लिहिले आहे :

> 'त्यांच्याबरोबर राहण्यात माझा एक फायदा असा होतो आहे की, माझा खर्च वाचतो आहे... त्यांना आता अनायासे त्यांच्या मित्रमंडळींना घरी बोलावून 'खास भारतीय अशी अपूर्व वस्तू' दाखवण्याची संधी मिळते आहे. पण हे तर सहन करणे भागच आहे!'

आपल्या मायभूमीची प्रशंसा करावी असे त्या घटकेला काहीही नसतानासुद्धा पाश्चिमात्यांना भारतीय अध्यात्म कसे अनमोल आहे हे पटवून देण्याचे काम किती अवघड आहे याची

स्वाभाविक, पण तीव्र जाणीव तर विवेकानंदांना होतीच; परंतु त्याबरोबरच ते ज्या देशात, समाजात येऊन पडले होते त्यातले त्यांचे सर्वस्वी परकेपणही त्यांना पदोपदी प्रकर्षाने जाणवत होते. या दोन्ही भावनांचा प्रत्यय त्यांनी अमेरिकेतील वास्तव्याच्या सुरुवातीच्या दिवसांतील लिहिलेल्या पत्रांच्या नोंदीतून कोणाला जाणवणार नाही असे होणे केवळ अशक्य आहे. त्यांच्या ज्या निर्दोष इंग्लिश बोलण्याची तारीफ होत होती, ती भाषा आणि ते निर्दोषत्व त्यांना त्यांच्या मायदेशाचे शोषण करणाऱ्या वसाहतवादी ब्रिटिशांकडूनच शिकता आले होते, हा उपरोध त्यांना जाचत होता; परंतु त्यांना हेही समजत होते की, ते जर अमेरिकेचीच भाषा आणि तीही अमेरिकनांपेक्षा चांगली, सफाईदारपणे बोलू शकले नसते तर त्यांना प्रारंभीच जी पसंती मिळाली, जी प्रशंसा प्राप्त झाली ती झालीच नसती.

तो संन्यासी आयुष्यात प्रथमच अशा लोकांच्यात, अशा समाजात, वातावरणात येऊन पोहोचला होता जेथे तो पूर्णपणे परका होता, उपराच होता आणि मुख्य म्हणजे त्याची त्या संन्याशाला पुरेपूर जाणीव होती, ही अतिशय लक्षवेधक आणि भारावून टाकणारी गोष्ट आहे. 'वसुधैव कुटुंबकम्।' ही शिकवण त्यांच्या आध्यात्मिक गुरूंकडून मिळाली असली तरी विवेकानंदांची व्यवहारी वृत्ती जागृत होती. असे एकट्याने परदेशात येणे ही अत्यंत अवघड गोष्ट आहे हे ते जाणून होते. भारत दास्यात असला तरी भारताजवळ असलेले भरघोस ज्ञान मुक्त करून ते पाश्चिमात्यांना उपलब्ध करून देणे, अल्प काळात आपल्या देशाला परतंत्र करणाऱ्या सत्ताधाऱ्यांविरुद्ध विजय मिळवणे शक्य होणार नसले तरी त्या ज्ञानाच्या जोरावर पाश्चिमात्यांची मने जिंकून घेणे ही कामे आपल्याला केलीच पाहिजेत, या जबाबदारीचीही त्यांना जाणीव होती.

ज्या देशात त्यांनी अगदी अल्पावधीतच आपली स्वत:ची ओळख निर्माण केली होती, त्या देशातील वास्तव्यात सुरुवातीला त्यांनी पुढील कार्यासाठी योग्य पार्श्वभूमी तयार करण्याचे काम प्रामुख्याने केले. आपल्या उत्साही वर्तनशैलीने, आत्मविश्वासाने लोकांना आकर्षित करण्याचे कसब त्यांच्याजवळ होतेच; पण त्यांनी त्यांच्या वर्तनात कोठेही आक्रमकता डोकावणार नाही याची काळजी घेतली. त्यांच्या भेटीच्या काळात अमेरिका एका बाजूला तंत्रज्ञानात भरघोस प्रगती करीत होती आणि दुसऱ्या बाजूला आर्थिक अस्थिरतेचा सामना करीत होती. अशा परिस्थितीत तेथील जनतेला काय ऐकायला आवडेल हे त्यांनी बरोबर ओळखले होते. त्यांनी अमेरिकन जनतेला बाह्य तंत्रज्ञान आणि आंतरिक ज्ञान, आत्मज्ञान हे दोन्ही प्राप्त करणे गरजेचे आहे की नाही याचा सखोल, काळजीपूर्वक विचार करायचे आवाहन केले आणि सजीवांमधील माणसाचे खरे वेगळेपण कशात आहे, त्याचा शोध घ्यायला सांगितला. ते म्हणाले,

> 'तत्त्वज्ञान काहीही सांगू दे, परामानसशास्त्र काहीही म्हणू दे, जोवर या जगात मृत्यू नावाची गोष्ट आहे, माणसाच्या हृदयात कोमलता आहे, दुर्बलता आहे,

> ते हृदय जखमी झाले की आक्रंदन करते आहे, टाहो फोडते आहे, तोवर माणसाचा देवावर विश्वास असणारच!

'पंचमहाभूतांनाही आपल्या मेंदूच्या बळावर ताब्यात ठेवण्याची मानवाची क्षमता मान्य करणाऱ्या आजच्या युगात, ती शारीरिक व मानसिक क्षमता आणि तंत्रज्ञानातील अफाट प्रगती यांनी मनुष्यत्वाचा अर्थच बदलून टाकला आहे.' विवेकानंदांचे वरील उद्गार वाचले की, त्यांची आजच्या युगातील समर्पकता जाणवल्यावाचून राहत नाही. अमेरिकेत आणि अन्य पाश्चिमात्य देशांतही विवेकानंद सातत्याने आणि प्रामुख्याने याच गोष्टीवर भर देत होते की, पौर्वात्य देशांनी पाश्चिमात्यांकडून ऐहिक दारिद्र्य कसे दूर करायचे हे शिकले पाहिजे; पण त्याच वेळी बऱ्याच पाश्चिमात्यांच्या - खरे तर बऱ्याचशा पौर्वात्यांच्यासुद्धा - मनाला ऐहिक सुखे उपभोगत असताना जो एक प्रकारचा एकाकीपणा, रितेपणा जाचत असतो, छळत असतो, तो पूर्वेकडील प्रगल्भ विवेकाने, अध्यात्माने नाहीसा करता येतो हे त्यांनी लक्षात घेतले पाहिजे.

धर्मनिष्ठ, भावनिक श्रद्धा आणि वस्तुनिष्ठ, तर्कशुद्ध विज्ञान यांच्यामधील सततचा कलह संपून त्यांच्यामध्ये सुसंवादित्व, एकतानता निर्माण होईल असे द्रष्टेपणाचे द्योतक असलेले विचार विवेकानंद त्या वेळीही कसे मांडत असत हे आपण या पुस्तकात पुढे पाहणारच आहोत. पण त्या विचारांनी सर्व जगाचे प्रतिनिधित्व करणारे श्रोतेही का एवढे प्रभावित झाले हे विशेषत्वाने पाहण्यासारखे आहे. चार्लस डार्विन या क्रांतिकारी वैज्ञानिकाने आपल्या उत्क्रांतिवादाने 'हे जग आणि मानव यांची निर्मिती परमेश्वराने केलेली आहे' या ख्रिश्चन धर्माच्या पायाभूत तत्त्वालाच हादरा दिला. त्या चार्लस डार्विनच्या मृत्यूला दहाच वर्षे झाली असताना, भारतातून आलेला एक संन्यासी अमेरिकेत एका आंतरराष्ट्रीय व्यासपीठावरून असे विचार मांडत होता. साहजिकच, बहुसंख्य श्रोत्यांच्या मनात हाच विचार उभा राहिला असेल की, जर परमेश्वराने हे जग निर्माण केले नाही, ही मानवजात वानरांची पुढली अवस्था आहे तर मग ही अशी श्रद्धा ठेवायची कशावर, कोणावर? विवेकानंदांचे त्यावरील उत्तर होते, 'तर्कशक्तीवर, विवेकावर.'

डार्विनचीच जन्मभूमी असलेल्या इंग्लंडमध्ये विवेकानंद म्हणाले,

> 'प्रत्येक वैज्ञानिक तत्त्वाला जसे तर्काच्या निकषांवर सिद्ध करून दाखवावे लागते तसेच धर्मतत्त्वानेही केले पाहिजे का? भौतिक ज्ञान-विज्ञान यांच्या संशोधनासाठी ज्या पद्धती वापरल्या जातात त्याच पद्धती धर्मशास्त्राच्या संशोधनासाठीही वापरायच्या का? माझे यावरील उत्तर 'होय' असे आहे आणि मला असे प्रकर्षाने वाटते की, ते लवकरात लवकर केले पाहिजे. तशा संशोधनातून, तशा निकषांवर जर धर्म भंगच झाला तर तो पहिल्यापासूनच, एक तर निरुपयोगी होता किंवा केवळ अंधश्रद्धेचा भाग होता असे सिद्ध होईल

> आणि मग तो लवकरात लवकर जगातून निघून जाईल तेवढा चांगला असेच म्हणावे लागेल. धर्माचा विनाश ही फार चांगली गोष्ट घडेल असे माझे मत आहे. कारण मला हे पक्के माहीत आहे की, या प्रक्रियेत 'धर्म' या संकल्पनेवर साठलेला गंजच तेवढा नष्ट होईल आणि त्याचे मूळ, त्याचा महत्त्वपूर्ण, आवश्यक भाग त्या संशोधनाच्या अग्निपरीक्षेतून अधिक तेजाने उजळून उठेल.'

त्या काळात पाश्चिमात्यांना ज्या तर्कशुद्ध, शास्त्रशुद्ध अशा भाषेने वेढून, वेडावून टाकले होते, त्याच नेमक्या भाषेचा विवेकानंदांनी तेथील भाषणात कटाक्षाने वापर केला. तो काळ असा होता की, आपल्याला मिळालेला मनुष्यजन्म, आपले आयुष्य यांचा अर्थच बदलला होता. एका बाजूला परंपरागत चालत आलेल्या, खोल रुजलेल्या देव, धर्म या कल्पना आणि दुसऱ्या बाजूला हे नवे अर्थ – समाज दोनही बाजूंनी खेचला जात होता, संभ्रमात पडला होता. विवेकानंदांनी ती दोन टोके जोडून समाजासमोर ठेवली.

'माझ्या देशाजवळ तुम्हाला, संपूर्ण जगाला देण्यासारखे महान असे बरेच काही आहे, ते देण्याचे औदार्यही आहे', असे वारंवार सांगताना त्या महावृक्षाला लागलेली कीड, त्यावरील बांडगुळे यांबद्दलही ते अत्यंत परखडपणे, मोठ्या आत्मविश्वासपूर्वक बोलत असत. विवेकानंदांपासून एक गोष्ट आवर्जून शिकण्यासारखी आहे ती ही की, त्यांना भारताला दुबळे बनवणारे दारुण दारिद्र्य जगासमोर ठेवताना कधी लाज वाटली नाही; पण त्याबरोबरच हेही लक्षात घेण्यासारखे आहे की, त्यांनी त्यांची कल्पनाशक्ती कधी त्या गरिबीच्या खोड्यात अडकू दिली नाही. त्यांची जन्मभूमी ब्रिटिशांच्या सत्तेखाली होती या गोष्टीची छाया कधीच त्यांच्यावर पडली नाही, त्यांच्या भाषणांमधून त्यांच्या देशाच्या येणाऱ्या उल्लेखांवरही पडली नाही. त्यांनी ज्या निर्भीडपणे अमेरिकेच्या नजरेला नजर भिडवली ती त्या काळाचा विचार करता विस्मयजनक होतीच; पण काही जण हेही कबूल करतील की, आजही ती गोष्ट भारतीयांना न जमणारी आणि म्हणून खरोरच आश्चर्यकारकच होती. त्यांनी लिहिले आहे,

> 'माझ्या मते, अमेरिकन समाज व संस्कृती खरोखरच महान आहे. विशेषत: त्यांची मने ग्रहणक्षम आहेत, नव्याच्या स्वागताला, नव्याचा स्वीकार करायला ती नेहमीच तयार असतात. केवळ नवे म्हणून काहीही नाकारले जात नाही. ते त्याच्या गुणदोषांवर पारखले जाते आणि त्यावरूनच ते टिकून राहते किंवा नाहीसे होते.'

पूर्व पुन्हा डोके वर काढीत आहे, विशेषत: भारत आपली मान उंचावीत आहे, पाश्चिमात्यांशी संबंध वाढवीत आहे, भारत-अमेरिका सहकार्य जोर धरते आहे – आजच्या काळात अशा चर्चा जोरात सुरू असताना विवेकानंदांनी त्या काळात, सव्वाशे वर्षांपूर्वी अमेरिकेत जाऊन जे असाधारण, लक्षवेधी कार्य अत्यंत सामर्थ्यपूर्वक

केलेले आहे, ते हे आहे की, त्यांनी अमेरिकेची, जगाची भारताकडे पाहण्याची दृष्टी बदलून टाकली आहे. त्यांनी खेळाचे नियमच बदलून टाकले. ज्या ऐहिकतेच्या प्रांतात भारत कधीच अमेरिकेची बरोबरी तर सोडाच, तिच्या स्पर्धेत उभाही राहू शकणार नाही; त्या ऐहिकतेवर, केवळ बाह्य स्वरूपावरच सर्वस्वी केंद्रित झालेले अमेरिकन जनतेचे लक्ष त्यावरून बाजूला वळवून त्यांना विवेकानंदांनी 'आंतरिक सौंदर्य' पाहायला शिकवले. भारताला अतिशय उज्ज्वल असा आध्यात्मिक इतिहास आहे, एवढाच संदेश त्यांनी दिला असे सहसा मानण्यात येते; पण त्याहीपुढे जाऊन त्यांनी अमेरिकनांना असे दाखवून दिले की, अध्यात्म, आत्मज्ञान ही भारताची बलस्थाने आहेत, किंवा, आजच्या भाषेत सांगायचे तर, ते 'कॉम्पिटिटिव्ह ॲडव्हान्टेजेस' – जागतिक स्पर्धेत भारताचे स्थान बळकट करणारे गुण आहेत. त्यांनी लिहिले आहे,

> 'अध्यात्माच्या बाबतीत अमेरिकन आमच्या मागे आहेत; पण त्यांचा समाज आमच्या समाजापेक्षा खूपच पुढे, प्रगत आहे. आम्ही त्यांना अध्यात्म शिकवू आणि त्यांच्या समाजातील चांगल्या गोष्टी त्यांच्याकडून शिकू.'

आज हे सगळे मी जेव्हा वाचतो तेव्हा मला राहून राहून या गोष्टीचे आश्चर्य वाटते की, आपल्या देशाला स्वातंत्र्य मिळून सत्तर वर्षे झाल्यानंतरसुद्धा आपल्यात नसेल एवढा स्वदेशाविषयीचा, भारतीय असल्याविषयीचा अतिशय सुस्पष्ट असा अभिमान, स्वप्रतिष्ठेची जाणीव ब्रिटिश वसाहतवाद्यांचा गुलाम असणाऱ्या विवेकानंदांच्यात होती. आंतरराष्ट्रीय व्यापाराचे खुले धोरण स्वीकारून पंचवीस वर्षे होऊन गेल्यावरसुद्धा आपला देश अजूनही बाजारातील त्याची किंमत अत्यंत कष्टपूर्वक आणि तरीही अपर्याप्तपणे जोखण्याचा प्रयत्न करतो आहे. व्यापारी मूल्याबरोबरच तो त्याची नीतिमूल्येही शोधतो आहे. १९४७ साली स्वातंत्र्य मिळाल्यापासून, पहिली काही अभिमानी उल्लासाची वर्षे सोडल्यास, भारतीयांना स्वतःची किंमत, योग्यता कळलीच नाही. परतंत्र भारतातील विवेकानंदांना हिंदुत्वाविषयी, हिंदूंच्या प्राचीन आध्यात्मिक परंपरेविषयी जेवढा अभिमान होता, त्याविषयी जगाला सांगण्याचा जो अदम्य उत्साह होता त्याच्या तुलनेत केवळ शंभर वर्षांनंतर स्वतंत्र भारतातील उच्च शिक्षित, बुद्धिजीवी देशातील कूर्मगतीने होणाऱ्या आर्थिक प्रगतीच्या दराचे वर्णन 'हिंदू रेट ऑफ ग्रोथ' या शब्दांत करतात हा घोर उपहासच नव्हे का? याला खरोखरच कल्पनाशक्तीचे विस्मयकारक दारिद्र्यच म्हटले पाहिजे.

(* 'हिंदू रेट ऑफ ग्रोथ' ही मानहानिकारक उक्ती दिल्ली स्कूल ऑफ इकॉनॉमिक्समधील प्राध्यापक राज कृष्ण या मार्क्सवादी अर्थशास्त्रज्ञाने तयार केलेली आहे. भारतातील समाजवादाच्या पहिल्या चाळीस वर्षांचा इतिहास लिहिताना त्यांनी भारताच्या आर्थिक प्रगतीच्या अगदीच कमी दराचे वर्णन करताना तिचा वापर केला. त्यांचा रोख भारताच्या लोकसंख्येतील ऐंशी टक्के हिंदूंच्या हाडीमांसी खिळलेल्या सुस्तीकडे, निरुत्साहाकडे होता.)

अर्थात, आर्थिक वाढीच्या मंद दराचा आणि हिंदूंचा, हिंदुत्वाचा काही संबध असल्याचा आरोप सर्वस्वी निराधार, अनाठायी असल्याचा पुरावा लवकरच मिळाला. समाजवादी सरकारने व्यापारावर घातलेल्या अन्यायकारक बंधनांमुळे ढासळलेली आर्थिक परिस्थिती (अमेरिकेकडून आणलेल्या गव्हावर गुजराण करण्याची वेळ आली, परकीय चलन मिळवण्यासाठी सोन्याच्या राखीव साठ्याला हात लावावा लागला.) १९९१ साली ती बंधने उठवल्यावर अतिशय झपाट्याने प्रगती करून त्याच हिंदूंनी सुधारून दाखवली. त्यालाही पंचवीस वर्षे होऊन गेली. गरिबी, कुपोषण, उपासमार यांसारखे काही देशांना चिकटलेले रोग जरी तसेच असले तरीही आज भारताची गणना जगातील वेगवान आर्थिक प्रगती करीत असलेल्या देशांमध्ये केली जात आहे.

ब्रिटिश देश सोडून गेल्यापासूनच्या जवळजवळ सत्तर वर्षांच्या काळात कधीही नव्हता एवढा पैसा आज भारताजवळ आहे. पण तरीही आधुनिकता आणि आधुनिक युगातील संकटांना, धोक्यांना सामोरे जाण्यासाठी लागणारा धीरगंभीरपणा आणि आत्मसंयमन या दोन गोष्टींसाठी आम्ही भारतीय झगडतोच आहोत. राष्ट्रवादाच्या मूलतत्त्वाचा नव्याने शोध घेण्याच्या अपवादात्मक स्थितीतून देश चालला आहे. 'भारतीय' असण्याचा अर्थ काय? भारतीय म्हणून आम्ही कोणत्या गोष्टींचा अभिमान बाळगला पाहिजे - आणि त्याबरोबरच कोणत्या गोष्टींची लाज, देशातील ऐंशी टक्के लोक स्वतःला हिंदू म्हणवून घेत असताना त्या हिंदुत्वाचा नेमका वारसा कोणता आणि आजच्या, आधुनिक भारतीयांच्या आयुष्यात त्याचे स्थान काय, हेही प्रश्न भेडसावीत आहेत. उदाहरणार्थ, आज कोणीही आर्थिक प्रगतीच्या दराला 'हिंदू'चे नाव चिकटवत नाही. या अशा उक्तींची आजच्या काळात मुळीच चलती नाही!

या अशा अवस्थेतून जाताना धोका या गोष्टीचा असतो की, ज्याचा शोध घेतला जात असतो, ज्याचे विश्लेषण केले जात असते ते एकदम साधे, सोपे, वरवरचे वाटू लागते; नाहीतर एकदम आपण, आपले राष्ट्र अन्य देशांपेक्षा फार श्रेष्ठ असल्याची जाणीव होऊन काही आक्रमक हालचालींपर्यंत मजल जाते. आज कित्येक भारतीय त्यांच्या स्वतःच्या राष्ट्रीयत्वाचा अर्थ काय, याचा नव्याने विचार करण्यासाठी झगडत आहेत. माझे जे 'बीइंग हिंदू' हे पुस्तक आहे त्याविषयी मला वाचकांच्या ज्या प्रतिक्रिया आलेल्या आहेत, अजूनही येत आहेत, त्यांत ते मला सांगतात की, त्यांची ओळख त्यांना नीट सापडण्याच्या बाबतीत त्यांना जे प्रश्न पडत होते त्यांचा वेध ते पुस्तकही घेते. माझ्या पुस्तकाने त्यांच्या प्रश्नांची निश्चित उत्तरे द्यावीत अशी त्यांनी अपेक्षा केलीच नव्हती; परंतु ते प्रश्न फक्त त्यांनाच पडत नसून ते इतर अनेक जणांना पडत आहेत, ते सार्वजनिक स्तरावर - एका पुस्तकाच्या स्वरूपात - मांडले जात आहेत, म्हणजेच त्यांचे प्रश्न, शंका, त्यांना वाटणारी चिंता हे सगळे एका मोठ्या प्रमाणावरील विचारमंथनाचाच भाग आहेत याची जाणीव त्यांना दिलासाजनक वाटली, समाधान देणारी वाटली.

परंतु हे प्रश्न विचारणेही शंकास्पद ठरू शकते. त्यांचा उच्चार घोषणांमध्ये बदलू शकतो आणि मग ते विघातक ठरू शकते, खच्चीकरण करू शकते, त्यातून राजकारणाची निपज होऊ शकते आणि मग ते क्रिया-प्रतिक्रियांच्या अखंड चक्रात सापडू शकते.

या अशा प्रकारच्या दिशाहीन, अधिक्षेपी राष्ट्रीयत्वाच्या कल्पनाविलासावरील उतारा म्हणून विवेकानंदांच्या विचारांचे महत्त्व फार मोठे आहे. त्या संन्याशाने मांडलेले सिद्धान्त, बहुतेक वेळेला बोट ठेवता येणार नाही अशा निर्दोषपणे लढवलेले, आधुनिक काळातही टिकणारे तर्क जर नेटकेपणाने समजून घेतले तर त्यातून भारताने, भारतीयांनी स्वत:कडे आणि त्याचबरोबर जगाकडे कोणत्या दृष्टीने पाहावे, याची एक बैठक तयार करता येऊ शकेल. या महान संन्याशाने तत्त्वज्ञानाचे धडे रामकृष्ण परमहंस नावाच्या एका अशिक्षित, पण आध्यात्मिक उंची गाठलेल्या एका खेडुताकडून घेतले होते. ('त्यांना वेदान्त माहीत नव्हता की, मोठमोठे सिद्धान्त माहीत नव्हते. तसेच जीवन जगण्यात ते परमसमाधानी होते आणि त्याचे कारण शोधण्याचे काम त्यांनी इतरांवर सोडलेले होते.') त्या महान गुरूकडून ते जे आणि जितके काही शिकले त्याने अन्य अगणित लोकांबरोबरच जगप्रसिद्ध वैज्ञानिक, आल्टरनेटिंग करंटचा शोध लावणारा, प्रत्येक गोष्टीविषयी शंका घेऊन त्याचे शास्त्रीय दृष्टीने समाधान शोधणारा, कुशाग्र बुद्धीचा व असामान्य प्रतिभेचा निकोला टेस्ला हा श्रेष्ठ संशोधकसुद्धा विलक्षण प्रभावित झाला होता. बंगाल प्रांतात, प्रस्थापित 'ब्रिटिश राज'ची पहिली राजधानी कलकत्ता या शहराच्या जवळपास जन्म झालेले विवेकानंद हे एका अर्थाने भारताच्या पुनरुज्जीवनाच्या, नवनिर्मितीच्या, प्रबोधनाच्या युगाचे प्रतिनिधी होते. 'बंगाल नवजागरण' या नावाने गाजलेल्या, बंगालमध्ये एकोणिसाव्या शतकात सुरुवात झालेल्या बौद्धिक क्रांतीने भारतीयांच्या प्रतिभेचा शोध घेऊन, तिला आविष्कारासाठी आकाश खुले करून दिले. आज जेव्हा भारत आपल्या प्राचीन वैभवाला पुन्हा उजाळा देण्याचा प्रयत्न करतो आहे, त्या वेळी या गोष्टींना विशेष महत्त्व प्राप्त झाले आहे.

अशा पद्धतीने गतवैभवाच्या खुणा शोधणे फार कठीण, कधीकधी फसवे असते. हे पुस्तक लिहीत असताना मी व्ही.एस. नायपॉल यांचा 'जास्मिन' हा निबंध पुन्हा एकदा वाचत होतो. त्याची सुरुवात एक स्मिथ नावाचा माणूस नायपॉल यांना भेटायला येतो तेथपासून होते. त्या वेळी नायपॉल बीबीसीवरून प्रसारित होणाऱ्या 'कॅरिबिअन सर्व्हिस' या शैक्षणिक कार्यक्रमाचे संपादन करीत होते. स्मिथ हा लेखक होता. चिडलेला होता. इंग्लिश भाषेने आपल्यावर जे लादले आहे त्याविरुद्ध तो निषेध व्यक्त करीत होता. 'भाषा आमची आहे, आम्हाला आवडेल तशी ती आम्ही वापरू. त्याबरोबर जे साहित्य आले आहे ते जरा तरी अधिकृत हवे की नको? त्यात तर केवळ परग्रहावरच्या वाटाव्यात अशा कपोलकल्पित कथाच आहेत.' त्याचे उदाहरण म्हणून त्याने इंग्लिश भाषेतील प्रेमकवी विल्यम वर्डस्वर्थ याची जगभरात गाजलेली 'द डॅफडिल्स' ही कविता (जिची सुरुवातीची ओळही - 'आय वॉन्डर्ड लोनली ॲज अ क्लाउड' जगप्रसिद्ध आहे) समोर ठेवली.

'डॅफडिल्सची फुले खूपच सुरेख असतात; मान्य, पण ज्याने ती आयुष्यात कधी पाहिलीच नाहीत त्या कॅरिबिअनला ही कविता वाचताना काय त्या फुलांचे सौंदर्य प्रतीत होणार?' हा त्याचा युक्तिवाद.

यावरील नायपॉल यांची प्रतिक्रिया फार कठोर आहे :

> 'सर्व साहित्याला ते जेथे निर्माण होईल त्याच देशापुरतेच मर्यादित करणारा हा युक्तिवाद वरवर पाहता राजकीय वाटतो. पण त्यामागे आपल्या आकारहीन, विस्कळीत समाजातील रितेपणाविषयीचे असमाधान आहे. कल्पनारम्य असे काही नसले की ते साहित्य आम्हाला परके वाटते.'

'कल्पनारम्य असे काही नसले की, ते साहित्य आम्हाला परके वाटते.' पण एक भारतीय म्हणून माझा अनुभव मात्र तसा नव्हता. आपली साहित्यसंस्कृती अशा पोथ्यापुराणांतील कल्पनारम्य कथांनी इतकी ओतप्रोत भरलेली आहे की, ते साहित्य वाचताना वास्तव आणि काल्पनिक या दोन्ही जगांत एकाच वेळी वावरल्यासारखे वाटते. दोन्हींत फरक करणेसुद्धा कधीकधी अवघड जाते. मला वाटते, आमच्यासाठी सगळेच साहित्य हे एतद्देशीयच असते. असे कुठलेच लिखाण, कथाकथन असे नसते जे वाचताना, ऐकताना 'अरे, हे तर मला माहीत आहे' असे उद्गार आपल्या तोंडून निघत नाहीत. हा तर एक शापच होऊन बसला आहे.

सध्या तर प्रत्येक जण अचानक, प्रत्येक पुराणकथेला, काल्पनिक कथेला आपलेसे करायला निघाला आहे. असेही सांगितले जात आहे की, त्यामुळे आपले बळ आणिकच वाढणार आहे.

म्हणूनच मला अशी भीती वाटते आहे की, आपल्या धर्मपरंपरांना पुनर्जीवित करण्याच्या मोहिमेची अतिशयोक्ती होऊन जे काम आपण केलेले नाही त्याचेही श्रेय स्वत:कडे घेण्यापर्यंत आपली मजल जाणार आहे. या अति उत्साहाला सहजगत्या आवर घालतील विवेकानंद, त्यांचे वैचारिक समतोलाने वेगळीच उंची गाठणारे, धर्म, ईश्वर यासंबंधीचे तर्कशुद्ध, बुद्धिनिष्ठ आणि शास्त्रशुद्ध विचार व वक्तव्य. ईश्वराविषयी बोलताना ते त्याच्या अस्तित्वाचा पुरावा मागतात, 'त्याला पाहता येते का?' असे विचारतात. ते काही 'प्रेषित' वगैरे नव्हते, त्यांनी कधीच कोणत्या अमानवी शक्तीचा दावा केला नाही (तसल्या सोंगांविषयी त्यांना तिरस्कारच वाटत होता), ना कधी कोणता 'चमत्कार' दाखवला. त्यांच्यापाशी होती ती वर्षानुवर्षे सातत्याने केलेल्या ध्यानधारणेच्या बळावर साध्य करून घेतलेली एकाग्रता आणि संवेदनक्षमता.

विवेकानंदांचे आणखी एक निराळे महत्त्व आहे. ते जसे मोठ्या अभिमानाने भारतीय मनाचे उज्ज्वल यश जाहीर करतात तसेच जराही लाज न बाळगता, अगदी

कठोरपणे, त्यांच्या सभोवतालच्या भारतातील सनातन समाजातील, आजही पदोपदी प्रत्ययाला येणारे दोषही समोर मांडतात.

त्यांनी अमेरिकेत जे कार्य केले त्याचे महत्त्व तर वर्णनातीत आहे. त्यांनी भारतीय अध्यात्म अमेरिकेच्या किनाऱ्यापर्यंत नेले. समुद्र ओलांडणे म्हणजे ब्राह्मण्याचे पावित्र्य ओलांडणे, अशी प्रचलित समजूत धुडकावून, 'काळे पाणी' असे ज्याचे वर्णन केले जायचे त्या पाण्यातून, धर्मशास्त्रांनी वर्जित ठरवलेला, पाप ठरवलेला समुद्रप्रवास त्यांनी निर्भयपणे केला. स्वत:जवळ थोडीही साधनसंपत्ती नसतानासुद्धा त्यांना जगापर्यंत पोहोचण्याची, त्यांच्याशी संबंध प्रस्थापित करण्याची, संवाद साधण्याची आणि तेही स्वत:ला पटेल त्याच पद्धतीने, तीव्र इच्छा होती; त्याविषयी त्यांच्या मनात भीतीचा लवलेशही नव्हता. अलीकडच्या काळात महाऋषी महेश योगी यांच्यापासून योगानंद, भगवान रजनीश (ओशो) यांच्यापर्यंत जे जे भारतीय योगी पाश्चिमात्य देशांत पोहोचले त्या सर्वांनी, विवेकानंदांनी फार पूर्वीच घालून दिलेल्या परिमाणातच, त्याच चौकटीत राहून कार्य केलेले दिसते.

भारत आणि अमेरिका यांच्यामधल्या संबंधात अनेक दशके एक प्रकारचा जो ताण, तणाव होता – तो भारताने समाजवादी धोरण स्वीकारल्याने त्याचा कल भांडवलशाही अमेरिकेपेक्षा कम्युनिस्ट रशियाकडे अधिक राहिला म्हणून मुळीच नाही – तो सैलावून आता आधुनिक 'इंडिया-यूएस' असा नव्या आधुनिक स्वरूपातील संबंध प्रस्थापित झाला असून दोन्ही देशांतील नागरिकांमधले नाते घनिष्ठ होऊ पाहत आहे, त्यांच्यामध्ये 'सहज मित्रत्व' निर्माण होते आहे. अशा वेळी, विवेकानंदांसारख्या एका निर्धन संन्याशाने सर्व बाजूंनी प्रतिकूल असलेल्या परिस्थितीतही – एक गुलाम राष्ट्र, दुसरे स्वातंत्र्याचे पुरस्कर्ते – ब्रिटिश सत्तेखाली दबलेल्या दरिद्री भारताचे खरे वैभवसंपन्न रूप जगासमोर आणण्याचे जे महान, अतुलनीय काम केले त्यापासून बरेच काही शिकण्यासारखे आहे.

जे नायपॉल यांना समजू शकले नाही, ते विवेकानंद अंत:प्रेरणेने समजून घेऊ शकले.

> 'आमच्याभोवतीचे जीवन आम्हाला पुस्तकात वाचायला मिळणार नाही हे आम्हाला माहीत होते. पुस्तके प्रत्यक्ष जीवनापासून फार लांब अंतरावरून येतात आणि फक्त कल्पनेचे जग दाखवतात, स्वप्नांची दुनिया... पुस्तक उघडणे म्हणजेच वास्तवाशी समझोता करणे.'

मकरंद परांजपे यांनी लिहिले आहे की, विवेकानंद जेव्हा प्रथम सर्वधर्म परिषदेसाठी अमेरिकेत गेले तेव्हा त्यांना या अशा प्रकारच्या गोष्टींची जाणीव होती.

> सर्वधर्म परिषद ही 'कोलंबियन एक्स्पोझिशन' या नावाच्या अति प्रचंड प्रमाणावर उभ्या केलेल्या प्रदर्शनाचा एक भाग होती. त्या प्रदर्शनाला जेव्हा विवेकानंदांनी पहिल्यांदा भेट दिली तेव्हा त्यात अमेरिकेतील ऐहिक सुखासीनतेची साधने आणि तंत्रज्ञानाची नेत्रदीपक प्रगती यांच्या खुणा पाहून ते अचंबित झाले आणि तितकेच प्रभावितही झाले. याबाबतीत भारत कितीतरी मागे होता!

तो संन्यासी प्रथमच पश्चिमेकडील, सर्वस्वी नव्या देशात, निराळ्या संस्कृतीत येऊन पोहोचला तेव्हा त्याच्याकडे पैसेही नव्हते, त्याला कोणी मित्रही नव्हता... त्याला विचित्र पोशाखात पाहून त्याची चेष्टा केली गेली, खिल्ली उडवली गेली. तो त्या लोकांच्या खास कुतूहलाचा विषय होता – कदाचित त्यांनी पाहिलेला पहिलाच पूर्वदेशीय आणि पहिलाच हिंदू! विवेकानंदांना अनोळखी लोकांच्या मदतीवरच दिवस कंठावे लागत होते. त्यांना योगायोगाने प्रथम भेटलेल्या, बोस्टनच्या कॅथरीन सॅनबोर्न यांनी त्यांची ओळख हार्वर्ड युनिव्हर्सिटीच्या प्राध्यापक जॉन हेन्री राइट यांच्याशी करून दिली. या प्राध्यापकांनीच परिषदेच्या संचालकांना विवेकानंदांची ओळख करून देणारे पत्रही लिहिले (त्यांनीच या निर्धन संन्याशाचे शिकागोपर्यंतचे आगगाडीचे तिकीटही काढून दिले.)

शिकागो येथे जाण्याआधी काहीच दिवस विवेकानंदांनी एक आश्चर्यकारक पराक्रम केला. बोस्टन या खानदानी, पुराणमतवादी शहराबाहेरील ॲनिस्क्वाम चर्च येथे हिंदू धर्मावर एक व्याख्यान दिले! या घटनेबद्दल प्राध्यापक राइट यांच्या आईने लिहून ठेवले आहे,

> 'त्या रविवारी जॉनने विवेकानंदांना चर्चमध्ये हिंदू धर्मावर व्याख्यान देण्यासाठी बोलावले आणि नेमके त्याच प्रसंगी त्यांनी एका धर्म न मानणाऱ्या, निधर्मी तत्त्वांचे काटेकोरपणे पालन करणाऱ्या कॉलेजसाठी आर्थिक मदतही गोळा केली! तो विरोधाभास पाहून मी एका कोपऱ्यात जाऊन बसले आणि अखेरीस रडायला येईपर्यंत हसत राहिले!!'

ती शिकागोमधील सर्वधर्म परिषद हा काही एक स्वतंत्र धार्मिक कार्यक्रम नव्हता, या गोष्टीचा आज हमखास विसर पडतो. कोलंबसने अमेरिकेचा शोध लावला त्याला चारशे वर्षे पूर्ण झाल्याबद्दल शिकागो येथे उभारलेल्या अति भव्य अशा 'कोलंबियन एक्स्पोझिशन' या प्रदर्शनाचा ती परिषद हा एक भाग होता. म्हणजे ज्या प्रसंगी अमेरिका मागे वळून तिच्या पूर्वेतिहासाकडे पाहत स्वत:चा पुनर्शोध घेत होती त्याच वेळी हा भारतीय संन्यासी तेथे पोहोचला होता. विवेकानंद केवळ त्या देशाच्या महानतेविषयीच बोलले नाहीत – 'तुम्हा अमेरिकन लोकांना एखाद्या गोष्टीच्या सत्यतेबद्दल खात्री पटली की, मग तुम्ही त्याविषयीची स्वप्ने रंगवीत बसत नाही. ही तुमची फार मोठी ताकद

आहे' – तर ख्रिश्चन धर्मगुरूंनी भारतात चालवलेल्या धर्मप्रचार आणि धर्मांतराच्या आक्षेपार्ह कारवायांबद्दल रागही व्यक्त केला. त्यावर विवेकानंदांचे चाहते असलेल्या, अमेरिकेच्या स्वातंत्र्ययुद्धात भाग घेतलेल्या, रॉबर्ट इंगरसोल नावाच्या वकिलांनी या भाषेत विवेकानंदांना सावध केले होते,

> 'तुम्ही अशा प्रकारे उपदेश करायला जर पन्नास वर्षांपूर्वी या देशात आला असतात तर तुम्हाला जिवंत जाळून तरी टाकले असते किंवा दगड मारून गावांमधून हाकलून तरी दिले असते!'

हे पुस्तक लिहायला सुरुवात केली तेव्हा मी जेव्हा पुन्हा एकदा विवेकानंदांनी पश्चिमेत केलेल्या कार्याच्या महत्त्वाविषयी वाचत होतो तेव्हा माझ्या मनात सारखा नायपॉल यांना जाळणाऱ्या खिन्नतेचा, विषण्णतेचा विचार येत होता. हा लेखक इथे तिथे स्वत:ची ओळख शोधत राहिला, कदाचित त्याला ती कुठेच सापडली नाही आणि मग आयुष्यभर सुरू राहिलेल्या त्याच्या त्या स्वशोधाच्या गरजेने त्याच्या मनाला विळखा घातला, त्याच्या लेखणीला धार चढवली, त्याला चिडखोर बनवले, पण चिंताग्रस्तही केले. त्यांच्या जन्मभूमीच्या अपूर्णतेमुळे त्रस्त झालेल्या नायपॉल यांनी त्यासाठी अन्य समाजांकडे नजर वळवली. त्यांतील काहींनी त्यांच्याशी जुळवून घेतले, काहींना नाही तितके जुळवून घेता आले. ते जेथे जेथे गेले तेथे तेथे असमाधानाने, उदासीनतेने त्यांची पाठ सोडली नाही. त्यामुळे त्यांच्या मुलाखतींमध्ये तीक्ष्णता येऊ लागली, भावना उद्दीपित झालेल्या जाणवू लागल्या, भाषेत भडकपणा येऊ लागला. त्यांना कोठेच सावली दिसेना, सर्वत्र पोळणारे ऊन. त्यांची तशीच, कोणाचाच अपवाद न करणाऱ्या सूर्यप्रकाशासारखी कठोर नजर भारताच्या भूमीवरूनही फिरली. ही भूमी आपल्याला स्वीकारेल, शांत करेल अशी त्यांची अपेक्षा होती, जी भारतभूमीने पूर्ण केली नाही. इतर अनेक देशांसारखी भारतानेही त्यांची निराशा केली.

एक वेळ अशी होती की, ते ब्रिटिश गियानामध्ये होते. वर उल्लेख केलेल्या त्यांच्या 'जझ्मिन' या निबंधाच्या शेवटी त्यांनी एका प्रसंगाबद्दल लिहिले आहे. नायपॉल एका प्रतिष्ठित भारतीय ख्रिश्चन कुटुंबातील वृद्ध स्त्रीला भेटले. ते घराच्या व्हरांड्यात बोलत उभे होते, तेव्हा अचानक वाऱ्याबरोबर फुलाचा सुगंध दरवळला. नायपॉलांनी तो वास लगेचच ओळखला. तो वास अगदी लहानपणी त्यांच्या खूपच परिचयाचा होता, पण त्या फुलाचे नाव काही त्यांच्या स्मरणात नव्हते.

"'जझ्मिन' – आम्ही जझ्मिन म्हणतो या फुलांना.''' ती वृद्ध स्त्री त्यांना म्हणाली.

ते नाव ऐकून नायपॉल चकित झाले आणि जरा गोंधळातही पडले. हा शब्द तर त्यांना पूर्वीपासून माहीत होता. त्यांनी तो अनेकदा वाचला तर होताच; पण लिखाणातही त्याच्याशी शब्दक्रीडा केली होती. त्यांना तेथे ते फूल देठासकट दिले

गेले. ते त्यांनी त्यांच्या शर्टाच्या वरच्या बटणात खोचून ठेवले. तेथून परतताना त्याच शब्दाच्या आठवणी मनात रुंजी घालीत होत्या, आपोआप नाव तोंडाने पुटपुटले जात होते, वृद्ध स्त्रीने केलेला त्याचा उच्चार कानांत घोळत होता, आणि सुगंध डोक्यात. 'पण काही केल्या ते नाव आणि ते फूल काही एकमेकांशी जोडले जाईनात, मनात वेगवेगळेच राहिले.'

विवेकानंदांचा अनुभव, मला वाटते, अनेक अडचणी येऊनसुद्धा, याच्या अगदी विरुद्ध होता. तो त्यांनी ख्रिश्चन लोकांच्या जगातील सर्वांत शक्तिशाली जमावासमोर कथन केला,

> ''मला आठवते आहे, लहानपणी माझ्या देशात मी एका ख्रिश्चन धर्मप्रचारकाने चांगल्या भल्या मोठ्या हिंदू श्रोतृसमुदायासमोर दिलेले भाषण ऐकले होते. अनेक छान छान गोष्टी सांगून झाल्यावर त्याने एक प्रश्न विचारला. 'मी जर या तुमच्या या देवाच्या मूर्तीला काठीने तडाखा दिला तर तो काय करेल?' एका श्रोत्याने जरा तीक्ष्ण स्वरातच प्रतिप्रश्न केला, 'मी तुमच्या देवाला शिव्या घातल्या तर तो मला काय करेल?' 'तुम्हाला तुमच्या मरणोत्तर त्याची शिक्षा मिळेल.' धर्मगुरू म्हणाला. 'मग माझा देवही तुम्हाला मरणोत्तरच शिक्षा देईल' त्या श्रोत्याने प्रत्युत्तर दिले.''

नंतर ते पुढे म्हणाले,

> ''मला वाटते, ख्रिश्चनांनी नेहमीच विधायक टीका स्वीकारायला हवी. तेव्हा मीही जर थोडी तशीच टीका केली तर तुम्ही मनावर घ्याल असे मला तरी वाटत नाही. तुम्हा ख्रिश्चनांना तुमच्या धर्मावर विश्वास न ठेवणाऱ्यांच्या आत्म्याच्या कल्याणाची फार काळजी आहे आणि त्यासाठी सर्वत्र धर्मप्रचारक पाठवण्याची तुम्हाला मोठी हौस आहे. पण तुम्ही त्या लोकांना आधी उपासमारीपासून का वाचवीत नाही? भारतात भीषण दुष्काळ पडले असताना हजारो लोक भूकेने मृत्युमुखी पडले त्या वेळी तुम्ही ख्रिश्चनांनी का काही केले नाही? तुम्ही भारतभर चर्चेस उभारलीत, पण पूर्वेकडे धर्म व देवळे यांची वानवा नाही, त्यांची तर सुबत्ता आहे. दुर्भिक्ष आहे ते भाकरीचे, अन्नाचे. भारतातील लाखो लोक भूकेने अर्धमेले होऊन, सुकलेल्या कंठाने खायला मागत आहेत. ...तुमच्या ख्रिश्चन धर्मावर विश्वास न ठेवणाऱ्यांसाठी मी येथे ख्रिश्चनांच्या देशात येऊन ख्रिश्चनांकडेच मदत मागणे हे किती कठीण काम आहे हे समजत असूनसुद्धा मी माझ्या त्या दारिद्र्यात खितपत पडलेल्या बांधवांसाठी तुमच्याकडे मदत मागतो आहे.''

आपण यापूर्वी बघितलेच आहे की, असे सगळे बोलूनसुद्धा ते अमेरिकेतून भरपूर आर्थिक मदत आणि अन्य स्वरूपातील साहाय्य प्राप्त करू शकले, एवढेच नव्हे तर न्यू यॉर्क हेराल्डने त्यांना 'सर्वधर्म परिषदेतील सर्वश्रेष्ठ व्यक्ती' म्हणून गौरवले आणि पुढे असेही विधान केले की, 'त्यांचे बोलणे ऐकल्यानंतर एवढ्या प्रगल्भ विचारवंतांच्या देशात आपले धर्मगुरू पाठवणे किती वेडेपणाचे होते हेही पटले.'

हे पुस्तक लिहिताना मी कॅथॉलिक धर्मगुरू आणि गूढवादी थॉमस मर्टन यांनी लिहिलेले 'न्यू सीड्स ऑफ कॉन्टेप्लेशन' हे पुस्तक वाचले. थॉमस मर्टन हे केंचुकी येथील सिस्टर्शन ॲबे ऑफ जेसेमनी या मठात राहतात. त्या पुस्तकाची मी जी आवृत्ती वाचली त्याला सू मॉंक किड या अमेरिकन लेखिकेने प्रस्तावना लिहिली आहे. या लेखिकेच्या साहित्यावर थॉमस मर्टन आणि कार्ल युंग या तत्त्वज्ञांचा प्रभाव आहे.

त्या प्रस्तावनेत सू किड यांनी मर्टन यांच्याविषयी लिहिले आहे,

> 'मर्टन यांचा जो प्रकाश आहे तो कण व तरंग या दोन्हींचा बनलेला आहे, प्रत्येकाला त्यांचे घडणारे दर्शन हे त्याचा स्वानुभव, त्याची गरज आणि त्याला मिळालेली दीक्षा यांवर आधारित असते.' खरे तर मर्टन यांचे व्यक्तिमत्त्व बहुआयामी आहे, गुंतागुंतीचे आहे, क्वचित परस्परविरोधीही आहे. त्यांच्या अवाजवी व्यक्तिमत्त्वात विविध व्यक्तिमत्त्वे सामावलेली आहेत, त्यात बरीच संदिग्धता आहे, अनेक विरोधाभासही आहेत. त्यांच्यातील बहुप्रसवतेमुळे आणि कल्पनाप्रचुरतेमुळे ते एक संन्यासी, तपस्वी, योगीही आहेत; लेखक, कवी, कलाकार आहेत, बुद्धिजीवी, सुसंस्कृत असे समीक्षक आहेत, चाकोरी सोडून चालणारे विचारवंत आहेत, शांतिफौजेचे कार्यकर्ते आहेत, ख्रिश्चन धर्माच्या विविध शाखांचे एकीकरण करण्याच्या मोहिमेचे कार्यकर्ते आहेत, निसर्गप्रेमी आहेत आणि हे सर्व असूनही एक साध्या-सरळ मनाचे सज्जन माणूसही आहेत. लोकांच्या मनात खोलवर जागा मिळवण्याची विलक्षण क्षमता त्यांच्यामध्ये आहे. ते 'वैश्विक' आहेत, 'सर्वात्मा' आहेत.

ते वाचल्यावर मी स्वत:लाच विचारले की, 'अमेरिकेत सर्वस्वी परके आणि तसे विरोधीच असलेल्या विवेकानंदांनी तरी वेगळे काय केले?' त्यांनीही अशीच लोकांच्या मनात खोलवर जागा मिळवली, तेही साऱ्या विश्वाचे झाले, सर्वात्मा झाले. ज्या काळात फक्त अमेरिका व भारत या देशातच नव्हे तर संपूर्ण जगातच भेदभावाचे आणि भीतीचे वारे घोंघावत होते त्या काळात या तरुण संन्याशाने जो विश्वात्मकतेचा संदेश दिला त्यातून फार अंगभूत असे बरेच काही शिकण्यासारखे आहे. भारतीय आणि अमेरिकन, दोन्ही देशवासीयांना या गोष्टीचे स्मरण करून देणे इष्ट आहे की, प्रामाणिकपणा, प्रांजळपणा आणि अविभाज्य एकात्मता यांचे आपण एकमेकांत वाटून घेतलेले आदर्श सर्वच क्षेत्रांत – राजकारणापासून करमणुकीच्या क्षेत्रापर्यंत – निगुतीने जपले पाहिजेत.

आत्मशक्ती पुन्हा जागृत करण्याच्या विवेक, चिंतन या आपल्या नैसर्गिक अवस्था आहेत या गोष्टीला पुन्हा उजाळा देण्याच्या जागतिक स्तरावरील मोहिमेचे स्वप्न पाहणारे विवेकानंद दुर्दैवाने वयाची चाळिशीदेखील गाठायच्या आधीच हे जग सोडून गेले. 'जागतिक शांतता व सुस्थिती' स्थापन करण्याच्या अति भव्यदिव्यतेच्या मागे ते कधीच नव्हते.

असे असताना या संन्याशाने जागतिक मोहिमेची बीजे का पेरून ठेवली?

रूमानियन तत्त्वज्ञ एमिल कार्टन याने सॉक्रेटीसच्या अंतिम क्षणाविषयी ही कथा सांगितली आहे :

> हेमलॉक नावाचे विष तयार होत असताना सॉक्रेटीस बासरीवर तो शिकत असलेली एक नवी धून वाजवीत होता.
> ''आता याचा काय उपयोग आहे तुला?'' कोणीतरी त्याला विचारले.
> त्याने उत्तर दिले,
> ''मरण्यापूर्वी मी निदान ही नवी धून तरी शिकेन!'' (४१)

बस्स. विवेकानंदांनाही या गोष्टीची खात्री होती की, त्यांनी केली ती केवळ एक सुरुवात होती.

# भाग १

# नरेंद्र

# १

# जगावेगळे बालक

मी पाच-सहा वर्षांचा असताना दुसऱ्या एका पाच-सहा वर्षांच्याच मुलाची एक मजेशीर गोष्ट ऐकली होती.

कलकत्त्यातल्या एका घराच्या पहिल्या मजल्यावरच्या खोलीत तो मुलगा बसलेला होता. खिडकीतून बाहेरचा रस्ता दिसणाऱ्या त्या खोलीला बाहेरून कुलूप घातले होते, म्हणजेच त्या मुलाला कोंडून ठेवले होते. त्या मुलाचे नाव होते बिली. त्याला घरातल्या वस्तू बाहेरच्यांना मुक्त हस्ताने देऊन टाकायची सवय होती. कोणीही, एखादा भिकारी किंवा कोणी शेजारीपाजारी त्याच्याकडे काही मागू लागला तर तो घरातल्या चांगल्या चांगल्या, महाग गोष्टीसुद्धा देऊन टाकायचा. 'याला जरा कोंडून ठेवला म्हणजे जरा हा वठणीवर येईल' या आशेने त्याच्या आईने त्याला त्या खोलीत कोंडून ठेवले होते.

खोलीच्या लांबरुंद, उंच खिडक्यांमधून तो अस्वस्थपणे खालच्या रस्त्याकडे पाहत होता. तो सोडून सगळे जग मनाप्रमाणे कुठेही उंडारायला मोकळे होते! बऱ्याच वेळाने एक भिकारी खिडकीखाली येऊन उभा राहिला. त्या मळकट-कळकट भिकाऱ्याने बहुधा त्या मुलाच्या जगावेगळ्या, पण त्याच्या फायद्याच्या खोडीविषयी ऐकले असावे आणि म्हणूनच तो त्याचे भाग्य अजमवायला तेथे आला असावा.

त्या म्हाताऱ्या भिकाऱ्याने त्या मुलाच्या दिशेने हात पसरून भिकेची याचना केली. आधीच चिडलेला तो मुलगा भिकाऱ्याला पाहून जास्तच वैतागला. 'जरा तरी उसंत मिळावी की नाही! मी भिकाऱ्यांना काहीही देऊन टाकतो म्हणून मला कोंडून ठेवलंय आणि जरा डोकं शांत होतंय तोवर हा भिकारी हजर!'

त्याच क्षणी त्याच्या डोक्यात कल्पना चमकली. तो खरे तर अशाच संधीची वाट पाहत होता. 'हे असं वरच्या मजल्यावर कोंडून घातलं म्हणून माझं औदार्य कमी होईल असं कोणी सांगितलं यांना? आता दाखवतोच!' त्याने खोलीभर नजर फिरवली. पैसे तर नव्हतेच, भांडी किंवा इतर काही सामानही नव्हते. पण.... पण एक मोठे कपाट होते आणि ते आईच्या भारी भारी साड्यांनी भरलेले होते!

त्याची आई वर येईपर्यंत बिलीने त्यातल्या काही साड्या खाली फेकल्याही होत्या.

पुढे 'स्वामी विवेकानंद' म्हणून जगप्रसिद्ध झालेल्या नरेंद्रनाथ दत्त यांच्याबद्दलची ही माझी पहिली आठवण. आक्रमक स्वभावाच्या हट्टी मुलांच्या गोष्टीतला नायक किंवा मी वाचलेल्या एनिड ब्लायटन आणि रिचमल क्रॉम्प्टन या लेखकांच्या पुस्तकातील गोष्टींमधला मुलगा.

विवेकानंद धाडसी होते. बेफिकीर, बिनधास्त होते, बेफाम होते. उनाडच! माझी आई मला सांगायची, 'त्यांच्या आईने हातच टेकले होते त्यांच्या उनाडपणापुढे!' त्यांच्या आईने मुलगा व्हावा म्हणून शंकराची पूजा केली होती, पण मुलाचे प्रताप पाहून ती खोल निःश्वास टाकून म्हणायची, ''मी शंकराला मुलगा मागितला आणि त्याने माझ्या पदरात त्याच्याकडल्या भुतांच्या फौजेतले एक भूत घातले!'' ते लहानपणी नरेन या नावानेच ओळखले जायचे. नरेनला कशाची भीती घालताच येत नसे. त्याला जर सांगितले की, या झाडामध्ये एक राक्षस राहतो आणि तो लहान मुलांना खातो तर ते कसे खोटे आहे हे सिद्ध करण्यासाठी तो सरळ त्या झाडावर चढून उतरून दाखवायचा. तो एअर गन्सशी खेळायचा, साप-नागांसमोर दात विचकायचा, त्यांना मुळीच घाबरायचा नाही. या झाडावर भुते राहतात असे कोणी म्हटले की, हा सरळ त्या झाडावर चढलाच म्हणून समजा! नरेन मित्रांबरोबर 'समाधी समाधी', किंवा 'ध्यान ध्यान' खेळायचा. पण त्याची खरेच समाधी लागायची. एकदा असाच तो समाधी अवस्थेत असताना एक साप फणा काढून त्याच्यासमोर आला. त्याचे धारदार सुळे चमकत होते. त्याचे मित्र ओरडत होते, पण नरेन काही समाधीतून जागा झाला नाही. सापच काही वेळाने आला तसा निघून गेला. नरेनला कबुतरे उडवायला आवडायची. आणि तो विटीदांडूचा चॅम्पिअन होता. त्यांच्या शाळेतील एका शिक्षकांनी शिक्षा म्हणून नरेनच्या भावाचे डोके भिंतीवर आपटले. नरेनने लगेच ब्रजेंद्रनाथ डे नावाच्या शाळेच्या मुख्याध्यापकांना पत्र लिहून त्या शिक्षकांविरुद्ध तक्रार नोंदवली आणि त्या शिक्षकांना ताकीद देण्यात आली. विवेकानंद लहानपणीसुद्धा काही निराळेच, शब्दांत सांगता येणार नाही, असे होते. सगळ्याच, अगदी सध्याच्या पिढीतली मुलेही 'तसे' होण्यासाठी धडपडत असतात. त्याला प्रचलित शब्द आहे 'कूल'. ते 'कूल' होते. एका जागी स्थिर न बसण्याचे जे वय असते त्या वयात कलकत्त्यातील उन्हाळ्याच्या दिवसांत माझ्या अस्वस्थ आत्म्याला विवेकानंदच शांत करू शकायचे. 'दिसायला एखाद्या सिनेमा नटासारखा असून, लहानपणी खोडकर असून माझे आईवडील त्यांची भक्ती करायचे, म्हणजे अशा खोड्याळ मुलांविषयी काहीतरी बोललेच पाहिजे.'

विवेकानंदांनीच ते किती द्वाड होते ते लिहून ठेवले आहे :

> 'मी दोन वर्षांचाच होतो तेव्हासुद्धा आमच्या मोतद्दाराबरोबर खेळायचो. अंगाला राख फासून घ्यायचो. एखादा साधू भिक्षा मागायला आला की, मी त्याला काहीबाही देऊन टाकू नये म्हणून मला आई वरच्या मजल्यावरच्या खोलीत कोंडून ठेवायची. मला वाटायचे की, मीपण एक साधूच होतो आणि मी काहीतरी खोडी केली म्हणून शंकराने मला या जगात पाठवून दिले होते. माझे आईवडीलदेखील मी जेव्हा जेव्हा द्वाडपणा करायचो तेव्हा तेव्हा वैतागून तोंडाने 'शिव शिव' असेच म्हणायचे आणि ते तसे म्हणायला लागले की, मी नीट वागायचो, त्यामुळे माझ्या समजुतीला बळकटी यायची. आजसुद्धा मी काही उपद्रवकारक करू लागलो तर 'शिव शिव' हे शब्द मला भानावर आणतात.
>
> 'शाळेत असताना एकदा मिठाईवरून माझी आणि एका मुलाची मारामारी झाली. तो माझ्यापेक्षा शक्तिमान होता, त्याने माझ्या हातातून ती ओढून घेतली. मला अजून आठवते आहे, त्या मुलाचा मला प्रचंड राग आला होता. त्याच्याइतका दुष्ट मुलगा जगात जन्माला आला नसेल असे मला वाटले आणि मी निश्चय केला की, मी त्याच्याइतका शक्तीमान झालो की त्याला चांगली शिक्षा करेन. खरे तर माझ्या मते, त्याच्या परमावधीच्या दुष्टपणाला योग्य अशी कुठलीच शिक्षा नव्हती.'

पुढे विवेकानंदांची त्या शक्तिमान आणि प्रचंड खोडकर मुलाशी दोस्तीही झाली. विवेकानंदांचे आध्यात्मिक गुरू रामकृष्ण परमहंस यांच्या स्मृतिप्रीत्यर्थ विवेकानंदांनी 'रामकृष्ण मिशन' या नावाची धार्मिक व सामाजिक संस्था स्थापन केली. माझे आईवडील त्या मिशनचे अनुयायी होते. त्यांनी माझी विवेकानंदांचे तत्त्वज्ञान, त्यांचे कार्य यांच्याशी ओळख करून दिली, पण त्यानंतरसुद्धा त्यांची 'खोडकर मुलगा' हीच प्रतिमा माझ्या मनात घर करून राहिली. आईवडील मला त्यांच्या आधिकारयुक्त, प्रभावशाली व्यक्तिमत्त्वाविषयी, त्यांच्या स्फूर्तिदायक भाषणांविषयी, अविचल ध्यानधारणेविषयी भरभरून सांगत; पण मला मात्र, कदाचित तो माझ्याही तशाच खट्याळ, खोड्याळ बालपणाशी जास्त जवळचा होता म्हणून असेल, पण त्यांच्यातला तो खोडकर मुलगाच जास्त जवळचा वाटे. मी तसा साधू, बैरागी, योगी, जागृत देवदेवता, त्याचे माहात्म्य यांच्याबद्दलच्या गोष्टी ऐकतच लहानाचा मोठा झालो. माझे आजोबा, आजी आणि नंतर माझी आई आणि मावशी (त्या जुळ्या बहिणी होत्या), सगळेच जण अतिशय धार्मिक प्रवृत्तीचे होते. मी मोठा होऊ लागलो तसे मला सर्वच धार्मिक रीती-रिवाज, विधी, कर्मकांड वगैरे त्रासदायक वाटू लागले - तार्किकदृष्ट्या बंधनकारक, संकुचित आणि सामाजिकदृष्ट्या गुदमरून टाकणारे, कोंडीत अडकवणारे. आमच्या घरातही उपासतापास, मंत्रोच्चार, स्तोत्रपठण आणि मोठ्यांची श्रद्धा असलेल्या काही धार्मिक गोष्टी चालायच्या, किरकोळ रीती-रिवाजदेखील कसोशीने पाळले जायचे. मलाही ते पाळण्याची जितकी जास्त सक्ती केली जायची तेवढा माझा त्यातला रस कमी कमी व्हायचा.

परमेश्वराचा शोध कसा घ्यायचा, त्याची भक्ती, साधना कशी करायची, यांविषयी कोणी काही सांगितलेले, सल्ला दिलेला मला लहानपणापासूनच आवडायचा नाही, अजूनही आवडत नाही. त्या गोष्टी कशा करायच्या, करायच्या की नाही, हेही माझे मलाच ठरवायचे असायचे. पण ती मोकळीक, ते स्वातंत्र्य मला माझ्या लोकांनी दिले नाही. मी दहा वर्षांचा असताना माझ्या मुंजीविषयी चर्चा सुरू झाली. माझ्या कुटुंबातील प्रत्येक पुरुषाच्या – वडील, सगळे काका – गळ्यात जानवे होतेच. ते ब्राह्मण असण्याची प्रमुख खूण होती. माझ्या पिढीतील माझ्या चुलत आणि मावस, मामेभावांनीही रांग लावलेलीच होती – गोटा, शेंडी, मुंजीचा मोठा सोहळा, जोरदार भोजन समारंभ आणि भरपूर भेटवस्तू! माझी एक मावशी सगळ्यांना म्हणायची, ''अरे, विचार करा, मुंज केलीत तर वाढदिवस आणि दुर्गापूजा दोन्हींची धमाल एकत्र!''

मी नाही केला तसा विचार.

मला नव्हता बांधायचा कसलातरी दोरा गळ्यात! आणि केस कापून चकचकीत गोटा तर नव्हताच करायचा. छे, आणि तसेच शाळेत जायचे! बाप रे! माझ्या आईवडिलांनी बरीच वर्षे माझ्यामागे मुंजीचे टुमणे लावलेच होते; पण मी तेरावे वर्षे गाठले, तसा त्यांचा धोशा जरा कमी होऊ लागला. त्या वयात जरा पुरुषत्वाचेही भान आले होते (शी! ती वर्गातली 'क्यूट' मुलगी काय म्हणेल!). मला आमच्यातला एक प्रदीर्घ वाद चांगलाच आठवतो. त्यांचे पालुपद – 'अरे, हा विधी, असे नीतिनियम आपण पिढ्यान्‌पिढ्या पाळत आलो आहोत.' मला वाटते, मी तेव्हा पंधरा वर्षांचा झालो होतो. मी विचारले, ''आपण म्हणजे कोण?'' आणि वर सुनावले, ''विवेकानंदांनीसुद्धा अनेक नीतिनियम मोडले होते.'' यावर त्यांच्याकडे उत्तर नव्हते. नंतर नंतर त्यांनी हा विषय माझ्याजवळ काढायचेच बंद केले.

आज मागे वळून पाहताना जाणवते, त्याच सुमारास मला विवेकानंदांविषयी अधिकाधिक आकर्षण वाटू लागले होते. त्यांनी मला माझ्या आईवडिलांना माझे म्हणणे पटवून देण्याची ताकद दिली होती. माझ्या आयुष्यातील एक फार महत्त्वाचा विजयी क्षण होता तो.

त्यांनी असे दाखवून दिले होते की, तुम्ही तुमच्या शाकाहारी भावाला (जो केवळ त्यांच्या कडव्या धार्मिक वैष्णवपंथी आजीच्या दडपणाखाली शाकाहार पाळत होता) फसवून मांस खायला घालण्याचा डाव खेळलात तरीसुद्धा तुम्ही जगभराचा आदरसन्मान प्राप्त झालेले संन्यासी बनू शकता! तुम्ही भावाबरोबर दहाबारा शेळ्यांची तोंडे (आणि शिवाय दोन किलो मटारही) घालून केलेली मसालेदार मटण करी आणि प्रत्येकी सोळा पोळ्या अशा जबरदस्त मेजवानीची जादू लुटू शकता आणि तरीही सर्व सांसारिक नाती, ऐहिक बंधने, सुख, चैनींचा त्याग केलेले साधुपुरुष म्हणून जागतिक कीर्ती संपादन करू शकता. तुम्ही धूम्रपानही करू शकता – अगदी लहानपणीच तपकीरही ओढू शकता;

पण जेव्हा तुम्हाला तुमचा आतला आवाज ऐकू येतो – तो ऐकून तुम्ही सर्वसंगपरित्यागी साध–संन्यासी बनता त्या वेळी त्या कुठल्याच गोष्टींचे महत्त्व उरत नाही.

'पवित्र आत्म्याच्या साधू-संन्याशां'च्या जीवनपद्धतीचे काही लोकमान्य, समाजमान्य नियम तयार झालेले आहेत, जे मुमुक्षूंना शिकवलेही जातात. विवेकानंदांचे सुरुवातीचे आयुष्य मला फार लक्षवेधक वाटते कारण त्या काळात ते अशा प्रचलित नियमांचा सतत भंगच करीत होते. आपल्या देशातील बऱ्याच शाळांमधून – कधीकधी घरातही – मुलांना एक मोठे, रंगीबेरंगी, भडक चित्र दाखवायचे, ते तुम्हाला आठवते का? 'आदर्श बालक' (चांगल्या सवयी). त्यात एकेका चौकटीत आदर्श मुलाने सकाळी उठल्यापासून काय काय करावे ते चित्ररूपात दाखवलेले असायचे. सकाळी लवकर उठणे, मोठ्या माणसांना वंदन करणे, दात घासणे, सकाळी लांबवर चालून येणे, अंघोळ करणे, देवाला नमस्कार करून त्याची प्रार्थना म्हणणे, शाळेत जाणे, लक्षपूर्वक अभ्यास करणे, वेळेवर जेवणे, इतरांना नेहमी मदत करणे (ही गोष्ट एक लहान मुलगा एका वृद्ध व्यक्तीला हात धरून रस्ता ओलांडायला मदत करत असतो अशा चित्रातून दाखवलेली असायची), खेळात भाग घेणे, एनसीसीचे शिक्षण घेणे (एनसीसी म्हणजे नॅशनल कॅडेट कोअर हे अमेरिकेतील बॉय स्काउट्ससारखे असते.), सामाजिक कार्यात भाग घेणे.

अशी चित्रे दाखवून भारतातील लाखो मुलांच्या मनावर चांगल्या मूल्यांचे संस्कार केले गेले आहेत. अशा 'नियमबद्ध, आदर्श जीवनपद्धती'चे धडे देण्याची सुरुवात स्वातंत्र्यप्राप्तीनंतरच्या पहिल्या काही वर्षांतच झाली, ज्या वेळी सरकारला असे वाटत होते की, सरकार देशातील सर्व क्षेत्रे – अर्थव्यवस्थेपासून प्रामाणिक, मानाचे जीवन जगणाऱ्या नागरिकांचे चारित्र्य घडवण्यापर्यंत – नियंत्रित करू शकेल. आपण सर्व जण असे चित्ररूप आदर्श पाहत मोठे झालो, पण माझे मन अशा गोष्टींशी नेहमीच विद्रोह करीत असे. मी भोवती बघत होतो – स्त्रीपुरुष भांडत होते, एकत्र राहूनही आपापसांत वाद घालीत होते किंवा घटस्फोट घेऊन विभक्त होत होते, दु:खीकष्टी दिसणारी, पण वृत्तीने भांडखोर आणि चिडकी मुले शाळेत फसवेगिरी करीत होती, मैदानावर टिवल्याबावल्या करीत होती. केवळ पोटासाठी शिकवण्या करणारे शिक्षक त्यांना जाणवणारा कंटाळा, थकवा, उदासीनता, त्यातूनच येणारा कठोरपणा यांमुळे शिक्षणाचे पावित्र्य, ज्ञानाचा अनुभव डागाळून टाकत होते. कल्पनाशक्तीला कितीही ताण दिला तरी भोवताली चित्रातले 'आदर्श बालका'चे आदर्श जग कुठेच दिसत नव्हते आणि आम्ही राहत होतो त्या जगात तो आदर्श कसा प्राप्त करता येईल हेही अस्पष्टच होते.

मी जेव्हा साधूंच्या चांगुलपणाच्या, संन्याशांच्या धार्मिकतेच्या, आदर वाटावा अशा गुणांच्या, त्यांच्या कृपावंत अंत:करणाच्या कथा ऐकायचो तेव्हा ते सगळे खोटे, भ्रामक, परक्या जगातले वाटायचे. 'परमेश्वराने नेमून दिलेले कार्य करणाऱ्या, देवाचे अवतार, धर्मयोद्धे म्हणवल्या जाणाऱ्यांकडून आपण काय शिकू शकणार आहोत' असे

वाटायचे. या दुष्ट अपायकारक जगापासून अपरिमित अंतरावर असलेल्या रानावनांत तपश्चर्या करणाऱ्या योगी संत यांच्याजवळची उच्च नीतिमूल्ये आपण कशी आत्मसात करणार आहोत? ज्यांच्यावर माझ्या पालकांची अपार श्रद्धा होती त्या आध्यामिक शक्ती असलेल्या दिग्गजांच्या सुभाषित सुविचारांविषयी मी प्रश्न उपस्थित करायचो, तशा अतीन्द्रिय शक्ती असलेल्यांशी माझ्या पालकांचा दूरान्वयानेही काही संबंध असेल हे मला खरेच वाटायचे नाही.

आणि म्हणूनच, त्या वेळी मला विवेकानंदांचे जीवन अगदी निराळे, वास्तव, खरे वाटायचे, आजही वाटते. ते उत्कटतेने जीवन जगणारे होते, 'पूर्णपणे परिपूर्ण' असे 'माणूस' होते. त्यांच्या इच्छाआकांक्षा, त्यांना ज्याचे वेड होते अशा गोष्टी, त्यांचे त्रास, त्यांचे आजार, त्यांचे यश, अपयश या सगळ्यांत 'मनुष्यपण' होते, ते आपल्यातलेच एक होते.

संशयातीत अशी अलौकिक बुद्धिमत्ता असलेल्या या महामानवाचे शैक्षणिक जीवन पहा – एका श्रीमंत वकिलाच्या घरी जन्म घेतलेल्या ('तोंडात चांदीचा चमचा घेऊनच तो जन्माला आला होता' असे म्हटले तर वावगे होणार नाही) या मुलाला सर्वांत उत्तम प्रतीचे शिक्षण घेण्यास कोणताच प्रत्यवाय नव्हता, ते कलकत्त्यातील सुप्रसिद्ध मेट्रोपोलिटन इन्स्टिट्युशन या शाळेत शिकले. म्हणूनच ते कोणत्याही ब्रिटिशाइतके उत्तम इंग्लिश लिहीत व बोलत होते. त्यांच्या ठायी वसत असलेले पांडित्य केवळ वडिलांच्या श्रीमंतीमुळे नव्हते, त्यात त्यांच्या आईच्या अत्यंत विरळा गुणांचा, कौशल्यांचाही फार मोठा वाटा होता.

> भुवनेश्वरी देवी (दासी) दिसायला अतिशय सुंदर होत्या, त्या उत्तम गात, त्यांची स्मरणशक्ती अपवादात्मक होती. कोणतीही कविता मुखोद्गत होण्यासाठी त्यांना ती फक्त एकदाच ऐकायला लागायची.

मी शाळेत असताना माझी आई मला नेहमी विवेकानंदांच्या अनेक गुणांपैकी त्यांच्या तीव्र स्मरणशक्तीची वारंवार आठवण करून द्यायची. ते भूतकाळात घडलेल्या घटनांचे तसेच्या तसे चित्र उभे करू शकायचे. आईचे म्हणणे खरे होते, पण तिचा संदर्भ चुकीचा असायचा. ती म्हणायची, "तू मन लावून, जोरात अभ्यास केलास तर तुझी स्मरणशक्तीही त्यांच्यासारखी होईल!" तो एक गुण बऱ्याच वेळा आनुवंशिक असतो, ती काही जणांना उपजतच असते हे तिच्या लक्षात यायचे नाही. दुसरे असे की, स्मरणशक्ती ही दैवी देणगी, एक चमत्कारही असू शकतो. अर्थात, तशा काही 'शक्ती' त्याच्यामध्ये असल्याचा दावा तो संन्यासी कधीच, चुकूनसुद्धा करायचा नाही. त्यांच्यापाशी असलेल्या असाधारण क्षमता या एक तर 'रक्तातच', आनुवंशिक होत्या, नाहीतर मग तो त्यांनी सातत्याने केलेल्या, त्यांची मनशक्ती वाढवणाऱ्या कठोर

ध्यानधारणेचा परिपाक होता. तो चमत्कार नव्हता, त्या अप्राप्यही नव्हत्या, त्या कष्टसाध्य होत्या, त्या त्यांनी प्रयत्नपूर्वक प्राप्त केलेल्या होत्या, ही गोष्ट मला नेहमीच प्रभावित करत आली आहे. परंतु ज्याच्या विद्वत्तेने, इंग्लिश भाषेवरील असामान्य प्रभुत्वामुळे केवळ सर्वधर्म परिषदेला जमलेले हजारो अमेरिकन श्रोतेच नव्हे, तर सर्वच पाश्चिमात्यांना मंत्रमुग्ध करून टाकलेल्या या विद्वानाचे परीक्षेतील गुण अविश्वसनीयरीत्या कमी होते. त्यांनी विद्यापीठाच्या तीन परीक्षा दिल्या होत्या – प्रवेश परीक्षा, फर्स्ट आर्ट्स स्टँडर्ड (एफ.ए. जिला नंतर 'इंटरमिजिएट आर्ट्स ऑफ आयए' असे म्हणू लागले) आणि बॅचलर ऑफ आर्ट्स (बी.ए.). त्यांना या तीन परीक्षांमध्ये इंग्लिश या विषयात अनुक्रमे ४७, ४६ आणि ५६ टक्के गुण मिळाले होते. 'ते एफ.ए. आणि बी.ए. या दोन्ही परीक्षांत दुसऱ्या वर्गात उत्तीर्ण झाले होते.'

त्या तीन परीक्षांमधील त्यांचे विषयवार गुण असे होते :

**प्रवेश परीक्षा :**

इंग्लिश – ४७

संस्कृत – ७६ (हे इंग्लिशच्या मानाने खूपच चांगले होते. हे गुण त्यांनी पुढील काळात संस्कृतमध्ये दाखवलेल्या विद्वत्तेचे द्योतक आहेत.)

इतिहास – ४५

गणित – ३८

एकूण गुण – २०६ / ४००.

**फाइन आर्ट्स स्टँडर्ड :**

इंग्लिश – ४६

संस्कृत – ३६

इतिहास – ५६

गणित – ४०

तर्कशास्त्र – १७ / ५०

मानसशास्त्र – ३४ / ५०

एकूण गुण – २२९ / ५००

**बॅचलर ऑफ आर्ट्स :**

इंग्लिश - ५६

संस्कृत - ४३

इतिहास - ५६

गणित - ६१

तर्कशास्त्र - ४५

एकूण गुण - २६१ / ५००

ही गुणपत्रके पाहून कुठल्या उनाड विद्यार्थ्याला आनंद होणार नाही? हे गुणपत्रक हेच सिद्ध करते की, हे नाकारता न येणारे सत्य आहे की यश, खरे तर प्रगल्भ अशी बुद्धिमत्ता, बौद्धिक जगातील महान पराक्रम गाजवण्याची क्षमता या गोष्टींचाही शाळा-कॉलेजांतील परीक्षांमधील गुणसंख्येशी काहीही संबंध नसतो. अमेरिकेत कॉलेज मध्येच सोडून देणे यात विशेष असे काहीच मानले जात नाही, ती नित्याचीच बाब असते आणि असे कॉलेज मध्ये सोडलेल्या अनेक स्त्रीपुरुषांनी पुढील जीवनात उत्तुंग यश मिळवलेले आहे, जगभरात प्रसिद्धी पावलेल्या मोठमोठ्या संस्था त्यांनी स्थापन केल्या आहेत. या गोष्टी मला खूप नंतर कळल्या. पण त्याआधीच विवेकानंदांच्या या गुणसंख्यांनी मला दिलासा दिला होता. अर्थातच, माझा हा 'शोध' मी जेव्हा माझ्या पालकांना सांगितला तेव्हा त्यांनी त्याकडे जराही लक्ष दिले नाही. पण मी मोठा होऊ लागल्यावर मला या गुणपत्रकांचा निराळा निष्कर्ष लक्षात आला. ज्या महात्म्याने त्याचे क्रियाशील जीवन जगाला मार्गदर्शन करण्यात, ज्ञानदानात घालवले त्याला साचेबंद, औपचारिक शिक्षणात फारसा रस नव्हता. त्यांची विस्मयकारक स्मरणशक्ती आणि अतिशय तीक्ष्ण बुद्धी यांच्या बळावर ते कोणत्याही विषयाचे उत्तम पद्धतीने आकलन करून घेऊ शकत होते, वाचलेल्या पुस्तकाचा गाभा सहजपणे समजून घेऊ शकत होते. त्यांच्याबद्दलची ही दंतकथा प्रसिद्धच आहे की, पुस्तकात काय आहे हे जाणून घ्यायला त्यांना त्या पुस्तकाची पाने नुसती उलटली (त्याच्या पुढे जाऊन, पुस्तक फक्त हातात धरले) तरी पुरेसे होत असे. मला विवेकानंदांच्या कुठल्या गुणाने सर्वांत प्रभावित केले असेल तर ते या अशा सगळ्या गोष्टी त्यांच्याविषयी चर्चिल्या जात असताना - ज्यांची सत्यता अनेक जणांनी पडताळूनही पाहिली होती - ते स्वत: मात्र तशा कोणत्याही 'चमत्कार' समजल्या जाणाऱ्या गोष्टींचा स्पष्ट शब्दात इन्कार करीत असत. खरे तर आश्चर्यकारक नसलेला त्यांचा औपचारिक शिक्षणाविषयीचा दृष्टिकोन आणि चमत्कार, दैवी देणगी असल्या कल्पनांची पूर्ण फेटाळणी यातच मनाला पटणारा, अगदी आजच्या काळातही चोखाळता येणारा यशाचा मार्ग सामावलेला आहे.

आज भारतात जी शिक्षणपद्धती आहे तिला भारतीय संस्कृतीचाही पाया नाही आणि त्यात मानसशास्त्राचा विचारही केलेला दिसत नाही. तिने देशाची परिस्थिती फारच कठीण, जिला बिझनेस स्कूल्सच्या आधुनिक भाषेत 'डाउनस्ट्रीम' - अधोगतीकडे नेणारी - झालेली आहे. सर्जनशीलता, नवनिर्मितीची क्षमता या गोष्टींची त्यात देशाला दुबळा करून सोडणारी कमतरता आहे. असे म्हणावे लागेल की, 'भारतीय लोक शिक्षण घेतात, पण ते शिकत नाहीत!' आपण घोकतो; पण आत्मसात करीत नाही, आपल्या लक्षात असते; पण आपण त्याचा योग्य वापर करू शकत नाही. विवेकानंदांनी लोकांना हेच शिकवण्यासाठी आयुष्य वेचले की, जीवनाला आणि मनाला संपन्न बनवण्यासाठी, समाधान मिळवून देण्यासाठी आवश्यक असणाऱ्या गोष्टींवर पूर्ण लक्ष केंद्रित करा. पण वास्तव हे आहे की, भारतीयांना प्रदीर्घ शालेय जीवन पूर्ण केल्यानंतरही (ज्याची सुरुवात प्रत्येक दशकात अधिकाधिक लवकर केल्याने प्रदीर्घता वाढतेच आहे) ती क्षमता प्राप्त होते असे आज शंभर वर्षांनंतरही म्हणता येत नाही! आज आपल्यापैकी जे वयाच्या तिशीत पोहोचले आहेत ते वयाच्या तिसऱ्या वर्षी शाळेत जाऊ लागले होते, आज मुले एक वर्षाची होतात न होतात तोच - ज्याला 'प्री-प्ले स्कूल' असे फसवे नाव दिले जाते तसल्या - शाळेत जाऊ लागतात. तरीसुद्धा आपण आज जे शिकतो आहोत, शिक्षणाविषयी जो दृष्टिकोन ठेवतो आहोत त्यात - ते सर्वस्वी निरुपयोगी नाही हे खरे असले तरी - चैतन्य नाही, जिवंतपणा नाही.

विवेकानंदांनी म्हटले आहे,

> 'शिक्षण म्हणजे काय? पुस्तकी शिक्षण? नाही. वैविध्यपूर्ण ज्ञान? तेही नाही. ज्यामुळे आपले वर्तन आणि विचार यांची दिशा आणि त्यांची अभिव्यक्ती नियंत्रित राहील, कल्याणकारी व फलदायी होईल ते शिक्षण. विचार करा - ज्यामुळे पिढ्यान्‌पिढ्या आपले विचार, आपल्या इच्छाआकांक्षा यांची बळजबरीने गळचेपी झाली, जवळजवळ हत्याच झाली, त्याला शिक्षण म्हणायचे का? ज्याच्यामुळे, नव्या तर सोडाच, जुन्या कल्पनाही एकेक करून नाहीशा होत आहेत त्याला शिक्षण म्हणायचे का? जे माणसाला निर्जीव यंत्र बनवून टाकते त्याला शिक्षण म्हणायचे का? माझ्या मते, यंत्रांकडून नियंत्रित होण्यापेक्षा स्वतंत्र विचाराने, स्वेच्छेने प्रेरित होऊन एखादी चूक करणे हेसुद्धा अधिक चांगले, मनाला समाधान देणारे असते. मातीच्या गोळ्यासारख्या, दगडगोट्यांच्या ढिगासारख्या किंवा निर्जीव यंत्रासारख्या माणसांच्या समूहाला समाज म्हणायचे का? तसा समाज यशस्वी कसा होईल? काहीतरी चांगले होण्याची शक्यता असती तर शेकडो वर्षे गुलामीत खितपत पडण्याऐवजी आपला देश जगातील सर्वांत श्रेष्ठ देश म्हणून गौरवला गेला असता, आणि ही भारतभूमी मूर्खांची खाण होण्याऐवजी ज्ञानाचे, विद्वत्तेचे अखंड उगमस्थान झाली असती.'

विवेकानंदांनी भारतासाठी एका निराळ्या शैक्षणिक तत्त्वाची आखणी केली होती. भारताला तर्कनिष्ठ, बुद्धिनिष्ठ आणि चैतन्यदायी, उत्साहदायी अशा अत्याधुनिक विज्ञानाला प्रमुख स्थान असलेल्या शिक्षणाची गरज आहे हे त्यांनी जाणले होते. पण त्यांना याची खात्री होती की, त्यातील आधुनिकता टिकवून ती रुजवायची असेल तर त्याला या देशाच्या प्राचीन, उज्ज्वल अशा इतिहासाची आणि मौल्यवान नैतिक मूल्याची जोड द्यावी लागेलच. मी विवेकानंदांना शिक्षणातील 'परिपूर्णवादी' म्हणेन. त्यांनी आपला देश पालथा घालून त्यातील उणिवा, कमतरता, वाईट, हानिकारक, धोकादायक गोष्टी यांचे प्रत्यक्ष निरीक्षण करून त्या नीट जाणून घेतल्या होत्या आणि त्यावरून ते या निष्कर्षाप्रत आले होते की, अनेक प्रकारे त्या सगळ्यांचे मूळ चांगल्या शिक्षणाच्या अभावात आहे.

> 'देशातील शिक्षण आणि ज्ञान या दोन गोष्टी खोटी आढ्यता आणि जोडीला राजकीय अधिकार यांमुळे काही मोजक्या आणि घमेंडखोर लोकांच्या हाती राहिले, शिक्षणावर त्यांची मक्तेदारी राहिली, हे भारताच्या विनाशाचे प्रमुख कारण आहे.'

यावर उपाय काय?

> 'यातून वर उठायचे असेल, उत्कर्षाची वाट धरायची असेल तर आपल्यालाही तसेच करावे लागेल, म्हणजे शिक्षण देशातील प्रत्येक माणसापर्यंत पोहोचवावे लागेल. बस्स शिक्षण, शिक्षण, शिक्षण! मी युरोपातील बऱ्याच शहरातून प्रवास केला. तेथील सुखसोयी आणि विशेषत: अगदी गरीब माणसापर्यंत पोहोचलेले शिक्षण या गोष्टी पाहताना मला आपल्या देशातील दरिद्री लोकांची दु:स्थिती डोळ्यांसमोर यायची आणि माझ्या डोळ्यांत अश्रू यायचे! कशामुळे पडला आहे हा फरक? या प्रश्नाचे उत्तर आहे शिक्षण. शिक्षण त्या लोकांना स्वत:वर विश्वास ठेवायला शिकवते आणि त्या आत्मविश्वासातून त्यांच्या अंतरात वास करणारे 'ब्रह्मस्वरूप' जागे होते. आपल्या देशवासीयांच्या अंतरातील ते 'ब्रह्मस्वरूप' सुप्त होत चालले आहे.'

हे विचार विवेकानंदांनी एप्रिल १८९७मध्ये दार्जिलिंगहून 'भारती' या नियतकालिकाच्या संपादिका सरला घोशाल यांना लिहून पाठवले होते. हाडाच्या या प्रवाशाने त्या वेळी पश्चिमेकडील देशही पाहिलेले होते आणि ते या निर्णयाप्रत आले होते :

> 'आपण भारतीय कायमच दास्यात राहिलो आहोत. भारतातील लोकांना वारशात मिळालेल्या अंतर्ज्योतीचा प्रकाशात त्यांचे जीवन उजळवण्याचे स्वातंत्र्य कधी दिलेच गेले नाही.'

पण मग ते स्वातंत्र्य कसे मिळवून द्यायचे? त्यावर विवेकानंदांनी सुचवलेला उपाय होता, आत्मज्ञान व आत्मभान प्राप्त करून देईल अशा शिक्षणाचा. त्या भावनेला ते 'श्रद्धा' हा शब्द वापरीत. 'शाळेत मुलगा काहीच शिकत नाही. पण त्याने आत्मपरीक्षण केले तर त्याच्याकडे सर्व काही सापडेल.' विवेकानंद म्हणत, 'आत्मज्ञान ही गुरूकिल्ली आहे.'

पण एक गोष्ट आहे, आजचा आधुनिक समाज या 'श्रद्धा' या शब्दाच्या, त्या संकल्पनेच्या विरुद्ध आहे. तो संन्यासी काय सांगतो? जेथे नोकऱ्यांची चणचण वाढते आहे, उच्च-नीच यांतला भेदभाव वाढतो आहे त्या आजच्या जगातले (खरे म्हणजे आपल्या देशातलेच) प्रश्न तो म्हणतो त्याने सुटणार आहेत का?

जी केवळ तत्त्व म्हणून स्वीकारार्ह ठरेल, पण जी आजच्या कष्टदायक, दुःखदायक जगातील आवाहने पेलू शकणार नाही अशी काही कल्पना तो संन्यासी सुचवीत होता का?

भविष्यात हे असे प्रश्न उद्‌भवू शकतील हे विवेकानंदांनी स्वतःच ओळखले होते. म्हणूनच त्यांनी त्यांना अभिप्रेत असलेले 'आत्मज्ञान' म्हणजे काय नाही, याची यादीच करून ठेवली आहे.

> वाढलेल्या जटा, कमंडलू, हातातली काठी, डोंगरातील गुहा यांतले काहीही नाही. मग मला काय म्हणायचे आहे? जे ज्ञान ऐहिक वा लौकिक अस्तित्वाच्या दास्यातून सुटका करू शकते ते साधी भौतिक सुबत्ता आणू शकणार नाही का? निश्चितच आणू शकेल.

विवेकानंदांनी त्यांच्या मनात भारताचे असे चित्र रेखाटून ठेवले होते - जणू कायाकल्प घडला असावा असे नवजीवन मिळालेला भारत! भारतातील बालकांना व तरुणांना आणि त्याबरोबरच संपूर्ण जगाला त्यांच्या पूर्वजांकडून वारशात मिळालेले प्राचीन ज्ञान, सुज्ञपणा, भौतिक संपत्ती आणि अंतिम मुक्ती, दोन्ही प्राप्त करून देणारे तत्त्वज्ञान शिकवीत आहे. स्वतः संन्यासी असून विवेकानंदांनी ऐहिक सुबत्ता, संपन्नता या गोष्टी फेटाळून लावल्या नव्हत्या. दारिद्र्याने गांजलेल्या त्यांच्या देशात फिरताना त्यांनी भूक काय करू शकते हे पाहिले, अनुभवले होते. सुरुवातीला सधन असलेल्या त्यांच्या कुटुंबाने उत्तरकाळात सोसलेल्या अगणित आर्थिक समस्या, पैशावरून उद्भवलेले भयानक भांडणतंटे यांतून त्यांना पैशाचे महत्त्व पटले होते. त्यांनी स्वतः भुकेच्या कळा सोसल्या होत्या, डोक्यावरचे छप्पर गमावले होते. आजाराने पछाडलेले असले आणि वैद्यकीय उपचारांसाठी पैसे नसले, कुठे अंग टाकायलाही जागा नसली की, काय काय सहन करावे लागते हे त्यांना चांगलेच माहीत होते. भिक्षापात्र अवलंबण्याची शपथ घेतलेल्या या संन्याशाला हेही कळून चुकले होते की, 'भुकेल्या पोटी धर्माची शिकवण पचत नाही, ती देणे किंवा भुकेलेल्याला 'परामानसशास्त्रा'चे धडे देणे हा त्याचा घोर अपमानच ठरतो'.

विश्वाच्या मुळाशी जाणाऱ्या परामानसशास्त्रात लीलया विहार करणाऱ्या, त्या तत्त्वज्ञानाच्या शाखेतही गती असलेल्या या संन्याशाचे पाय जमिनीवर होते, ते या वास्तव जगातच राहत होते. त्यांनी मिल्टन, डांटे, होमर हे लेखक वाचले होते, एवढेच नव्हे तर 'त्यातील अत्युच्च प्रतीचे लिखाण आणि आपल्या प्राचीन संस्कृत साहित्यातील लिखाण यांचा तुलनात्मक अभ्यासही केला होता.' त्यांनी म्हटले आहे,

> 'धर्म वगैरे नंतर, सर्वप्रथम आपल्या देशातले तरुण सशक्त, सबळ असायला हवेत. मी माझ्या तरुण मित्रांना हाच सल्ला देईन, 'मित्रांनो, सशक्त व्हा, ताकद कमवा.' भगवद्‌गीतेचा अभ्यास तुम्हाला स्वर्गसुख देणार नाही, पण फ ुटबॉलचा सनसनाटी खेळ देईल. तुमच्या अंगात जोमदार रक्त सळसळायला लागले ना की, तुम्हाला श्रीकृष्णाच्या प्रचंड शक्तीची, कुशाग्र बुद्धीची कल्पना येईल, महती कळेल.'

सरला घोशाल यांनी १८९७ साली लिहिलेल्या विवेकानंदांच्या पत्रातील एक लक्षवेधी मुद्दा असा होता की, 'मी भारतातील शिक्षणाच्या शोकप्रद अवस्थेवर सुचवलेल्या उपायांचा आणि स्त्रियांचा फार आंतरिक, अंगभूत असा संबंध आहे.' हे लिहिताना त्यांच्या मनात त्यांना अमेरिकेत सर्वतोपरी मदत केलेल्या स्त्रिया होत्या हे स्पष्टच आहे – त्यांनी विवेकानंदांना अन्न, वस्त्र, निवारा दिला, स्वतःची घरे उघडून दिली, योग्य माणसांच्या गाठी घालून दिल्या, मने मोकळी केली. त्या सर्व स्त्रिया सुशिक्षित होत्या, बुद्धिमान होत्या. त्यांच्यातील शक्तीचा, त्यांच्या प्रभावाचा विवेकानंदांना अननुभूत असा प्रत्यय आला होता. पुढेही, त्यांची सर्वसमर्पित अनुयायी ही एक – 'सिस्टर निवेदिता' या नावाने प्रसिद्धी पावलेली, मार्गारेट नोबेल नावाची स्कॉट आयरीश – स्त्रीच होती यात नवल नाही आणि त्यांनी सरला घोशाल यांना असे लिहिले यातही नवल नाही :

> 'पाश्चिमात्त्य देशांत स्त्रिया राज्य करतात, सर्व सत्ता त्यांच्या हाती, सर्वत्र प्रभाव त्यांचा. वेदान्ताचा अभ्यास असलेल्या आपल्यासारख्या प्रतिभावान, धीट मनोवृत्तीच्या स्त्रियांनी जर इंग्लंडमध्ये जाऊन भाषणे दिली तर माझी खात्री आहे दरवर्षी शेकडो लोक सुखी होतील, धन्य होतील... तुमच्याकडे आर्थिक शक्ती आहे, बुद्धीची संपत्ती आहे, तुम्ही उच्च शिक्षित आहात, अशी संधी दवडाल तुम्ही?'

या 'मॉडर्न मॉंक' – 'आधुनिक संन्यासी' या पुस्तकावर काम सुरू केल्यानंतर मी एडवर्ड गिबन्स यांच्या 'द डिक्लाइन ॲन्ड फॉल ऑफ द रोमन एम्पायर' या ग्रंथाचे पुनर्वाचन करीत होतो (कोण असे प्रामाणिकपणे सांगू शकेल की, त्यांनी हा ग्रंथ एका बैठकीत सुरुवातीपासून शेवटापर्यंत वाचून संपवला आहे म्हणून?). माझ्याकडील आवृत्तीला पुलिट्झर प्राइझ विजेते इतिहासकार डॅनियल बूर्स्टिन यांची प्रस्तावना आहे. त्यात मला

अनपेक्षितपणे स्वामी विवेकानंदांचा उल्लेख सापडला आणि मला जे विवेकानंदांबद्दल वाटते ते सगळे त्यात आले आहे असे माझ्या लक्षात आले.

बूर्स्टिन यांनी म्हटले आहे की, ते गिबन्स यांच्या या सर्वोत्कृष्ट कलाकृतीला एक 'महान ग्रंथ' असे उच्च पदस्थ स्थान देऊ इच्छित नाहीत तर,

> 'मी त्याला वैयक्तिक जीवनातील जवळचे स्थान देतो. म्हणजे मला असे म्हणायचे आहे की, हा ग्रंथ आपल्यासाठी वैयक्तिक असे काहीतरी देतो. गिबन्ससारख्या विद्वत्ताप्रचुर शब्दसम्राटाच्या या एका भव्य विषयावरील सहा भागांच्या अभ्यासपूर्ण ग्रंथराजाला मी 'कुशीत' घ्यायला बघतो आहे कारण खरोखरच मला या ग्रंथाचे वैयक्तिक महत्त्व प्रतीत झालेले आहे. हा इंग्लिश साहित्यातील (ऐतिहासिक साहित्यातील) पहिला ग्रंथ आहे जो मी पुन:पुन्हा वाचला आहे. या ग्रंथाने विद्यापीठातील पदवीपूर्व वर्षांमध्ये माझ्या विचारांचा, जीवनाचा ताबाच घेतला होता. या लेखकाशी परिचय झाल्यापासून त्याचा गुबगुबीत चेहरा दाखवणारा एक फोटोही त्या काळात माझ्या खोलीतील भिंतीवर लावलेला होता.'

माझेही विवेकानंदांच्या बाबतीत असेच झाले आहे. त्यांचे साहित्य मी इतक्या वेळा वाचले आहे की, त्यांची अनेक वाक्ये वापरून वापरून गुळगुळीत झाली आहेत. पण त्यांच्या 'सज्ज व्हा, उठा, चला, ध्येयपूर्ती झाल्याखेरीज थांबू नका' यांसारख्या काही सुविचारांचा होणारा अति वापर, विशेषत: गैरवापर, मला सहन होत नाही. जराशी मागे कललेली मान, त्यामुळे वर उचलला गेलेला चेहरा, हाताची घडी अशा त्यांच्या 'सर्वव्यापी' फोटोवरही मी विनोद करायचो की, यांचा फोटोही चे गव्हेरा या अर्जेंटिनाच्या साम्यवादी क्रांतिकारकासारखाच लाखो टी शर्ट्सवर छापला जाऊ शकेल. आणि आता खरोखरच त्यांचा तसा फोटो टी शर्ट्सवरच नाही तर उंच कपांवरसुद्धा दिसू लागला आहे. नशीब! तसले काहीही माझ्याकडे नाही. मला त्याचे मुळीच आकर्षण नाही. त्यांचे कार्य, त्यांचे विचार, त्यांचे लिखाण हे माझ्या जीवनाचा अविभाज्य भाग बनून राहिले आहे. त्यांच्या लिखाणानेच मला जगायचे कसे ते आणि सहजगत्या त्यापासून अलिप्त कसे व्हायचे तेही शिकवले. त्यांचा चेहरा असलेले पेनहोल्डर्स माझ्या टेबलावर नाहीत, किंवा त्यांची भगवी पोस्टर्सही माझ्या खोलीच्या भिंतीवर नाहीत, पण त्यांच्या शब्दांनी, मी विचारही करून शकत नाही इतक्या विविध जीवनाच्या कितीतरी वाटा माझ्यासाठी खुल्या करून दिल्या आहेत. जगाचे, जीवनाचे काही रीती-रिवाज ठरून गेलेले असतात, त्याला फारसा अर्थ नसतो, ते केवळ पिढ्यान्‌पिढ्या चालत आलेले असतात. विवेकानंदांच्या जीवनाने, त्यांच्या लिखाणाने, विचारांनी तसे निरर्थक रीती-रिवाज नाकारण्याचे धैर्य मला लाभले. त्यांचे लिखाण वाचून मी विन्मुक्त झालो. मला राजकारण या विषयाचा गंधही नव्हता त्या वेळी त्यांनी मला विचार करायला

शिकवले, समजून घ्यायला शिकवले आणि पुढे जाऊन मला जी राजकारणाची गाढी समज आली ती त्यातूनच, हे मला नंतर लक्षात आले.

माझ्या मुंजीचा विषय निघाला त्या वेळी मी हट्ट करून जानवे गळ्यात घालून घेतले नाही ते बरेच झाले असे मला वाटते. माझ्या जातीमुळे मला मिळणारी ओळख मी स्पष्टपणे नाकारतो. लहानपणी मुंजीला नको म्हणताना मी फारसा खोल विचार वगैरे केला नसेलच, तो अविचारी बालहट्टच असेल; पण नंतर जेव्हा मी जातीच्या, जातिभेदाच्या नावाखाली घातला जाणारा हैदोस बघितला तेव्हा मात्र मी अजाणतेपणाने घेतलेल्या निर्णयाचा मला आनंद – अभिमानच – वाटू लागला. एक बरे होते, आमचे कलकत्ता साम्यवादाचे केंद्र असल्यामुळे जे काही जरा निराळे फायदे झाले त्यांत आम्हाला मोठे होताना जातपातीच्या बागुलबुवाने कधी त्रास दिला नाही. आजूबाजूला त्यावर बोलणे होत नसे. आमच्या घरातही घरी कामाला ठेवलेल्यांच्या जेवणासाठीची, स्वयंपाकाची भांडी निराळी– असले जातिभेदाचे प्रकार चालत नव्हते. पण ते भारताच्या अन्य भागांत, विशेषत: उत्तरेकडे, सर्रास चालतात हे मला पुढे कळले. शाळेत आणि क्रीडांगणावरही 'जात' मध्ये येत नसे, तो मुद्दाच कधी निघत नसे. या बाबतीतलीही विवेकानंदांशी संबंधित अशी एक कथा आहे : ते त्या वेळी विशीच्या जवळ पोहोचायचे होते. प्रत्येक जातीसाठी आणि धर्मासाठी निराळा हुक्का अशी त्या काळातली पद्धत होती. शुद्धाशुद्धतेच्या नावाखालच्या या रिवाजात मुसलमानांसाठीही निराळा हुक्का असे. तेथे विवेकानंद ओळीने प्रत्येक हुक्का ओढत गेले. त्यामुळे घडलेल्या गदारोळाकडे त्यांनी पूर्ण दुर्लक्ष केले. जेव्हा त्यांना जाब विचारण्यात आला तेव्हा ते तत्त्वज्ञाची गूढ मुद्रा धारण करून म्हणाले, ''मला तर त्यात काहीच फरक वाटला नाही! सगळे सारखेच होते!'' मीही माझ्या त्याच वयात – एखादा झुरका घ्यायचा मोह पडण्याच्या वयात – जेव्हा ही कथा ऐकली तेव्हा मला त्यांची बेफिकिरी, बेदरकारपणा फारच भावला होता. विशीत पोहोचायच्या आधीच धूम्रपान करायला लागलेला नरेन 'कमालीचा कूल' होता, हॉलीवुड हिरो जेम्स डीनची भारतीय आवृत्ती! त्या नरेनने मला हेही शिकवले की, लोक बाऊ करतात तेवढे नियम कडक आणि महत्त्वाचे नसतात. समाजावर लादलेले जातिभेद हे खरोखरच लादलेलेच असतात!

पण तोच नरेन संन्यासी झाला, हे मात्र मला माझ्या तरुणपणी पटले नव्हते (छे! रोज एकसारखे, जुने जुने कपडे घालायचे, एका जागी मांडी ठोकून बसायचे, ध्यान वगैरे करायचे – कोणाला हवंय!) पण ते फार पुढे पोहोचले होते. मला जे रटाळ आयुष्य वाटत होते ते त्यांनी आश्चर्यकारकरीत्या आकर्षक, मोहक बनवून टाकले होते. या संन्याशाने जाहीररीत्या बंड पुकारले. तो बंडखोर संन्यासी लिहितो,

> 'लहानपणापासूनच मी कमालीचा धाडसी होतो. तसा नसतो तर खिशात एक दिडकी नसताना जगभर हिंडून आलो असतो का?'

कर्मठ निरर्थक रीती–रिवाजांचे उल्लंघन, बंडखोरी आणि धाडसी वृत्ती हा त्यांचा स्थायी भावच होता. वयाच्या तिशीत संन्यास पत्करल्यानंतर (तरीही धूम्रपान सोडले नव्हते!) नरेनने संपूर्ण देश पालथा घातला. वृंदावन येथे त्यांना दलित समाजातील – त्या काळात उच्च जातीय समजले जाणारे ब्राह्मण दलितांना अस्पृश्य मानत, त्यांचा स्पर्श अपवित्र मानत – एक वयस्कर माणूस भेटला. तो हुक्का ओढत होता. ते पाहून लहानपणापासूनच चोरून धूम्रपान करायची सवय असणाऱ्या विवेकानंदांना जोरदार तल्लफ आली. त्यांनी त्या माणसाला एक झुरका मागितला. तो म्हणाला, ''तू संन्यासी आणि मी असा अस्पृश्य. माझी कितीही इच्छा असली तरी माझी जात आडवी येते. मी नाही देऊ शकत तुला माझा हुक्का ओढायला.''

ते ज्याला केवळ त्यांच्यासारखाच एक माणूस समजत होते त्याला समाजाचे नियम, पारंपरिक प्रथा त्याला त्याचा हुक्का त्यांना ओढायला द्यायला परवानगी देत नव्हत्या हे पाहून विवेकानंद व्यथित झाले. त्यांनीही त्याची क्षमा मागितली आणि ते तेथून निघून गेले. पण त्यांना त्याच्या वागण्याचा पश्चात्ताप होत होता. त्यांच्याच शब्दात त्या वेळचे त्यांचे विचार वाचा,

> 'मी काय करतोय हे? काय करतोय? काय करून बसलोय मी? प्रत्येक माणसात देव असतो, शिवाचा वास असते हेच मी माझे गुरू श्री रामकृष्ण यांच्याकडून शिकलो. मी सर्वस्वाचा त्याग केला आहे, संन्यासी बनलो आहे. सर्वसंगपरित्याग केलेला मी उर्वरित जगाशी एकरूप झालेलो आहे; तरीसुद्धा मी माझ्या मनात हा भेदभाव उरवला आहे. मी हे असे कसे करू शकतो की हा चांभार आहे, हा मांस खाणारा आहे, इकडे ब्राह्मण आहे, तिकडे शूद्र आहे– हा उच्च जातीचा, हा नीच जातीचा – माझी मजल असा फरक करेपर्यंत कशी जाऊ शकते? ती सगळी एकाच देवाची लेकरे नाहीत का? मग माझ्या मनात श्रेष्ठ, कनिष्ठ असा विचार कसा येऊ शकतो?'

आणि ते त्याच पावली पुन्हा त्या वृद्धाकडे गेले आणि त्याला म्हणाले, ''कृपा करून मला तुमचा हुक्का द्या. अहो, प्रत्येक माणूस हा देवच असतो...'' त्या माणसाने भीतभीतच हुक्का दिला. मनसोक्त झुरके घेतल्यावर विवेकानंद म्हणाले,

> ''मला स्वर्गसुखाचा अनुभव मिळाला, खराखुरा आनंद लाभला. दोन कारणे आहेत, एक, माझी मानवी इच्छा पूर्ण झाली – धूम्रपानाची तल्लफ भागली आणि दुसरे, माझी दैवी इच्छा पूर्ण झाली – मला माझ्या अंत:करणातील वैश्विक ऐक्याच्या भावनेचे दर्शन घडले. माझा परमेश्वर प्रत्येक सजीवामध्ये वसलेला असतो. आज तुमच्या दारी बसून तुमचा हुक्का ओढल्यामुळे मला माझ्या त्या सर्वव्यापी दृष्टीचा प्रत्यय आला. देव सर्वांसाठी आहे, फक्त

> माझ्यासाठी नाही, तो सर्वांचा आहे. प्रत्येकाच्या अंत:करणात असलेल्या त्याचे दर्शन घेणे, त्याला बिनशर्त संतोष देणे हेच आता माझे जीवनध्येय आहे. 'आपण सगळे समान आहोत, एकाच परमेश्वराची लेकरे आहोत' हा धडा माझ्या देवाने मला तुमच्याकरवी दिला त्याबद्दल मी तुमचे खरंच शतश: आभार मानतो.''

एक कुतूहलपूर्ण योगायोग पहा : या प्रसंगासारखाच एक प्रसंग कित्येक शतके आधी जन्मलेल्या – ज्यांच्याशी विवेकानंदांची नेहमी तुलना केली जाते त्या – श्रेष्ठ तत्त्वज्ञ आदी शंकराचार्य यांच्याही बाबतीत घडला होता. ते एक दिवस नदीघाटावर स्नानासाठी गेले असताना एक अस्पृश्य त्यांच्या अगदी समोर आला. शंकराचार्य त्याला दूर हाकलवायच्या प्रयत्नात असताना तो त्यांना म्हणाला, ''प्रत्येक माणसात जर ईश्वराचा अंश असेल तर कोण कोणाला बाटवेल, भ्रष्ट करेल? जर आत्मा आणि ब्रह्म हे एकच आहेत तर मग दोन माणसांत फरक तो काय राहतो? मग कोण कोणाच्या स्पर्शाने कलंकित होतो?''

त्याचे बोलणे ऐकून शंकराचार्यांनी त्या महात्म्याला वंदन केले (त्यांनी वंदन केल्यावर त्या माणसाच्या रूपातील शंकरानेच प्रकट होऊन त्यांना दर्शन दिले अशीही या कथेची एक आवृत्ती आहे).

भारतीय तत्त्वज्ञानाचे प्रमुख ग्रंथ, वेद व उपनिषदे यांचा पाया असलेल्या अद्वैत वेदान्ताची शिकवण शंकराचार्य व विवेकानंद या दोघांनीही दिली. वेदान्त निराकार, कोणत्याही कर्मकांडापासून अलिप्त अशा विश्वाच्या वास्तवाचे आणि आत्म्याविषयीचे आंतरिक ज्ञान प्रदान करतो.

> वेदान्त म्हणजे केवळ वेद नव्हेत, वेद जे शिकवतात त्याचे वेदान्त विस्ताराने स्पष्टीकरण देतो, त्यावर मते व्यक्त करतो... भगवद्‌गीता आणि शंकराचार्यांचे साहित्य हे वेदान्ताचाच भाग आहेत.

ब्रिटिश कादंबरीकार आणि वेदान्तपंडित ख्रिस्तोफर इशरवुड लिहितो,

> 'वेदान्ताच्या मुळाशी गेले तर ते तत्त्वज्ञान तीन सिद्धान्त मांडते : एक, प्रत्येक माणसात ईश्वराचा अंश असतो; दोन, त्याचा शोध घेणे हेच मानवी आयुष्याचे उद्दिष्ट आहे आणि तीन, सर्व धर्मांचे खरोखरच मतैक्य असते.'

मी लहान असताना मला खट्याळ नरेनच्या खोडकर कथा खूप आवडायच्या; पण लवकरच मला त्या नुसत्याच बढाया किंवा गुणगान नसून खूप महत्त्वाच्या आहेत, विचारप्रवर्तक आहेत हे लक्षात आले. मी लहान असलो तरी त्यांच्या लहानपणीच्या

तसेच तरुणपणातील द्वाडपणा, खोड्याळपणा यांच्यामागे त्यांचे निराळेपण, स्वत:चे असे एक स्थान निर्माण करण्याची हातोटी दडलेली होती हे मला जाणवायचे, त्यांची वाट काही वेगळीच होती हे पटायचे. मग मला स्वत:बद्दल असा विश्वास वाटायला लागला की, आपण योग्य आदर्शाची भक्ती करतो आहोत, (पालक जे सांगतात ते नाही तर) आपण जे करतो आहोत तेच बरोबर आहे. जसजसा मी मोठा होऊ लागलो, विवेकानंदांच्या आयुष्यातील वर सांगितलेल्या वृद्ध माणूस आणि त्याचा हुक्का यासारखे त्यांच्या आयुष्यातील अनेक प्रसंग जाणून घेऊ लागलो तसतशी मला त्यांच्या व्यक्तिमत्त्वाच्या विविध पैलूंची ओळख पटू लागली.

मी काही परिपूर्ण नाही, तशीच माझी श्रद्धाही परिपूर्ण नाही. श्रद्धा बसायला, माझे कर जुळायला निव्वळ देवत्वाची प्रचिती येऊन चालत नाही, एक आधार लागतो, दिलासा लागतो. माझ्यासारखीच माझी श्रद्धाही मनातील प्रश्न विचारण्याचे, त्यांची उत्तरे, योग्य उत्तरे, मिळविण्याचे, पूर्ण समाधान होईपर्यंत उत्तरे नाकारण्याचेही स्वातंत्र्य मागते. ते असल्याशिवाय माझी श्रद्धा बसत नाही. विश्वास, श्रद्धा बसायला देवत्व नाही पुरेसे होत. मला स्वातंत्र्य लागते. देवत्वाची नाही, तावून सुलाखून घेतलेल्या दिव्यत्वाची जेथ प्रचिती, तेथे कर माझे जुळती! विवेकानंदांचीही तशीच प्रश्न विचारण्याची, शंका घेण्याची वृत्ती लक्षात आल्यावर मी त्यांच्या प्रेमात पडलो, त्यांचा प्रशंसक बनलो - अगदी भक्तही! तसे, भक्ती म्हणजे काय, हा प्रश्न विवेकानंदांनीही गंभीरपणे उपस्थित केलेला होता. चुकीच्या कल्पनांचा अस्वीकार, त्यांना दूर ठेवण्यासाठी ते करीत असलेले 'खेळ' पाहिल्यानंतरच त्यांच्या बरोबर, योग्य आणि न्याय्य गोष्टींवरील श्रद्धा मला नीट, साकल्याने समजल्या.

माझ्यासमोर जी वैयक्तिक आव्हाने आहेत - खरे तर माझ्या भोवतालच्या जगासमोरही ती आहेत - त्यातील एक आहे आधुनिक काळातील नीतिमत्तेच्या तत्त्वांची लक्षवेधी गुंतागुंत, क्लिष्टता आणि त्यांचे दुबळेपण, तसेच त्यांचे विश्लेषण आणि काही बाबतींत त्यांचे पुनर्गठन. मला असे वाटते की, आजच्या आपल्या काळात जे 'नैतिक' मानले जाते ते फार खोलवर, क्लेशकारक (ज्याचा उलगडाही होत नाही अशा) पद्धतीने अगदी अंगभूत असे 'अनैतिक' मानल्या गेलेल्याशी जोडले गेलेले आहे. महाभारतात अनेक प्रसंगांमध्ये आपण पाहतो तशा त्यामधील सीमारेषा, क्वचित त्यांचा अर्थही न लागण्याइतक्या, धूसर बनलेल्या आहेत. या अशा गुंतागुंती सोडवायच्या असतील तर ती गुंतागुंत, त्यातील क्लिष्टता यांचे आकलन ज्यांना होऊ शकेल आणि 'हे की ते' अशा द्विक्रम पद्धतीपासून बाजूला वळून अधिक विकल्पांचा, साकल्याने विचार करतील असे मार्गदर्शक मिळणे गरजेचे आहे. कोणी नायक, नेते यांच्यापेक्षा शिक्षकांची, सबल गुरूंची आवश्यकता आहे.

आज आपण ज्या युगात राहतो आहोत त्यात मानवी जीवनाच्या मूलतत्त्वांविषयी प्रश्न उपस्थित केले जाणार नसून पृथ्वी, आप, तेज, वायू, आकाश या पंचमहाभूतांच्या

अस्तित्वाचा अर्थ समजून घेऊन त्यांना प्रदूषणापासून दूर कसे ठेवायचे अशा प्रकारच्या प्रश्नांचीही उत्तरे शोधायला लागणार आहेत. Ours is the age that shall battle contagion within and without. आधुनिक तंत्रज्ञान आपल्याला या विश्वाकडे पाहण्याची नवी दृष्टी प्रदान करते आहे. परंतु ती निरनिराळ्या लहानमोठ्या स्क्रीन्सवर खिळवून ठेवायला लागते. तसे 'पडदे' सतत निरखता निरखता ती दृष्टी जशी क्षीण होते आहे तशीच ती अंतरातील अखंड रितेपण अनुभवूनही होते आहे.

म्हणूनच, एका माणसाला त्याच्या आत्मशोधाच्या प्रवासातून आपल्याला काय सांगायचे आहे, आणि त्याचे शब्द, त्याचे बहुआयामी जीवन हे याआधी कधीही नसतील इतके आज आपल्यासाठी अर्थपूर्ण का आहेत, हे समजावून घेण्याचा हा एक प्रयत्न आहे.

२

# धूम्रपान करणारा संन्यासी

माझ्या घरात विवेकानंद या विषयावर नेहमी चर्चा व्हायची. जवळजवळ प्रत्येक संध्याकाळी जरा जास्त दुधाचा चहा आणि मुरी / मोरी (फुगवलेला भात) / मोरी घोन्तो (माशाचा प्रकार) यांचा आस्वाद घेताना माझे वडील 'सध्याची कलकत्त्याची केविलवाणी स्थिती', 'आस्थाहीन, निरुत्साही बंगाली लोक' 'त्यांची स्वत:ची उदासीनता, एवढ्या तेवढ्या कारणाने क्षुब्ध होण्याचा स्वभाव' या विषयांवर बोलायचे. त्या वेळी हमखास ते त्याविरुद्धचे उदाहरण म्हणून विवेकानंदांच्या आदरणीय, सर्वगुणसंपन्न व्यक्तिमत्वाबद्दल, त्यांच्या एकाग्रतेबद्दल, ते एकपाठी असल्याबद्दल भरभरून बोलायचे, (आणि ते त्या वेळी परमेश्वराविषयी बोलल्यासारखे आदराने, भक्तिभावाने बोलायचे) ''तुला माहीत आहे? ते एखादे पुस्तक पहिल्या पानापासून शेवटच्या पानापर्यंत काही मिनिटांत वाचून काढायचे आणि तरीसुद्धा प्रत्येक पानावरचर मजकूर त्यांच्या लक्षात असायचा.'' आणि मग शेवटी म्हणायचे, ''ते 'रायटर्स बिल्डिंग'मधल्या कारकुनांसारखे नव्हते!'' (स्वत: सिव्हिल इंजिनिअर असल्यामुळे त्यांना कारकुनी वृत्तीविषयी तिटकारा होता.)

माझी आई विवेकानंदांना मानायची, पुजायची ते त्यांच्या दृढ भक्तिभावामुळे, त्यांच्या ध्यानधारणेतील विक्रमांमुळे. ती आणखी एक गोष्ट सतत मला भाविकपणे सांगायची, ''ते कायम त्यांच्या आईचे ऐकत असत''. हे तिचे विधान किती चुकीचे होते ते मी विवेकानंदांच्या लहानपणीच्या – ते 'बिली / बिलू' असतानाच्या – एकेक कथा वाचल्यावर मला कळलेलेच होते.

पुढे मला जेव्हा 'मिथ' या इंग्लिश शब्दाचा अर्थ नीट समजला तेव्हा मला लक्षात आले की, आमच्या घरात विवेकानंदांना देवत्वच बहाल करण्यात येत होते. त्या वेळी आमच्या घरात तीन तसबिरी एकत्र लावलेल्या असत. विवेकानंद, त्यांचे आध्यात्मिक गुरू रामकृष्ण परमहंस आणि रामकृष्णांच्या पत्नी शारदा देवी. त्या तसबिरींसमोर बसून भजने, गाणी गायली जायची, प्रसाद वाटला जायचा, धूप जाळला जायचा, उदबत्त्या लावल्या जायच्या, भक्तिभावाने त्यांच्यासमोर डोकी टेकली जायची. मागे चुंबक लावलेले, लोखंडावर चिकटवता येतील असे विवेकानंदांचे लहान लहान फोटो

कपाटांच्या, रेफ्रिजरेटर्सच्या दारांवर दिसायचे; पुठ्ठा, कार्डबोर्ड किंवा लाकडात कापलेली त्यांची चित्रे, त्यांच्या अंगरख्याच्या रंगाची कॅलेंडर्स भिंतींवर लटकवलेली असायची. डायऱ्यांच्या पानांवर त्यांचे सुविचार छापलेले असायचे. सर्वसामान्य बंगाली माणसाला या ना त्या पद्धतीने ते त्याच्या आसपास असलेले बरे वाटायचे. याबाबतीत तीन दशके कलकत्त्यावर वर्चस्व गाजवणाऱ्या साम्यवाद्यांमधील बडी धेंडेही मागे नसायची. तेही विवेकानंद त्रयीच्या स्तुतीपर विचार, त्या संतमंडळींचे सुविचार त्यांच्या बोलण्याभाषणात पेरीत राहायचे आणि एकंदरीतच बंगालच्या बौद्धिक क्षेत्रातील पराक्रमाचे दाखले देताना विवेकानंदांचे उदाहरण हमखास द्यायचे. रोजच्या जीवनातील आदर्शांची उणीव होती की काय कोण जाणे, पण सर्वव्यापी विवेकानंद त्यासाठी उपयोगी पडायचे. बंगालीही एके काळी हिंमतवान होते, तडफदार होते, कर्तबगार होते हे सिद्ध करायची वेळ आली की, नेहमीच विवेकानंद शुभ चिन्हासारखे हजर असायचे. आळशी, सुस्त, शिथिल, कामाकडे दुर्लक्ष करणाऱ्या कलकत्तावासीयांना जागे करायला, स्फूर्ती प्रदान करायला विवेकानंदांच्या जोमदार, जोशपूर्ण, धैर्यशील, धाडसी व्यक्तिमत्त्वाचा सढळ हाताने उपयोग केला जाई – जसे काही शक्तिवर्धक औषध, ताकदीचे इंजेक्शन! माझी आईही त्यांच्या शब्दांना 'टॉनिक'च म्हणायची. ते मनाला शांत करणारे मलम कमी, अंग झटकून कामाला लावणारे संप्रेरक, उत्क्षेपक जास्त होते.

मला मात्र पहिल्यापासूनच एखाद्याची प्रशंसा करणे, त्याचा उदो उदो करणे यांत स्वपरीक्षणाचा भाग जास्त वाटायचा, त्या महान व्यक्तीला जाणून घेण्याचा भाग कमी वाटायचा. विवेकानंद नावाच्या माणसाने तर स्वत:विषयी कधीच काहीच चढवून, फुगवून सांगितले नाही, तो जसा होता तसाच कायम दिसला. त्यांच्यामध्ये कोणत्याही प्रकारच्या दैवी, गूढ, अतींद्रिय शक्तींचा वास होता ही गोष्ट विवेकानंद नेहमीच स्पष्टपणे नाकारीत असत. एक पाऊल पुढे जाऊन त्यांनी त्या सर्व गोष्टी त्यांचे गुरू रामकृष्ण परमहंसांच्या बाबतीतही नाकारलेल्या आहेत. त्यांनी त्याविषयी जे स्पष्टीकरण दिले ते होते 'प्रखर ध्यानधारणा'. हे सर्वच संस्कृतींनी मान्य केले आहे की, प्रखर ध्यानधारणेची विविध तंत्रे त्या साधकाच्या अंगी काही असाधारण शक्ती, शारीरिक व मानसिक क्षमता निर्माण करू शकतात. उदाहरणच द्यायचे झाले तर शाओलीन टेंपलमधील बौद्ध साधूंच्या विस्मयजनक युद्धकलेचे, लवचिकतेचे, सहनशीलतेचे देता येईल. विवेकानंदांचे म्हणणे असे होते की, 'जो आत्मज्ञानाच्या मागे आहे, परमेश्वराच्या शोधात आहे तो या 'चमत्कारां'चा विचार तरी कशाला करेल?'

जादूटोणा, चमत्कार करणाऱ्या 'बाबां'नी, 'महाराजां'नी ज्या धर्माचा पिच्छा वर्षानुवर्षे पुरवलेला आहे त्याच धर्माच्या विवेकानंदांनी शंभरपेक्षाही अधिक वर्षांपूर्वी हे अतिशय नि:संदिग्धपणे, ठामपणे सांगितले आहे की ते अशा कोणत्याही चमत्कारांना, बाबा, महाराज यांना मानीत नाहीत, पाठिंबा वा समर्थन देत नाहीत. १८९४ साली त्यांचे एक अनुयायी मद्रास येथे राहणारे अलासिंगा पेरूमल यांना त्यांनी लिहिले होते :

'रामकृष्णांच्या चमत्कारांबद्दल काय वेडेपणा सुरू आहे? हे चमत्कार ना मला समजत, ना मला त्याविषयी काही माहिती आहे. त्यांनी काय म्हणे दारूपासून त्या गुप्ता नावाच्या गृहस्थांचे औषध बनवले! रामकृष्णांना इतर काही उद्योग नव्हते का? या असल्या वावड्या पिकवणाऱ्या कलकत्तावासीयांपासून ईश्वर माझे रक्षण करो! ही असली माहिती कुठून मिळवतात हे लोक? त्यांना म्हणावे, श्री रामकृष्णांच्या जीवनाविषयी सत्य जे आहे तेच सांगायचे असेल, ते कोणते कार्य करण्यासाठी या जगात अवतरले होते ते जगासमोर आणायचे असेल तरच लिहा म्हणावे, त्यांचे जीवन, त्यांचे सुविचार यांचा विपर्यास करू नका. जे श्री रामकृष्णांच्या जीवनात असले चमत्कार, असल्या हातचलाख्या शोधतात ते काय परमेश्वराचा शोध घेणार?'

विवेकानंदांना दुर्दैवाने अगदीच अल्पायुष्य लाभले. त्यातही त्यांनी अतिशय सखोल, अर्थपूर्ण आणि परिपूर्ण अशा तर्काच्या आधारावर जे प्रतिपादन केले ते अत्यंत विवेकी, बुद्धीप्रद असेच होते. पण आपण त्यांना योग्य प्रकारे समजून घेतले नाही. नेहमीच त्यांच्यातील तथाकथित देवत्वाकडे नको इतके लक्ष पुरवून त्यांच्यातील कायम जमिनीवर पाय टेकलेल्या, शहाण्या, व्यवहारी माणसाकडे आपण दुर्लक्ष करीत राहिलो. मला तर कायमच असे वाटत आले आहे की, त्यांच्या तसबिरीत घालून ठेवलेल्या, एकरंगी देवरूपापेक्षा त्यांचे संघर्षपूर्ण जीवन, त्यांचे अपूर्णत्व आणि तरीही अंतिम सत्याच्या शोधासाठी त्यांनी केलेली कठोर तपश्चर्या यांतून जास्त शिकता येण्यासारखे आहे.

एक धूम्रपान करणारा संन्यासी – त्यांना जडलेल्या काही व्याधींना त्यांचे हे धूम्रपानाचे व्यसनच नि:संशयपणे कारणीभूत होते. ही गोष्ट अर्थातच माझ्या आईने मला कधीच सांगितली नव्हती. तिने तर लग्नानंतर मोठ्या कुशलतेने माझ्या वडिलांना धूम्रपान सोडायला लावले होते. माझ्या शाळा-कॉलेजच्या वर्षात चुकूनही मला हे सिगरेट, तंबाखूचे व्यसन लागू नये याची ती सतत काळजी घेत असायची. तसे मी कॉलेजच्या अखेरच्या वर्षात काही वेळा धूम्रपान केलेही; पण तिच्या लकड्यामुळे नाही पण, मी आपण होऊनच नंतर लगेचच कायमचे सोडूनही दिले. ती ज्या संन्याशाची मनोभावे पूजा, भक्ती करायची, तोही धूम्रपान करायचा ही गोष्ट तिने सोईस्कररीत्या लपवून ठेवली होती. (थोडी सारवासारव!) मी विवेकानंदांसंबंधी लिहायचे ठरवले याच्या मागच्या कारणांमधले हे एक अगदी छोटेसे, पण महत्त्वाचे कारण आहे. माझ्या मते त्यांची शिकवण, त्यांचा संदेश यांचा मूळचा रंग आजच्या भारतात फिका पडला आहे, उडाला आहे. आज अनेक सरकारी ऑफिसेसच्या भिंतींवरून ते हाताची घडी घालून, स्थिर आणि धारदार नजरेने आपल्याकडे पाहत असतात हे आपण नुसतेच पाहतो, पण त्यांच्याकडून आपण शिकतो काय? उदाहरणार्थ, त्यांच्या मृत्यूपर्यंत त्यांना सतत सतावणाऱ्या कौटुंबिक समस्या, त्यांचे त्यांच्या आईबरोबरचे सखोल प्रेमाचे, परंतु नेहमीच काळजीने, चिंतेने व्यापलेले नाते या गोष्टींपासून काय शिकतो आपण?

विवेकानंद एका सधन कुटुंबातील पुत्र होते. त्यांचे पिता विश्वनाथ दत्त हे एक यशस्वी श्रीमंत वकील होते. परंतु त्यांचे हे सुखाचे, चैनीचे आयुष्य अगदी अचानक, फार लवकर, ते केवळ एकवीस वर्षांचे असतानाच अगदी निर्घृणपणे संपुष्टात आले. त्यांच्या वडिलांचा मृत्यू त्यांचे आयुष्य आमूलाग्र बदलून टाकणारा ठरला. त्या दुर्दैवी वळणावरून ते कधीच परतू शकले नाहीत. त्यांचे मळभलेले जीवन पुन्हा कधीच उजळले नाही. १८८०च्या दशकाच्या उत्तरार्धात, जेव्हा बंगाली मध्यम वर्गीय, सुशिक्षित नोकरदार माणसाचा पगार, त्याचे मासिक उत्पन्न पंधरा रुपये होते, दत्त कुटुंबाचा मासिक खर्च एक हजार रुपये होता. परंतु विश्वनाथ दत्त यांच्या मृत्यूनंतर कौटुंबिक वादातून उभ्या राहिलेल्या न्यायालयीन दिवाणी दाव्यांच्या चक्रात त्यांचे सर्व वैभव लयाला गेले. आपल्या आईवर भीक मागायची वेळ येऊ नये यासाठी या संन्याशालासुद्धा अनेक खटले लढवावे लागले.

एका सर्वसंगपरित्यागी संन्याशाच्या जीवनाचा आदर्श ठरलेल्या विवेकानंदांचे कौटुंबिक जीवन अनेक धक्कादायक आघातांनी भरलेले होते - वडिलांचा अकाली अंत, एका बहिणीची दुःखद आत्महत्या, भटक्या, कलंदर वृत्तीचा धाकटा भाऊ आणि पैशासाठी सातत्याने करावा लागलेला संघर्ष. १८९० साली त्यांनी लिहिले आहे,

> 'मी जरी वेदान्ताच्या कर्मकठोर सिद्धान्तांचे कटाक्षाने पालन करीत असलो तरी मी मुळातच फार साधा, सौम्य प्रवृत्तीचा माणूस आहे. आणि तीच गोष्ट माझा घात करते. एवढ्या तेवढ्या गोष्टींनी मी पाघळतो. कितीही स्वत:चा, स्वहिताचा विचार करायचा म्हटला तरी इतरांचा विचार आला, त्यांच्या हिताचा प्रश्न आला की मी माझे सगळे बाजूला सारतो. या वेळीसुद्धा मी अगदी ठाम निश्चय करून माझ्या कामाला प्राधान्य देणार होतो, तेवढ्यात माझ्या अलाहाबादला राहणाऱ्या भावाच्या आजाराचे कळले आणि मला तिकडे धाव घ्यावी लागली.'

विवेकानंद सतत कौटुंबिक समस्यांनी हैराण झालेले असायचे, आपल्या आईच्या बाबतीतले आपले कर्तव्य आपण बजावले पाहिजे, ते आपण नीट बजावीत नाही या अपराधयुक्त जाणिवेने पिडलेले असायचे. आयुष्यभर त्यांच्या अन्य कौटुंबिक सदस्यांनी त्यांच्या साधे- सरळपणाचा फायदा घेतला, त्यांना फसवले. तशातच, एकदा त्यांच्यावर रामकृष्णांच्या एका शिष्याकडे दुर्लक्ष केल्याचा आरोप केला गेला. वैतागून त्यांनी प्रत्युत्तर दिले,

> 'ही गोष्ट तुम्ही पक्की लक्षात ठेवा की, या व्यवहारी जगातील लोकांपैकी तुमचे जे नातेवाईक असतात ना त्यांना तुमच्याविषयी सर्वांत कमी आस्था असते, तुम्ही जिवंत आहात की मेलेले आहात याचीही त्यांना काही पडलेली नसते.

> तशातच तुम्ही काही संपत्ती, मालमत्ता मागे ठेवण्यात यशस्वी झालात तर ते याच आयुष्यात त्यावरून घरात भांडणे लावून देतील. तुमच्या प्रेताला अग्नी द्यायलासुद्धा कोणी उरायचे नाही, ना तुमची पत्नी ना तुमची मुले. यालाच संसार म्हणतात!'

मला या पुस्तकाद्वारे असा मुद्दा मांडायचा आहे की, त्यांनी भोगलेल्या या सांसारिक त्रासांनी विवेकानंदांचे व्यक्तिमत्त्व अधिकच लक्षवेधक होते, ते आजही आपल्या जवळचे, आपल्यातले वाटतात. आपल्या जगापासून दूर असलेले गूढ, वलयांकित महान विभूती वाटत नाहीत. सर्वसामान्य भारतीय हा कौटुंबिक त्रासांनी ग्रासलेलाच असतो. तेही तसेच असल्यामुळे तेही सर्वसामान्य भारतीयांच्या पंक्तीतच बसतात. विवेकानंदांनी त्यांच्या आईकडून फक्त तीव्र स्मरणशक्तीच वारशात मिळवली नाही, तर आश्चर्यजनक सहनशक्ती व आत्मसंयमन हे गुणही घेतले होते. त्यांच्या आईने त्यांना शिकवले होते, 'तनमनाने शुद्ध रहा, स्वत:चा अभिमान जप आणि दुसऱ्याच्या अभिमानालाही धक्का पोहोचवू नको. नेहमी शांत रहा, पण गरज पडली तर ठामपणा, निश्चय दाखव.' त्या माउलीने या पुत्राच्या प्राप्तीसाठी प्रदीर्घ (एकदा तर सलग चौदा दिवसांचा) कडक उपासतापास केले होते. विवेकानंदांमध्ये तीच चिकाटी, सहनशक्ती, तोच चिवटपणा उतरला होता. त्यांनी त्यांच्या मृत्यूपूर्वीच्या आजारात एका डॉक्टरच्या सल्ल्यानुसार एकवीस दिवस जलप्राशनही न करता काढले होते. त्यांना सहन करायला लागलेल्या कौटुंबिक अरिष्टांनी पुन:पुन्हा त्यांच्या चिकाटीची, असामान्य आत्मसंयमाची आणि दृढनिश्चयी स्वभावाची परीक्षाच घेतली. सर्वसंगपरित्याग केलेल्या या संन्याशाने संपत्तीची हाव तर निश्चितच सोडून दिली होती. सर्वधर्म परिषदेत भाषण केल्यापासून त्यांच्या मृत्यूपर्यंतची नऊ वर्षे हा त्यांच्या आयुष्यातील फार महत्त्वपूर्ण काळ होता, त्याच काळात त्यांनी जगभरात सर्वांत जास्त उपदेशपर भाषणे दिली. पण नेमक्या याच नऊ वर्षांत त्यांना सतत पैशाच्या काळजीने पोखरले होते. हे त्यांचे १८८९ सालचे लिखाण पहा,

> 'माझी आई आणि माझे दोन भाऊ कलकत्त्यात राहतात. मी सर्वांत मोठा. माझ्या पाठचा भाऊ फर्स्ट आर्ट्सला आहे, सर्वांत धाकटा अजून लहान आहे. या श्रीमंतीत वाढलेल्यांना माझ्या वडिलांच्या मृत्यूनंतर कमालीच्या दारिद्र्यात दिवस कंठावे लागत आहेत. कधीकधी तर पोटात अन्नाचा एक घासही जात नाही. यातच भर म्हणून आमच्या काही नातेवाइकांनी त्यांच्या निराधार अवस्थेचा फायदा घेऊन त्यांना आमच्या वडिलोपार्जित घरातूनही बेदखल केले आहे. हे खरे आहे की, माझ्या आईने जिद्दीने खटला हायकोर्टात नेऊन मालमत्तेचा काही भाग परत मिळवला; पण तरीसुद्धा ती आणि माझे भाऊ सध्या विपन्नावस्थेत जगत आहेत.'

संपन्नावस्थेत जन्म घेतलेल्या या मुलाचे वडिलांच्या मृत्यूनंतर काय झाले? पैसे आणि मालमत्ता यांविषयी दत्त घराण्यात इतके वाद, मतभेद होते की, एका रात्रीत दत्त कुटुंब दारिद्र्याच्या खाईत लोटले गेले. 'त्यांच्या कुटुंबीयांमध्ये आपापसांत लढल्या गेलेल्या दिवाणी दाव्यांनी स्वामी विवेकानंदांचे अल्पायुष्य कटुतेने भरून टाकले.'

विवेकानंदांच्या व्यक्तिमत्त्वातील ही लक्षवेधकता, ही गुंतागुंत, त्यांची अवघड परिस्थिती या गोष्टी बंगाली लेखक शंकर यांनी बऱ्याच तपशिलात शिरून विवेकानंदांवर लिहिलेल्या पुस्तकात नेमक्या पद्धतीने सादर केल्या आहेत. त्यांनी लढलेल्या लढाया आपल्या वाटतात. अंतर्मनाची साद, अंतरात्म्याची हाक कितीही आर्त असली; जगाचे, संसाराचे पाश तोडून टाकण्याची इच्छा कितीही तीव्र असली तरीही आपण खरोखरच मुक्त होऊ शकतो असे आपल्यापैकी किती जण छातीवर हात ठेवून सांगू शकतील? आपल्यापैकी किती जण आपल्यावर पडणाऱ्या संसाराच्या जबाबदाऱ्यांनी अस्वस्थ होत नाहीत, त्रासत नाहीत, सगळ्या जबाबदाऱ्या आपल्यावरच टाकल्या जातात म्हणून चिडत नाही, संतापत नाही? शंकर लिहितात, 'विवेकानंदांना कित्येक वेळा त्यांचा अभिमान दूर ठेवून त्यांचे पुत्रकर्तव्य पार पाडण्यासाठी मान तुकवावीच लागली. त्यांच्या अनुपस्थितीत त्यांचे बंधू महेंद्रनाथ ती जबाबदारी शिरावर घेतील ही त्यांची आशा महेंद्रनाथांनी धुळीला मिळवली. त्यांचा हा लाडका 'मोहिन' कुटुंबातील कोणालाही न सांगता, त्याच्या आईच्या आणि इतर भावंडांच्या चित्ताला घोर लावून जगभरात कुठेही हिंडत असायचा.'

विवेकानंदांचा भावाच्या या अवलिया वृत्तीला पाठिंबा असला तरी, त्यामुळे आधीच संकटांशी झगडणाऱ्या त्यांच्या कुटुंबावर होणारे दुष्परिणाम त्यांना दृष्टीआड करता येत नव्हते. त्यांच्या भावालाही ओळखणारा त्यांचा एक अमेरिकन चाहता जॉन पी.फॉक्स याला ते पत्रात लिहितात,

> 'कृपया मोहिनला सांगा की, माझे आशीर्वाद कायमच त्याच्या पाठीशी आहेत आणि तो सध्या जे करतो आहे ते वकिली वगैरे करण्यापेक्षा नक्कीच चांगले आहे. मला साहसही आवडते आणि धीटपणाही. आमच्यासारख्या घराण्यातल्यांना अशा वृत्तीची गरजही आहे. ... फक्त आता माझी प्रकृती बिघडत चालली आहे, फार काळ जगण्याची आशाही उरलेली नाही, त्यामुळे आता मोहिनने योग्य, धोपट मार्ग आचरून आईची आणि कुटुंबाची काळजी घेतली पाहिजे. मी कोणत्याही क्षणी हे जग सोडून जाईन!'

महेंद्रनाथ ज्या वेळी त्यांच्या संन्यासी भावाबरोबर राहून वकिलीचा अभ्यास करीत होते त्या वेळी विवेकानंदांना त्याने इलेक्ट्रिकल इंजिनिअर व्हावे असे वाटत होते.

> 'मोहिनने इलेक्ट्रेशिअन व्हावे असे मला वाटते. जरी त्याला जीवनात अपयश आले तरी त्याने मोठे होण्यासाठी परिश्रम घेतले, तो देशाच्या उपयोगी पडला

> याचे मला समाधान वाटेल. .... एक अमेरिकाच अशी जागा आहे जिथल्या हवेत प्रत्येकात जे उत्तम असते ते बाहेर काढण्याची शक्ती आहे. मला मोहिनने धाडसी, हिंमतवान, धीट बनायला हवे आहे. त्याने त्याच्यासाठी आणि देशासाठी एक नवी वाट निर्माण केली पाहिजे. एक इलेक्ट्रिकल इंजिनिअर भारतात चांगले आयुष्य जगू शकतो.'

विज्ञानाशी, नव्या तंत्रज्ञानाशी सहजगत्या परिचय करून देणाऱ्या अमेरिकेसारखा संपन्न देशात त्यांच्या भावाला पाठवण्याचे त्यांनी खूप प्रयत्न केले. पण ते काही घडायचे नव्हते. कुटुंबापासून अलिप्त झालेला, उदासीनतेने घेरलेला महेंद्रनाथ निरुद्देशपणे, खिशात पैसे नसतानाही जगभर भटकत राहिला. विकानंदांचे अमेरिकेतील सचीव जे.जे. गुडविन यांनीही महेंद्रनाथला त्यांच्याच बरोबर अमेरिकेला येण्याविषयी हरतऱ्हेने भरीस घातले, एकदा तर 'चल माझ्याबरोबर अमेरिकेला, नाहीतर तुझे तोंडच फोडून टाकतो' अशी प्रेमळ धमकी देण्यापर्यंतही मजल गेली, पण तो काही बधला नाही.

'चरितार्थ चालवण्यासाठी कमवायला पाहिजे' हा विचार खरे तर आपल्या भावाच्या बाबतीतही एका त्यागी संन्याशाच्या मनात का यावा? तो येत होता कारण त्याशिवाय रोजचा दिवस ढकलताना काय आणि किती हाल होतात हे त्यांनी पाहिले होते. त्यांच्या आईसाठी एक घर विकत घेण्यासाठी त्यांना स्वत:ला मठाच्या विश्वस्त निधीतून – जो जमवण्याचे काम तेच करीत होते – कर्ज घ्यायला लागले होते. त्यांच्या मावशीनेच / काकूनेच / आत्यानेच / मामीनेच त्यांना फसवले होते. तिने वडिलोपार्जित घर त्यांना विकले. त्यासाठी त्यांनी अनेक अडचणी सोसून पैसे जमवले. पण पैसे घेतल्यानंतर तिने घराचा ताबा देण्याचेच नाकारले. एका पत्रात ते लिहितात,

> 'मानसिक चिंता म्हणाल तर सध्या त्यांना काही तोटा नाही. तुम्ही माझ्या ज्या मावशीला / काकूला / आत्याला / मामीला भेटलात तिने मला फसवण्याचा फार पद्धतशीर कट रचला होता. ती आणि तिचे कटातले सहकारी यांनी मला सहा हजार रुपयांना – म्हणजे चारशे पौंडांना – घर विकायची शक्कल लढवली. मी आपले विश्वासाने माझ्या आईसाठी ते विकत घेतले. पण नंतर ते मला घराचा ताबाच देईनात. आणि त्यांची अशी खात्रीच होती की माझ्यासारखा संन्यासी काही कोर्टाचा दरवाजा खटखटवून जबरदस्तीने ताबा मिळवण्याचा लाजिरवाणा मार्ग चोखाळणार नाही.'

पण विवेकानंद कोर्टात गेले. त्यासाठीही खर्च आलाच! त्या वेळी त्यांची स्वत:ची काहीच मिळकत नव्हती. भाषणे, प्रवचने आणि लिखाण यांतून मिळणारा पैसा आणि त्यांचे स्नेही, चाहते, प्रशंसक यांच्याकडून मिळणारे आर्थिक साहाय्य, एवढीच काय ती मिळकत. पैसा हा त्यांना सतत त्रास देणारा विषय होता. त्याचा उल्लेख त्यांनी

लिहिलेल्या अनेक पत्रांत येतो. सर्वधर्म परिषदेत भाषण देण्याच्या काही दिवस आधी, २० ऑगस्ट १८९३ रोजी अलासिंगा पेरुमल या त्यांच्या एका पाठीराख्याला त्यांनी पत्र लिहिले होते.

> 'मी जपानहून व्हँकुव्हरला पोहोचलो. प्रवास उत्तर पॅसिफिक महासागरातून होता. प्रचंड थंडी होती, गरम कपडे जवळ नसल्यामुळे मला फारच त्रास झाला... हे पत्र तुम्हाला मिळेल तोपर्यंत माझ्याजवळ साठ ते सत्तर पौंडांची पुंजी उरली असेल. तेव्हा पैसे पाठवण्याचे कसोशीने प्रयत्न करा. हळूहळू मी मार्ग काढीन, पण मग मला या अत्यंत महागाई असलेल्या देशात जास्त काळ थांबून राहावे लागेल. भारतीय रुपयाच्या वाढत्या किमतीमुळे येथे लोक आधीच हवालदिल झाले आहेत. मी येथे एका शिंप्याकडे गरम कपडे शिवायला टाकले आहेत. त्याचेच तीनशे रुपयांपेक्षा थोडे जास्तच पैसे होतील आणि तरीही ते कपडे काही फार चांगले नसतील, ठीक असतील, मला वाटते मला शोभतील. मला येथे ठेवणे तुम्हाला शक्य होणार नसेल तर या देशातून बाहेर पडण्याची सोय करा. मधल्या काळात जर काही चांगले घडले तर पत्र लिहीन किंवा तार करीन. तार करायला एका शब्दाला चार रुपये पडतात.'

अमेरिकेतून १८९५ साली पेरुमल यांनाच लिहिलेल्या पत्रात ते चिडलेले दिसतात. अमेरिकेतील त्यांच्या भाषणातून त्यांनी ख्रिश्चन धर्मप्रचारकांनी भारतात चालवलेल्या धर्मांतराच्या मोहिमेवर तसेच हिंदू सनातनवादावरही टीका केली होती. त्या हिंदू सनातन्यांनी आणि धर्मप्रचारकांनी विवेकानंदांविरुद्ध आवाज उठवला होता – त्यांच्या मांसाहारावरही ताशेरे झाडले होते म्हणून ते चिडले होते. त्याचबरोबर पत्रात पैशाचा विषयही आहेच. 'मी येथे अनोळखी, परक्या लोकांमध्ये राहून रात्रंदिवस झगडतो आहे. काय मदत करतोय भारत मला?' भारतातून एकाही सुशिक्षित हिंदूने हिंदुत्वाच्या, हिंदू तत्त्वज्ञानाच्या बाजूने, त्याच्या समर्थनार्थ एक अक्षरही लिहिले, उच्चारले नाही याचा त्यांना राग आला होता.

> 'अरे, तुम्ही का नाही तुमचे समर्थन अमेरिकन नियतकालिकांकडे लिहून पाठवीत? कोण अडवते आहे तुम्हाला? एक छानसे समर्थन लिहून काढा आणि इथल्या बोस्टनच्या एरिना पब्लिशिंग कंपनीकडे पाठवून द्या. हे एरिना मासिक तुमचे लेख नक्की छापेलच; शिवाय तुम्हाला चांगला घसघशीत मोबदलाही पाठवेल. मी का भारतात परत जाऊ? कोण मदत करणार आहे मला? इकडे राहून आणखी एका महिन्यात मीच तिकडे थोडे पैसे पाठवू शकेन. बस करा हिंदू भिकाऱ्यांपुढे हात पसरणे. माझे मी बघून घेईन. माझा तल्लख मेंदू आणि माझा लिहिणारा उजवा हात यांच्या जोरावर मी पैसे कमवीन.'

त्याच वर्षी त्यांनी पेरुमल यांना पॅरिसहून पत्र पाठवले होते.

'धर्मप्रचारकांची मूर्खासारखी बडबड तुम्ही इतक्या गंभीरपणे घेत आहात याचे मला आश्चर्यच वाटते आहे. भारतातील लोकांना जर मी अगदी काटेकोरपणे हिंदू आहारच घ्यायला हवा असेल तर त्यांना म्हणावे, एक आचारी आणि त्याच्या इथे राहण्याचा खर्च असे दोन्ही पाठवा. मी पराकाष्ठा करून मिळालेले सर्व पैसे कलकत्ता आणि मद्रास येथे पाठवून दिले आहेत. पण एवढे सगळे करूनसुद्धा मी त्यांचे हुकूम ऐकू! मी आयुष्यभर इतरांचीच मदत करीत आलो आहे. आपल्या मातृभूमीने जन्म दिलेल्या आत्तापर्यंतच्या सर्वांत महान पुत्रासाठी – रामकृष्ट परमहंस यांच्यासाठी हे लोक थोडे पैसे उभे करू शकत नाहीत आणि असल्या मूर्खासारख्या बाता मारीत आहेत!'

हाच विषय १९०० सालच्या त्यांच्या पत्रातही आला आहे.

'मिसेस जेम्स हेन्री सव्हियर यांनी मला माझ्या कुटुंबीयांसाठी सहा हजार रुपये दिले. ते मी माझी मावशी / काकू / आत्या / मामी आणि माझी चुलत, आते मामे भांवंडे यांच्यात वाटले. घर विकत घेण्यासाठी पाच हजार रुपये मठाच्या विश्वस्त निधीतून घेतले. तुम्ही जे पैसे माझ्या चुलत/आते/मामे भावाला पाठवता आहात ते थांबवू नका. गंगेच्या काठी छोटेसे घरकुल असण्याच्या माझ्या स्वप्नाला मी कधीच तिलांजली दिली आहे, कारण माझ्याजवळ पैसेच नाहीत.'

त्याच वर्षी लिहिलेल्या आणखी एका पत्रात ते म्हणतात,

'पैशाचे म्हणाल तर माझ्याजवळ लॉस एंजेलिसमध्ये तीनशे डॉलर्स आहेत, मिसेस ब्रोकर (एमलीन एफ.ब्रोकर, पॅसीडीना शेक्सपिअर क्लबच्या प्रेसिडेंट आणि विवेकानंद यांच्या दक्षिण कॅलिफोर्निया येथील स्नेही) यांच्याकडे शंभर एक डॉलर्स रोख आहेत. मिसेस हेन्री आणि मिसेस ब्रोकर यांनी अजून मला माझे पैसे दिलेले नाहीत. ते पैसे – एकूण ३०० डॉलर्स त्यांच्याकडेच आहेत.'

१८९९च्या डिसेंबर महिन्यातील एका पत्रातही पैशाचा विषय आलेला आहे :

'आता मी खूपच वेगाने पैसे मिळवू लागलो आहे – रोजच्या रोज पाच डॉलर्स! लवकरच मी काम वाढवीन आणि रोज पन्नास डॉलर्स कमवायला लागेन. शिवाय, दोन- तीन आठवड्यांतच मी सॅनफ्रॅन्सिस्कोला जाईन, तेथे कमाई आणखी वाढेल अशी आशा आहे. हे बरे होईल, मी म्हणतो, चांगलेच होईल कारण ते

सगळे पैसे मी माझ्याचकडे जपून ठेवणार आहे, मुळीच इकडे तिकडे उधळणार नाही. आणि मग त्या पैशांतून मी हिमालयात एक छोटीशी जागा घेईन - एक छोटी टेकडीच, साधारण सहा हजार फूट उंचीवरची, जेथून सतत बर्फाच्छादित असा भव्य देखावा दिसेल! तेथे शुद्ध पाण्याचे खळाळते झरे असायला हवेतच आणि शिवाय एक, छोटेसे का होईना, सरोवर. सभोवताली सीडार वृक्षांची - खास हिमालयीन सीडार वृक्षांची - गर्दी हवी आणि नजर पोहोचेल तेथे फुले, फुलेच फुले. या अशा जागेच्या मध्यभागी माझी एक लहानशी झोपडी, अंगणात फुलझाडे, भाज्या यांची बाग - मी स्वत: रोज बागकाम करीन आणि .... आणि..... आणि ..... माझी पुस्तके, माझे ग्रंथगुरू. कधीमधी, अगदी क्वचित एखाद्या मानवप्राण्याचे दर्शन... बस्स, असे झाले की मग जग जरी कोसळल्याचे, बुडाल्याचे माझ्या कानांवर आले तरी मला पर्वा नाही. मी माझे काम करीत राहीन, आध्यात्मिक पण धर्मनिरपेक्ष... नंतर समाधानात, शांत चित्ताने निवृत्त होईन. बाप रे! काय अस्वस्थता भोगलीय मी आयुष्यभर! बूड काही स्थिर नाही, जन्मजात भटक्या! अर्थात, हे सगळे या क्षणाचे स्वप्न आहे, भविष्यात काय असेल ते कळायचंय अजून. काय होईल याची उत्सुकता तर आहे, बघू! मला वाटते माझ्या सुखाबद्दलची माझी सगळी स्वप्ने, जशी आजवर फोल ठरत आली तशीच हीही बहुधा धुळीला मिळतील, आणि इतरांच्या सुखाची, त्यांच्या कल्याणाची स्वप्ने मात्र नेहमीप्रमाणे पूर्ण होतील.'

विवेकानंदांना सतत, आयुष्यभर आर्थिक आधार देणारा एक स्रोत भारतात उपलब्ध होता. राजस्थानमध्ये खेत्री नावाचे एक संस्थान होते. त्याचे अधिपती, संस्थानिक राजे अजित सिंग यांच्याशी विवेकानंदांची १८९१ सालच्या जून महिन्यात भेट झाली होती. पहिल्याच भेटीत ते नानाविध विषयांवर बोलले, चर्चा घडल्या, एकत्र जेवण केले, रात्री अकरा वाजता अखेर संन्याशाने राजांचा निरोप घेतला.

ही राजे अजित सिंग आणि विवेकानंद यांच्यातील गाढ मैत्रीची सुरुवात होती. लवकरच राजे विवेकानंदांच्या अनेक कार्यांत, उपक्रमात गुंतत गेले. त्यांची एकमेकांशी ओळख, त्यांच्यामधील वाढते संबंध यामागे प्रारब्धाचा हात होता हे निश्चित. ते जवळजवळ एकाच वयाचे होते आणि योगायोगाने त्या दोघांचे निधनही एकाच वर्षाच्या अंतराने झाले. मृत्यूसमयी दोघांचे वयही एकोणचाळीसच होते.

त्या संन्याशाचे कार्य पाहून राजे असे काही प्रभावित झाले की, त्यांना त्या कार्याची जबाबदारी त्यांचीही असल्यासारखे वाटू लागले. त्यातून त्यांनी विवेकानंदांशी पत्रव्यवहार तर सुरू केलाच, शिवाय दत्त कुटुंबातील अन्य सदस्यांशीही संबंध जोडले. विवेकानंदांचे बंधू महेंद्रनाथ राजांना लिहिलेल्या पत्रात ते त्या त्या वेळी वाचत असलेल्या पुस्तकांविषयीसुद्धा लिहीत असत. राजांनी विवेकानंदांच्या अखंड प्रवासाच्या खर्चाची संपूर्ण जबाबदारी तर उचललीच, त्यांच्या कुटुंबालाही आत्यंतिक

दारिद्र्याचा सामना करण्यासाठी आर्थिक मदतही केली. पण राजांनी औदार्याची उच्च परंपरा पाळली, त्यांनी त्यांचा दानधर्म कायम गुप्त ठेवला. इतका की संस्थानाचा आर्थिक कारभार सांभाळणाऱ्या मुन्शींनाही विवेकानंद व त्यांचे कुटुंबीय यांना पाठवल्या जाणाऱ्या आर्थिक मदतीची खबर नव्हती.

विवेकानंदांविषयी लिहिताना त्यांच्या आयुष्याला कलाटणी देणाऱ्या दोन प्रसंगांचा नेहमी उल्लेख केला जातो. एक – त्यांच्या वडिलांचा मृत्यू, ज्याने एका रात्रीत त्यांचे बालपण त्यांच्यापासून हिरावून घेतले, त्यांना जबाबदार प्रौढ बनवले आणि दुसरा – त्यांची रामकृष्ण परमहंसांशी झालेली भेट. ज्या भेटीत त्या महंताने त्या तरुणाच्या आत दडलेले देवत्व ओळखले आणि त्याची जीवननौका महानतेच्या प्रवाहात आणून सोडली. रामकृष्णांच्या कृपाछत्राखाली, त्यांच्या प्रभावाखाली आल्यावर, त्यांच्यामधील नात्याने त्या तरुणाला त्याचे यशाचे मानदंडच बदलायला लावले, ज्या सुखाची, यशाची चव चाखत तो मोठा झाला होता त्या सगळ्यांचा त्याग करायला लावला आणि त्याने कधी कल्पनाही केली नसेल अशा मार्गावर त्याचे जीवन आणून ठेवले. एक अशिक्षित, खेड्यात राहणाऱ्या रामकृष्ण परमहंस नावाच्या साधूने ज्या नरेंद्रनाथ दत्त नावाच्या तरुणाचे 'स्वामी विवेकानंद' या संन्याशामध्ये परिवर्तन घडवून आणले, तो हिंदुधर्माचा प्रचारदूत ठरला, जगाने तोवर पाहिला नव्हता असा महान संन्यासी ठरला. परमहंस आणि विवेकानंद यांच्यामधील नाते हे केवळ गुरू-शिष्याचे नव्हते, त्यात पालकत्वाचा जिव्हाळा होता (परमहंसांनी विवेकानंदांच्या आयुष्यातील वडिलांची रिकामी झालेली जागा भरून काढली होती का? चांगलीच शक्यता आहे.) त्यांचे एकमेकांजवळ येणे म्हणजे दोन अगदी निराळ्या, जबरदस्त आत्मविश्वास असलेल्या, कमालीची बुद्धी, प्रज्ञा असलेल्या- पण तरीही सामान्यांना अप्राप्य अशा जाणिवेच्या पातळीवरून वास्तवाकडे पाहण्याची अपवादात्मक क्षमता बाळगणाऱ्या विचारवंतांचे मीलन होते.

मला वाटते, या दोन प्रसंगांखेरीज आणखी एक, जरा कमी बोलला गेलेला, विवेकानंदांच्या आयुष्यातील महत्त्वाचा प्रसंग होता त्यांची खेत्री संस्थानच्या राजा अजित सिंगांशी झालेली भेट. मला असे वाटते याचे कारण खरे तर तसे अगदी साधे आणि उघड आहे. बघा, वडिलांच्या मृत्यूनंतर विवेकानंदांना त्यांच्या जीवनाच्या खऱ्या उद्देशाविषयीच प्रश्न पडायला लागला होता. पित्याचे छत्र हरपल्याने त्यांचे जगच कोलमडून पडले होते. ज्यासाठी ते मनाने जराही तयार असणे शक्य नव्हते ते रोजच्या भाजी-भाकरीची चिंता करणे, कुटुंबाच्या पोटापाण्याच्या जबाबदारीचा भार खांद्यावर पेलणे त्यांच्या नशिबी आले होते. एका बाजूला त्यांची आई पतीच्या निधनामुळे उत्पन्न झालेल्या अनेक आर्थिक तंट्याबखेड्यांमध्ये आणि त्यावरून दाखल केल्या गेलेल्या न्यायालयीन खटल्यांमध्ये अडकत चालली होती आणि त्याच वेळी हे तिचे सर्वांत थोरले चिरंजीव 'रामकृष्ण' नावाच्या महंतामध्ये अडकत चालले होते. दिवाणी दाव्यांच्या कर्कश सुनावण्यांनी त्रासलेल्या त्यांच्या आईने एकदा त्यांना सुनावले होते,

"बिल्लू, (विवेकानंदांचे टोपणनाव) अरे, काय चाललंय तुझं? नुसता उनाडासारखा भटकतो आहेस. तुला कल्पना तरी आहे का माझी काय अवस्था झाली आहे हे सगळं सांभाळता सांभाळता आणि रोज हाता तोंडाची गाठ घालून देता देता?"

यावर विवेकानंदांचे उत्तर होते, "आई, कुटुंबाची काळजी घेणारा मी कोण? तो वर बसलाय ना तो घेईल काळजी." हे उत्तर हे कदाचित त्याला वाटणाऱ्या क्षणिक अनास्थेमुळे दिले गेले असेल, पण त्यानंतच्या घटना या गोष्टीची साक्ष देतात की त्यांनी शेवटपर्यंत कुटुंबाची काळजी वाहिली, जबाबदारी पेलली, त्यासाठी आयुष्यभर खूप संघर्ष केला.

अजित सिंग यांच्याशी त्यांची किती जवळीक होती हे दर्शविणारे हे १८९८ साली लिहिलेल्या पत्रातील वाक्य वाचा, 'मला माझे मन तुमच्या जवळ मोकळे करायला जराही लाज, शरम, संकोच वाटत नाही. मी तुम्हालाच माझा या जन्मातील सर्वांत जवळचा मित्र मानतो.' अशा तऱ्हेने खेत्रीच्या अजित सिंग यांच्याशी जडलेल्या गाढ नात्याने त्यांच्या जीवनातील महत्त्वपूर्ण नात्यांचा त्रिकोण पूर्ण झाला – त्यांचे कुटुंब, रामकृष्ण परमहंस आणि अजित सिंग. याच 'त्रिशूळा'ने संपूर्ण जगभरात मानाचे स्थान प्राप्त झालेले 'स्वामी विवेकानंद' निर्माण केले.

खेत्री हे संस्थान तसे खूपच लहान होते, पण त्याचे आठवे अधिपती अजित सिंग यांनी त्या संस्थानाला त्या काळच्या संस्थानांमधील सर्वांत प्रगतिशील संस्थान बनवले होते. ते स्वत: साहित्य, कला, संगीत यांचे जाणकार, दर्दी होते, क्वीन व्हिक्टोरिया या सिंहासनाधिष्ठ झाल्या त्याला साठ वर्षे पूर्ण झाल्याबद्दल साजरा करण्यात आलेल्या हीरक महोत्सवाच्या सोहळ्याला त्यांनी इंग्लंडला भेट देऊन हजेरी लावली होती. ते आणि विवेकानंद यांच्यामध्ये एकोणचाळिसाव्याच वर्षी दोघांनाही मृत्यू आला याखेरीज आणखी एक साम्यस्थळ होते – दोघांच्या डोक्यावरील पितृछत्र मृत्यूने अकाली हिरावून घेतले होते. विवेकानंद एकवीस वर्षांचे असताना त्यांचे वडील गेले आणि अजित सिंग यांना दत्तक घेणारे खेत्री संस्थानचे सातवे राजे फत्तेसिंग तर अजित सिंग यांच्या नवव्या वर्षीच वारले. त्या दोघांमधल्या नात्यात एक आत्मिक बंधुभाव निर्माण झाला होता. त्याने विवेकानंदांची एक मोठी मानसिक गरज भागवली होती.

१८९८ साली विवेकानंदांनी अजित सिंग यांना लिहिले होते,

'मी परत आल्यापासून आजारीच आहे हे तुम्हाला माहीतच आहे. राजेसाहेब, आपल्या कलकत्त्यातल्या भेटीत तुम्ही मला तुमच्या मैत्रीचा शब्द दिलात, मला वैयक्तिकरीत्या मदतीचे आश्वासन दिलेत, मला जडलेल्या या असाध्य व्याधीची काळजी न करण्याचा सल्ला दिलात. हा रोग मानसिक तणावामुळे,

मनाच्या कमालीच्या क्षुब्धतेमुळे जडलेला आहे. कोणत्याही बदलाचा यावर परिणाम होणार नाही. मनाला लागलेली काळजी दूर झाल्याखेरीज, मनावरील ताण नाहीसा झाल्याखेरीज काहीच होणार नाही.

'ही दोन वर्षे निराळ्याच हवामानात काढल्यानंतर प्रत्येक दिवशी प्रकृती खालावतच चालली आहे. आता मृत्यूच्या दारातच पोहोचलो आहे. राजेसाहेब, मी तुमच्या कार्याला, औदार्याला आणि आपल्यातल्या मैत्रीला आवाहन करतो. एक दुःख माझे हृदय जाळते आहे, हातून घडलेले एक पाप मला सलते आहे, जगाच्या कल्याणासाठी कार्य करताना मी माझ्या जन्मदात्री आईकडे मात्र दुर्लक्ष केले. त्यातच माझा भाऊ दूर गेल्यामुळे ती त्याच्या काळजीने पार खचून गेली आहे, दुःखाने झिजून गेली आहे. मला माझ्या आईजवळ राहायचे आहे. माझ्या धाकट्या भावाचे लग्न करून द्यायचे आहे. त्याचे लग्न झाले नाही तर आमच्या दत्त घराण्याचे अस्तित्वच राहणार नाही. हे असे काही माझ्या हातून घडले तरच माझे आणि महत्त्वाचे म्हणजे माझ्या आईचे उर्वरित जीवन जरा तरी सुसह्य होतील. ती सध्या एका खोपटात राहते आहे. मला तिच्यासाठी एक लहान का होईना, पण नीटनेटके घर बांधून घ्यायचे आहे, धाकट्या भावाच्या उदरभरणाचीही काहीतरी सोय करायची आहे, कारण तो काही चांगला मिळवता होईल असे वाटत नाही. राजेसाहेब, आपण ज्याच्यावर प्रेम करता, माया करता, ज्याला आपला मित्र मानता त्याच्यासाठी एवढे करायला, त्याला मदतीचा हात पुढे करायला आपल्यासारख्या प्रभू रामचंद्राच्या राजवंशाच्या वारसदाराला अशक्य आहे काय? मी हे मागणे अन्य कोणाजवळ मागू हे मला तरी समजत नाही. युरोपमध्ये मिळवलेला सर्व पैसा एका 'कार्या'साठी होता आणि त्यातली पैन्‌पै त्याचसाठी देऊन झालेली आहे. मी स्वतःसाठी इतर कोणापुढेही हात पसरू शकत नाही. माझी हलाखीची कौटुंबिक परिस्थिती मी राजेसाहेब, आपल्यांसमोर उघड करून दाखवलेलीच आहे. मी ती अन्य कोणासमोरही प्रकट करू शकत नाही. राजे, मी दमलो आहे, कंटाळलो आहे, माझे हृदय विदीर्ण झालेले आहे आणि मी मरणाच्या अगदी जवळ पोहोचलेलो आहे. तेव्हा मी तुमच्या चरणाशी प्रार्थना करतो, तुमच्या परोपकारी वृत्तीला, विशाल औदार्याला शोभेलशीच, आजवर केलेल्या उपकारांचा कळस ठरेल अशी ही एवढी अखेरची दया करा. राजे, आपण माझे अखेरचे दिवस थोडे सोपे, समाधानी केलेत तर मी आयुष्यभर ज्या परमेश्वराची सेवा करण्याचा मनःपूर्वक प्रयत्न केला तो तुमच्यावर आणि तुमच्या 'आपल्यां'वर शुभाशीर्वादांचा वर्षाव करेल.'

या पत्रावर विवेकानंदांनी 'पूर्ण खाजगी' असे लिहिले होते आणि 'राजे कृपया तारेने उत्तर पाठवू शकतील का?' असा ताजा कलमही घातला होता. अजित सिंग यांचे उत्तर लगेच आणि तेही पूर्ण होकारार्थी आले असावे; कारण विवेकानंदांनी त्यांच्या पुढच्या एका पत्रात त्यांच्या आईच्या नावे महिना शंभर रुपये नियमितपणे येत असल्याबद्दल

राजेसाहेबांचे मन:पूर्वक आभार मानलेले आहेत. त्याच पत्रात त्यांनी आणखी शंभर रुपये पाठवू शकाल का, असे विचारले आहे. ही रक्कम मात्र खेत्री संस्थानच्या तिजोरीतून पाठवण्याची त्यांनी विनंती केली आहे. ते लिहितात, 'माझ्या वाढत्या आजारपणामुळे माझा खर्चही प्रचंड प्रमाणात वाढत चालला आहे. मृत्यूही आता फार लांब नसून अगदी नजीकच्या काळातच अपेक्षित आहे.' पुढे त्यांनी 'माझ्या मृत्यूनंतरही माझ्या आईला मिळणारी महिना शंभर रुपयांची मदत तशीच सुरू राहिल ना?' असेही विचारलेले आहे. त्या पत्रात त्यांनी आईसाठी कलकत्त्यात घर घेण्यासाठी दहा हजार रुपयांची मदतही राजेसाहेबांकडे पुन्हा एकदा मागितलेली दिसते. पण बहुधा राजेसाहेबांना ती रक्कम पाठवणे शक्य झाले नसावे आणि त्यामुळेच त्यांना रामकृष्ण मठाच्या विश्वस्त निधीतून पैसे उसने घेणे भाग पडले असावे.

या स्थितीत या संन्याशाचा धीर खचलेला दिसतो, ते बेचैन दिसतात, चिंतित दिसतात, सर्व बाजूंनी अति दु:खाने गांजलेले, ग्रासलेले दिसतात. ते त्यांच्या आयुष्याच्या अंताकडे वाटचाल करीत होते. केवळ चारच वर्षांनी त्यांना मृत्यू आला. ते गेले, पण भारताच्या सीमेपार, पाश्चिमात्य देशात आणि नंतर जगभरात जाऊन तेथील पुढारलेल्या लोकांना अतिप्राचीन हिंदुत्वाची महती पटवून देण्याचे, त्यांना एक नवा दृष्टिकोन देण्याचे त्यांचे महान कार्य त्यांच्या मागे नुसते जिवंतच राहिले नाही, तर अमर झाले. जगातील सर्वांत श्रीमंत, संपन्न देशात जाऊन ते ज्या अनेक ख्यातनाम, महत्त्वपूर्ण व्यक्तींना भेटले त्या सर्व व्यक्तींच्या मनात या जगावेगळ्या संन्याशाप्रति, त्याने दिलेल्या संदेशाप्रति आत्यंतिक आदराची, नितांत भक्तीची भावना निर्माण झाली होती. पण त्या संन्याशाला मात्र प्रत्येक पावलावर हाल, कष्ट सहन करावे लागले होते. पैशांच्या सततच्या टंचाईमुळे त्यांची अक्षरश: ससेहोलपट होत होती. त्यांच्या आजारपणामुळे त्यांना त्यांच्या प्रारब्धातील अनेक सुसंधींना मुकावे लागत होते. आपले आयुष्य आता फार राहिलेले नाही याची कबुली त्यांना वारंवार त्यांच्या लिखाणातूनही द्यावी लागत होती. आपल्याला मृत्यू येणार या जाणिवेने मात्र ते फार अस्वस्थ होत नसत, उलट जेव्हा हा शरीराचा भार असह्य होईल तेव्हा तो सहजरीत्या टाकून देणे आपल्याला सहज शक्य आहे, या जाणिवेने सुखावत असत. त्यांना खात असलेली खंत ही होती की, त्यांच्या हातून त्यांच्या कुटुंबावर अन्याय होत होता, विशेषत: त्यांच्या आईच्या बाबतीत ते त्यांची पुत्रकर्तव्ये नीट पार पाडू शकत नव्हते, तिच्याकडे हवे तितके लक्ष त्यांना देता येत नव्हते. कुटुंबाची, आईची काळजी घेण्याविषयीची अनिच्छा अशी त्यांच्या लिखाणात कधीच प्रदर्शित झालेली दिसत नाही, त्यांना करता येणे शक्य असलेले प्रयत्न पुरे पडत नव्हते हे त्यांचे दु:ख होते आणि ते पुन:पुन्हा प्रकट झालेले दिसते.

विवेकानंदांच्या या अशा परिस्थितीत, मन:स्थितीत त्यांची खेत्री संस्थानचे राजे अजित सिंग यांच्याशी झालेली भेट ही फारच महत्त्वपूर्ण, त्यांना प्रेमळ व खंबीर आधार देणारी ठरली. अजित सिंग (ज्यांच्या कुटुंबीयांनी पुढच्या काळात त्यांचा राजवाडा

रामकृष्ण मिशनला दान करून टाकला) यांच्याविना विवेकानंदांना अखेरच्या दिवसांत मिळालेली मन:शांती, कुटुंबाप्रतिच्या अगणित कर्तव्यांपैकी काही कर्तव्ये तरी पार पाडल्याचे समाधान मिळालेच नसते. पैशांच्या कमतरतेने त्या संन्याशाला आयुष्यभर झपाटलेले होते. अजित सिंग भेटले नसते तर त्याच आर्थिक टंचाईने त्यांच्या आईला फार लवकर मृत्यू आला असता आणि त्या अपराधी जाणिवेने त्यांच्यातील जागतिक पातळीवर कार्य करण्याच्या महत्त्वाकांक्षेचाही बळी गेला असता. अजित सिंग यांच्या आर्थिक मदतीविना ते सर्वधर्म परिषदेला जाऊ शकले नसते, त्या समारंभाला साजेसे कपडेदेखील घालू शकले नसते. अमेरिकेला जाण्यापूर्वीच्या त्यांच्या भारतभ्रमणाच्या काळात ते सर्वांत जास्त वेळ, जून ते ऑक्टोबर १८९१ हे पाच महिने, अजित सिंग यांचे पाहुणे म्हणून त्यांच्या खेत्री संस्थानातच राहिले होते.

विवेकानंदांची स्फूर्तिदायक भाषणे, त्यांचे सर्वोच्च तत्त्वज्ञान, अतिप्राचीन धर्मशास्त्र, ईश्वरविद्या यांचे अर्थ आधुनिक जगाला समजावून सांगणारी त्यांची अत्यंत प्रभावशाली विवेचने यांच्या वाचनामुळेच केवळ विवेकानंदांचे असामान्यत्व आपल्याला प्रतीत होते असे नव्हे, तर त्याबरोबरच त्यांच्या अंतरात चाललेला भावनिक संघर्ष, ऐहिक गोष्टींची बंधने दूर सारून संन्यस्त वृत्ती अंगी बाणवण्याचा जीवतोड प्रयत्न करताना – ती संन्यस्त वृत्ती तर त्यांनी यशस्वीपणे अंगीकारलीच – आलेले हताशपण, नैराश्य, त्या त्यागपूर्ण अवस्थेतही जन्मदात्री व अन्य कुटुंबीय यांच्या प्रेमाचे, मायेचे पाश, त्यांच्याप्रतिची कर्तव्ये, ती नीट पार पाडता येत नसल्याने होणारा संताप हे सगळे प्रामाणिकपणे व्यक्त करणारी त्यांची भावपूर्ण पत्रे वाचल्यावरही ते प्रकर्षाने जाणवते. त्या पत्रांत त्यांच्या नातेवाइकांनी त्यांच्या विश्वासाला धक्का पोहोचवलेले, त्यांना निराश केलेले, विशेषत: त्यांच्या आईला त्रास दिलेले अनेक प्रसंग वाचायला मिळतात. या पत्रांमधून त्या संन्याशाचे अंतरंग जितके उघडपणे आपल्यासमोर येते तितके ते त्यांच्या लक्षवेधक भाषणांमधूनही येत नाही. ती पत्रे बाह्य जग, सभोवतालची परिस्थिती आपले आंतरिक जीवन व अंतर्मन यांवर कसा ताण आणते हे समजावून सांगतात आणि तेच समजावून घेण्याच्या इच्छेने मी त्या पत्रांकडे आकर्षित झालो. त्या पत्रांत ते काही वेळा कसे माघार घेतात, तर काही वेळा उसळी मारून पुढे कसे जातात, त्यांच्यासारखा उत्क्रांत होत होत कणखर बनलेला संन्यासी आपल्याभोवती कशा सीमा आखून घेतो हे पाहायला मिळते. उदाहरणादाखल हे त्यांनी अजित सिंग यांनाच १८९८ सालच्या सप्टेंबर महिन्यात लिहिलेले पत्र पहा :

> 'मला पुन्हा पैशांची गरज आहे. इथले अमेरिकन स्नेही मला शक्य ती सर्व मदत करीत आहेत; पण मलाच सारखी सारखी त्यांच्यापाशी याचना करण्याची लाज वाटते. विशेषत: आजारपण आकस्मिकरीत्या खर्च वाढवते. या जगात एकच व्यक्ती आहे जिच्यासमोर हात पसरायला मी चाचरत नाही, तुमच्यासमोर! तुम्ही पैसे दिलेत न दिलेत – मला दोन्ही सारखेच. पहा, शक्य झाले तर कृपा करून पैसे पाठवा.'

या प्रकरणाची सुरुवात आपण विवेकानंदांच्या धूम्रपानाने केली, नंतर त्यांचे आणि त्यांच्या कुटुंबीयांचे विशिष्ट संबंध आणि त्यांना आर्थिक मदत देण्यासाठी विवेकानंदांनी केलेले संघर्ष आपण पाहिले. या प्रकरणाची सांगता करण्यापूर्वी त्यांच्या आणखी एका खास आवडीची 'चव' घेतली पाहिजे – त्यांचे खाण्यावरील प्रेम. या संन्याशाने लहानपणी त्याच्या बालमित्रांबरोबर जो एक क्लब स्थापन केला होता त्याचे नावच मुळी 'द ग्रीडी क्लब' – 'हावरटांचा – खादाडांचा क्लब' – असे होते. आयुष्यात फार लवकर ते स्वयंपाक, अन्नपदार्थ या विषयावरील फ्रेंच पुस्तके विकत घेऊ लागले होते. 'गौलिश' या पश्चिम युरोपिअन पद्धतीच्या पाकक्रियांचे ते चाहते, प्रशंसक होते. त्यांनी खिचडी करायची एक अभिनव पद्धत शोधून काढली होती, त्याला ते 'भूनी खिचडी' म्हणायचे – 'एक अंडे चांगले फेटून भातावर घालावे आणि नंतर त्यात बटाटे आणि मटार मिसळावेत.' नरेंद्रनाथांना मांस निरनिराळ्या पद्धतीने शिजवण्याच्या पद्धती अवगत होत्या. खमंग तळलेले सामोसे आणि गोड जिबेगाजा – उत्तरेकडील शक्करपाराची बंगाली आवृत्ती – हे त्यांचे आवडते पदार्थ होते.

> हा संन्यासी त्याच्या शिष्यांना हरहुन्नरी बनवायचा. कधी तो त्यांना पवित्र ग्रंथ वाचून दाखवायचा, तर कधी चविष्ट पदार्थ बनवून खाऊ घालायचा. एक दिवस त्यांना सर्वांना झणझणीत शीक कबाब खाऊ घालायची कल्पना सुचली. मग त्यांनी मांस आणायची व्यवस्था केली. त्याचे तुकडे शिजवायला लोखंडी सळयांच्या ऐवजी पीचच्या झाडाच्या फांद्या वापरल्या.

आयुष्याने जे समोर ठेवले ते त्यांनी स्वीकारले आणि मनापासून, उत्कटपणे स्वीकारले, जगप्रवासात कधी त्यांच्या वाट्याला पंचतारांकित हॉटेल्स आली, तर कधी दुरवस्थेतील झोपड्या आल्या. पाश्चिमात्य देशांत ते केवळ भारतीय तत्त्वज्ञानाचे जाणते म्हणून प्रसिद्धी पावले नाहीत, तर भारतीय पाककृतीचे तज्ज्ञ म्हणूनही गाजले. ते नेहमीच त्यांच्याबरोबर चटण्या, मसाले, वनस्पतींच्या बिया, पाने बाळगीत.

१८९६मध्ये विवेकानंदांनी भारतीय मसाल्यांच्या निर्यातीचाही गंभीरपणे विचार केला होता.

> मूग आणि तूर इंग्लंडला आणि अमेरिकेला निर्यात करणे हा चांगला व्यावसायिक पर्याय होऊ शकतो. जर व्यवस्थित प्रचार केला तर दाल सूपही खपू शकेल. लहान लहान पॅकेट्स बनवायची, त्यावर व्यवस्थित पाककृती छापायची आणि त्याचे वितरण घरोघरी होईल अशी व्यवस्था करायची. असे केले तर हा उद्योग यशस्वी होईल.

शिंपले फोडून आतले मासे काढून ते कसे खायचे हे त्यांना शिकवावे लागले नाही. तीच गोष्ट कलिंगड, टरबूज, शहाळी, फणस आणि लिची यांच्या बाबतीतही. ही सगळी

फळे त्यांना आवडत. बंगालमधले फणस किती गोड व चविष्ट असतात याचे वर्णन त्यांनी एका पत्रातसुद्धा केलेले आहे.

पश्चिमेकडच्या जेवणाचे अगदी तपशीलवार वर्णन करण्याइतके आहारशास्त्र त्यांना अवगत होते.

> संध्याकाळी जरा लवकरचे जेवण हे दिवसातील प्रमुख अन्नग्रहण. जेवणात फ्रेंच पाककृती असणे आणि त्या बनवायला घरात फ्रेंच खानसामा असणे ही श्रीमंतीची लक्षणे. सुरुवात होते ती भूक वाढवणाऱ्या पदार्थांनी – खारवलेले मासे किंवा माशांची अंडी किंवा चटणी किंवा भाज्या. त्यानंतर सूप येते, मग एखादे फळ. नंतर मासे येतात आणि पाठोपाठ मांसाचे निरनिराळे पदार्थ. शेवटी काहीतरी गोड आणि मग आइसक्रीम. जसे पदार्थ नवनवे येतात तसतसे टेबलावरचे चमचे, काटेचमचे, सुऱ्या हेही नवे येतात. जेवणाच्या अखेरीस बिनदुधाची कॉफी टेबलावर येते.

अतिशय स्वस्तातील जेवण आणि शुद्ध पाणी हे सर्वत्र कसे उपलब्ध करून देता येईल याविषयीही त्यांनी प्रयोग केले होते.

> ‘तुम्ही इतरांना मर्द बनायचा उपदेश करता, पण त्यांना चांगले अन्न देऊ शकत नाही. या प्रश्नावर मी गेली चार वर्षे विचार करीत आहे. मला एक प्रयोग करून बघायचा आहे – गव्हापासून पोहे बनवून बघायचे आहेत. ते झाले तर आपल्याला रोज वेगळे पदार्थ मिळतील. पाणी शुद्ध करायला आपल्या देशात वापरायला सोयीचा होईल असा फिल्टर मी शोधला. मला जो मिळाला तो म्हणजे एक पोर्सिलेनचे – चिनी मातीचे – भांडे आहे. त्यात पाणी भरायचे, ते हळूहळू पाझरते आणि पाण्यातील जंतू भांड्यात राहतात. पण होते काय, ते भांडे काही काळाने जंतूंचे माहेरघरच बनते. हे फिल्टर्स वापरण्यात हाच धोका असतो. सततच्या संशोधनानंतर मला एक पद्धत सापडली आहे. त्यात पाण्याचे उर्ध्वपातन केले जाते आणि त्यात प्राणवायू सोडला जातो. या पद्धतीने पाणी इतके शुद्ध होते की, ते प्यायल्यावर आरोग्य नक्कीच सुधारेल.

विवेकानंदांना आपले देशी अन्नपदार्थ आवडत असत, पण बऱ्याच बंगाली लोकांसारखी त्यांची पचनशक्तीही जरा क्षीणच होती. त्यांना जेव्हा हलके, कमी मसाले वापरलेले अन्न खाण्याचे फायदे लक्षात आले, सात्त्विक आहारातले सुख समजले तेव्हा मग ते ‘तसला’ आहार घेणाऱ्यांचा राग करू लागले. ते लिहितात,

'आपल्याकडे प्रत्येक घरात (संपूर्ण देशातच, विशेषत: बंगालमध्ये) जो अपचनाचा विकार शिरलेला दिसतो तो अशुद्ध आहाराचा परिणाम आहे. तळलेले पदार्थ म्हणजे विष आहे विष! पैसेवाले लोक आपल्या मुलांना हौसेने कचोऱ्या आणि मिठाया खायला घालतात. त्यांना साधे भात, पोळी-भाकरीचे जेवण देणे म्हणजे कमीपणाचे वाटते का? मुलांना असे भलते सलते खायला घातले तर त्यांची पोटे जनावरांसारखी टम्म फुगणार नाहीत तर काय होणार? इंग्लिश लोक बघा - चांगले थोराड बांध्याचे असतात, रात्रंदिवस भरपूर काम करतात आणि त्यांचा मूळ देश थंड हवेचा प्रदेश आहे, तरीसुद्धा ते या असल्या अन्नाला बोट लावायलासुद्धा घाबरतात. आणि आपण? आपल्याला कचोरी पाहिजे, लुची पाहिजे, तेलातुपात तळलेले सगळे पाहिजे. पूर्वीच्या काळी बंगालमधले जमीनदार सहजपणे रोज वीस-तीस मैल चालायचे, त्यांना काही वाटायचे नाही. आज त्यांची मुले पहा, कलकत्त्यात येतात, शिकतात-सवरतात, नटतात, श्रेष्ठत्वाचा आव आणतात, पण डोळे बिघडलेले असतात, चश्मे लावतात, बाहेरचे लुची, कचोरी असले पदार्थ खातात, इथून तिथे जायचे झाले तरी लगेच वाहन वापरतात आणि मग मधुमेह झाला म्हणून तक्रार करतात - आयुष्य कमी करून घेतात. शहरी, कलकत्तावासी होण्यातले हे तोटे आहेत.'

हे सगळे असे असले, असे लिहिले तरी त्यांची खाण्याची आवड कमी झाली होती असा त्याचा अर्थ मुळीच नाही. अमेरिकेत अनेक घरांत राहत असताना ते स्वयंपाकघरात पाककृतींचे निरीक्षण करायचे, कधीकधी काही पदार्थ स्वत:देखील बनवायचे. ते मांसाहार घेत असत, पण तो त्यांनी मटणापुरताच - बकरीच्या मांसापुरताच - मर्यादित ठेवला होता, त्यांनी गोमांस पूर्णपणे वर्ज्य केले होते. ते जेव्हा दक्षिण कॅलिफोर्नियातील पासाडेना येथे राहत होते तेव्हा तेथील यजमानांच्या घरी त्यांची न्याहारी 'फळे, उकडलेली अंडी, दोन टोस्ट आणि दूध-साखर घातलेली दोन कप कॉफी' असा असे. एका भाषणाच्या आधी त्यांना कोणीतरी लुसलुशीत खजूर खायला दिला. त्याचा त्यांनी मनापासून आस्वाद घेतला आणि लगोलग त्यांनी एक चमकदार आणि चमचमीत व्याख्यान दिले. त्यांच्या मधाळ वक्तव्याचे रहस्य विचारताच ते म्हणाले, ''आधी खाल्लेला चविष्ट खजूर!''

त्यांनी त्यांच्या 'द ईस्ट ॲन्ड द वेस्ट' नावाच्या प्रदीर्घ निबंधात त्यांनी पाहिलेल्या पाश्चिमात्यांच्या खाण्याच्या सवयींविषयी सविस्तर लिहिले आहे :

पाश्चिमात्य जगातही, गरीब देशातील जनता, त्यातही श्रीमंत भागात राहणारे गरीब लोक, यांचा प्रमुख आहार पाव आणि बटाटे हा असतो. ते लोक मांस क्वचितच खातात आणि खाल्ले तरी तोंडी लावण्याइतकेच खातात. जेथे हवामान समशीतोष्ण असते अशा स्पेन, पोर्तुगाल, इटली वगैरे देशांत द्राक्षाचे

पीक भरपूर येते त्यामुळे द्राक्षांपासून बनवलेली वाइन खूपच स्वस्त असते. या दारूची फारशी नशाही चढत नाही (म्हणजे अगदी प्रमाणाबाहेर प्यायली तरच नशा चढते) आणि मुख्य म्हणजे ती अतिशय पौष्टिक असते. त्यामुळे त्या देशातील गरीब लोक चांगल्या पोषणासाठी मासे आणि मांस यांच्याऐवजी द्राक्षाच्या रसाचा वापर करतात. परंतु युरोपच्या उत्तर भागात म्हणजे रशिया, स्वीडन, नॉर्वे अशा देशांतील गरीब लोकांच्या आहारात राय नावाच्या धान्यापासून बनवलेला पाव, बटाटे आणि वाळवलेले लहान लहान मासे या पदार्थांचा समावेश असतो.

मात्र, युरोपातील सधन वर्गातील लोक आणि अमेरिकेतील सर्वच – गरीब, श्रीमंत – यांचा आहार अगदीच वेगळा असतो. म्हणजे त्यांच्या आहारात प्रामुख्याने मासे आणि मांस असते. बाकी भात, पाव आणि इतर पदार्थ गौण असतात, ते चटणीसारखे कमी प्रमाणात खाल्ले जातात. एका वेळेला मासे म्हणजे फक्त मासे किंवा मांस म्हणजे फक्त मांसच वाढतात, त्याच्याबरोबर भात, पाव असे काहीच नसते. त्यामुळे प्लेट्स सारख्या बदलल्या जातात. दहा वेगवेगळे पदार्थ असले तेवढ्या प्लेट्स लागतात. आपल्याकडे जर तसे वाढून घ्यायचे म्हटले तर, समजा सुरुवात शुक्तने (भाज्यांच्या कडवट रश्शाने) केली, तर मग प्लेट बदलून दुसऱ्या प्लेटमध्ये दाल वाढायची, नंतर सूप, भात, लुची असे पदार्थही निरनिराळ्या प्लेट्समध्ये वाढायचे.

याचा एक फायदा असा होतो की, विविध प्रकारचे पदार्थ पण त्यातला प्रत्येक पदार्थ त्याच्यासाठीच्या एका प्लेटमधे जेवढा वाढलेला असेल तेवढाच, म्हणजे कमी खाल्ला जातो आणि एखादाच पदार्थ खाण्याचा अतिरेक टळतो. फ्रेंच लोक सकाळी न्याहारीच्या वेळी मुख्यत्वे कॉफी घेतात आणि त्याबरोबर लोणी लावलेले एक किंवा दोन पावाचे तुकडे. दुपारी, दिवसाच्या मध्यावर मासे, मांस खातात, पण माफक प्रमाणात. दिवसातले मुख्य जेवण रात्रीचे. इटालिअन्स आणि स्पॅनिश लोकांचे खाणे आणि त्यांच्या खाण्याच्या वेळाही फ्रेंच लोकांसारख्याच असतात. जर्मन्स मात्र भरपूर खातात, दिवसातून पाच-सहा वेळा! बहुतेक सगळ्या वेळी खाण्यात कमी-जास्त प्रमाणात मांसच असते. इंग्लिश लोक फक्त तीन वेळा खातात. त्यात न्याहारीच्या वेळी खूपच कमी खातात, पण मधूनमधून चहा-कॉफी सुरू असते. अमेरिकन्सही तीन वेळा, पण प्रत्येक वेळी भरपूर खातात आणि तेही मुख्यत्वे मांस.

या सगळ्या देशांत खाण्याची खरी वेळ ही रात्रीचे जेवण हीच असते. श्रीमंतांकडे हमखास फ्रेंच खानसामे असतात आणि फ्रेंच पद्धतीचे पदार्थ बनवले व खाल्ले जातात. सुरुवात होते ती खारवलेल्या माशांनी किंवा माशांच्या अंड्यांनी किंवा एखाद्या चटणीने, नाहीतर भाजीने – हे सगळे भूक वाढवणारे

> पदार्थ म्हणून सुरुवातीला खाल्ले जातात. नंतर सूप येते मग अलीकडच्या 'फॅशन'प्रमाणे फळे. नंतर मासे, मांसाचा रस्सा, खरपूस भाजलेले मांसाचे तुकडे, बरोबर काही भाज्या आणि निरनिराळ्या पद्धतीने शिजवलेले, भाजलेले पक्षी नाहीतर हरणाचे मांस. शेवटी काहीतरी गोड आणि या सोहळ्याची सांगता रुचकर, स्वादिष्ट आइसक्रीमने होते. श्रीमंतांच्या जेवणाच्या टेबलावर प्रत्येक नव्या पदार्थाबरोबर एक नवी वाइनही येत असते - हॉक, क्लॅरेट आणि बर्फाळ शॅम्पेनही. प्लेट्स बदलल्या की चमचे, काटेचमचे, सुऱ्या हा संचही बदलला जातो. जेवणानंतर अगदी छोट्या छोट्या ग्लासेसमधून बिनदुधाची कॉफी आणि लिकर येतात. खाणेपिणे झाले की धूम्रपान सुरू होते. जेवणात जितक्या जास्त प्रकारची वाइन टेबलावर येईल तितका यजमान अधिक श्रीमंत, धनाढ्य समजला जातो आणि तेवढी त्याची लोकप्रियताही वाढते. तेथे असे साग्रसंगीत जेवण द्यायला जेवढा खर्च केला जातो त्याने आपल्या देशातला - अति श्रीमंत नाही पण - श्रीमंतही कंगाल होईल.

हा संन्यासी विरक्त नव्हता, जगापासून दूर राहणारा, माणसांना टाळणारा नव्हता. त्याच्या हृदयातही भूक होती आणि पोटातही. हा माणूस रोजच्या जीवनात इतका घट्ट रुतलेला होता की, तो जे बोलतो, सांगतो त्यावर पूर्ण विश्वास बसतो. 'प्रपंचात राहूनही अनादि अनंताचा शोध घेता येतो, शाश्वताची प्राप्ती होते' हे त्यांचे म्हणणे पटते. आपल्या सामान्यत्वाची जराही खंत नसलेला, त्याबद्दल किंचितही पश्चात्तापाची भावना नसणारा हा संन्यासी आपला वाटतो. हीच विवेकानंदांच्या बाबतीतील सर्वांत सुंदर, लक्षवेधक आणि मनात भरणारी गोष्ट आहे.

हे विवेकानंदांवरील पुस्तक मी हा दावा करण्यासाठी लिहिले आहे की, जीवन जगण्याची त्यांची पद्धत अभ्यासली की मग आज त्यांचा संदेश अव्हेरणे केवळ अशक्य ठरते. त्यांच्या अनेक भाषणांइतकीच त्यांनी लिहिलेली पत्रे जिवंत आहेत आणि त्यांना आपल्यातलेच एक बनवून टाकणारी आहेत. एका बाजूला जीवन जगण्याची तीव्र अभिलाषा, त्यात वाटणारा रस आणि दुसऱ्या बाजूला जीवन जगत राहण्याबद्दलची अलिप्तता हा विरोधाभास - त्यांना जगायचे आहे पण जगत राहायचे नाही हा विचार - कोड्यात टाकणारा, कुतूहलजनक, अपूर्व म्हणूनच आकर्षक आहे. संन्यास म्हणजे जीवनाचा त्याग नव्हे, हे ते आपल्याला दाखवून देतात. त्यांचे जीवन विशिष्ट निश्चय व निर्णय घेऊन केलेला प्रवास आहे, त्यांची अलिप्तताही भावनेने भरलेली आहे, ती मायेच्या माणसांची माया नाकारत नाही. ते एक तत्त्वज्ञ आहेत, एक गूढवादी आहेत, एक संत संन्यासी आहेत, पण त्याहीपेक्षा ते एक आपल्यासारखे हाडामांसाचे, तुमच्या व माझ्यासारखेच काही गोष्टींचा राग येणारे, हाती घेतलेल्या कार्यात यश मिळण्यासाठी धडपड करणारे (परंतु रूढार्थाने काहीतरी मिळवण्याची महत्त्वाकांक्षा नसलेले) माणूस आहेत. अखंड प्रवासाने श्रमल्यानंतर त्यांनाही तनमनाला शांतता

मिळायला हवी असते. आयुष्यभर भटकंती केल्यानंतर जगाच्या गजबजाटापासून दूर कुठेतरी आपले घर बांधण्याची, वर्षानुवर्षे धुळीने भरलेल्या सखल प्रदेशातून प्रवास केल्यानंतर डोंगर-पर्वतांच्या सान्निध्यात राहण्याची इच्छा ते व्यक्त करतात. ते परदेशात भाषणे देत होते, कार्य करीत होते, त्याबद्दल त्या काळात भारतातच त्यांच्यावर टीका केली जात होती. त्या टीकाकारांना ते 'ज्यांनी मी तेथे असतानाही माझ्या कार्याला कधी पाठिंबा दिला नाही, मदत केली नाही त्यांना आता टीका करण्याचा काय अधिकार आहे' या शब्दांत रोखठोक उत्तर देतात. आपल्या वैयक्तिक बाबींकडे एरवी दुर्लक्ष करीत असले तरी भारताबाहेर आपण काय पेहेराव करू त्याने फार मोठा फरक पडू शकतो आणि म्हणून पोशाखालाही खूप महत्त्व आहे अशा जबाबदारीची ते डोळसपणे जाणीव ठेवतात. लंडनमध्ये असताना एकदा त्यांनी त्याचे बंधू महेंद्रनाथ यांना मोलाचा सल्ला दिला होता, 'हे बघ, नखांखालची घाण व्यवस्थित काढ, नखे नीट काप. मी तर अशा कामांसाठी लागणारी छोटी छोटी साधने खिशातच बाळगतो. नेहमी स्वच्छ रहा नाहीतर लोक तुला दूर ठेवतील, त्यांना तुझा तिटकारा वाटेल.' अनेक साधुसंत, संन्यासी, विवेकानंदांचे स्वत:चे गुरूसुद्धा, इतके स्वमग्न असतात की त्यांचे त्यांच्या खाण्यापिण्याकडे, कपड्यालत्त्यांकडे जराही लक्ष नसते. पण विवेकानंदांना याची स्पष्ट जाणीव होती की, आपल्याला आपला संदेश जगभरात पोहोचवायचा आहे आणि ते काम करताना बऱ्याच प्रमाणात आपण बोलतो काय आणि कसे याच्याइतकेच आपण राहतो कसे, दिसतो कसे, आपला पेहेराव कसा आहे या गोष्टींनाही महत्त्व आहे, त्या गोष्टीही तिक्याच परिणामकारक ठरणाऱ्या आहेत. ते आढ्यताखोर नव्हते पण भोळेही नव्हते. त्यांचे गुरू रामकृष्ण परमहंस तसे अजिबात नव्हते, पण विवेकानंदांनी हाती घेतलेल्या कार्याने त्यांना 'जगन्मित्र' बनवले, जगभरात पोहोचवले. त्यांनी जे अचाट आणि अफाट कार्य हाती घेतले होते त्यासाठी त्यांना माणसे नुसती जोडणे नव्हे तर त्यांना जिंकून घेणे गरजेचे होते. केवळ त्यांच्या हृदयावर, मनावरच नव्हे तर आवश्यकतेनुसार त्यांच्या खिशातील पैशांच्या पाकिटांवरही कब्जा करणे महत्त्वाचे होते. ते कार्य करताना ते त्यांच्या आत्म्याशी प्रामाणिक राहिले, त्यांनी व्यवहारही सांभाळला आणि उदात्तताही. याचमुळे ते काळावर आपली मोहोर उठवू शकले. त्यांनी हे सिद्ध करून दाखवले की, जगाच्या गदारोळातही आत्म्याचा आवाज ऐकता येतो. त्यांची जीवनकथा आपल्याला हे समजून घ्यायला मदत करते की- मन, आत्मा यांवर जरी नियंत्रण मिळवले, वास्तवापासून त्यांना विलग केले तरीसुद्धा मातृप्रेमासारखी एखादी कोमल, पवित्र भावना त्या सगळ्याच्या विरुद्धही वागायला लावते, अलिप्तता बाजूला ठेवायला लावते. आत्मज्ञान प्राप्त केलेला संन्यासीसुद्धा त्याच्या धाकट्या भावाच्या पोटापाण्याची, नोकरीधंद्याची चिंता करू शकतो हे विवेकानंदांनी आपल्याला शिकवले. विवेकानंद हे असे योगी पुरुष होते जे केवळ शब्दांचे अवडंबर माजवून, लोकांवर प्रभाव पाडून द्रष्टेपणाचे प्रदर्शन करीत राहिले नाहीत, त्यांनी व्यवहारी जगाशी संवाद साधला, सामान्यांशी चर्चा केली आणि म्हणूनच ते आजही 'आजचे', 'आपले' वाटतात.

२०१३ साली विवेकानंदांची एकशेपन्नासावी जयंती साजरी झाली. त्या वेळीसुद्धा 'हिंदुत्वाच्या श्रेष्ठत्वाचे कट्टर, हटवादी पुरस्कर्ते' असा टीकेचा सूर ऐकू येतच होता. त्यांच्या व्यक्तिमत्त्वावर हे एक प्रकारचे मळभ कायमच राहिले. पण जो योगी 'प्रत्येक आत्म्यात परमेश्वरी अंश असतो' असेच प्रतिपादन करत आला तो त्याचा स्वत:चा धर्म, निष्ठा यांखेरीज इतर धर्म, पंथ, तत्त्वज्ञान यांना कमी दर्जाचे. तुच्छ मानेल हे शक्य तरी वाटते का? 'सर्व धर्म, पंथ, श्रद्धा परमेश्वराकडे जाण्याचाच मार्ग दाखवतात' अशी शिकवण देणाऱ्या गुरूच्या या चेल्याचे मन पूर्वग्रहदूषित असू शकेल का? या पुस्तकाच्या यापुढील भागात आपण याच महत्त्वाच्या प्रश्नांचा उलगडा करून घेऊन त्यांची उत्तरेही शोधण्याचा प्रयत्न करणार आहोत.

विवेकानंदांनी 'देवावतार, ईश्वराचे देहधारण, मानवी रूपातील परमेश्वर' आणि 'भक्तिमंदिरे, देवस्थाने' या दोन भ्रामक कल्पनांच्या विरोधात दिलेला धोक्याचा इशारा ही माझ्या मते आजच्या आपल्या युगाशीही संबद्ध असलेली विवेकानंदांची सर्वांत महत्त्वाची शिकवण आहे.

'वैयक्तिक निष्ठा, श्रद्धा, विश्वास यांना विधी, कर्मकांड यांच्या पाशात अडकवले की, परमेश्वरप्राप्तीच्या, साक्षात्काराच्या प्रवासाचा हेतूच नष्ट होतो' या त्यांच्या दृढ मतावर ते आयुष्यभर ठाम राहिले.

> 'मी सर्वांत कशाला घाबरत असेन तर 'देवघर', 'भक्तिस्थान', 'पूजास्थान' यांना. मुळात ही कल्पना वाईट अथवा चुकीची नाही, पण त्यालाच सर्वश्रेष्ठत्व बहाल करायचे, जुन्या मूर्खासारख्या पद्धतींचे अवडंबर माजवायचे – हे सगळे पाहिले की मी अस्वस्थ होतो. काळजीत पडतो. या अशा जुन्या, अर्थशून्य, परिणामशून्य 'मंगलविधी', 'सण समारंभ' यांत ते स्वत:ला का अडकवून घेतात हे मला चांगलेच माहीत आहे. त्यांचा अंतरात्मा खरे तर काम करायला उत्सुक असतो, पण त्यांना वाव मिळत नाही आणि ते रिकामेपण घालवायला ते त्यांची सगळी ऊर्जा दिवे ओवाळण्यात आणि घंटा वाजवण्यात वाया घालवतात.'

जेथे असले झगमगते उत्सव, समारंभ यांचे वाढते प्रस्थ आपला ताबा घेण्याची धमकी देते अशा जगात ही अशी अस्वस्थता, काळजी समर्थनीयच आहे. आणि म्हणूनच विवेकानंद नावाच्या संन्याशाच्या जीवनाचा पुनर्शोध घेण्यासाठी आजच्या काळाइतकी योग्य वेळ दुसरी नाही.

# भाग २

# रामकृष्ण

# ३

# ‘तुम्ही मला देव दाखवू शकाल?’

हे पुस्तक लिहीत असताना एक गमतीदार गोष्ट घडली. माझी आई कित्येक वर्षे रामकृष्ण मिशनची आज्ञाधारक, एकनिष्ठ अनुयायी आहे. मिशनच्या चेन्नई येथील शाखेतील एक वयस्कर साधू तिला भेटला. ध्यानधारणा करणाऱ्या, डोळ्यांत एक प्रकारची चमक असलेल्या त्या ऐंशी वर्षे पार केलेल्या साधूने माझ्या आईजवळ माझ्याबद्दल आणि माझ्या वडिलांबद्दल चौकशी केली. 'मी बरा आहे का? वडिलांचे कामकाज कसे चालले आहे? अजूनही त्यांना खूप काम पडते का? मी काय काम करतो? सुखात आहे ना?' वगैरे वगैरे.

आई म्हणाली, ''सगळे काही व्यवस्थित आहे, छान चालले आहे.'' पण तिला एकच काळजी आहे. साधूंनी ती कोणती ते विचारले तशी आई म्हणाली, ''माझ्या मुलाला (म्हणजे मला) रामकृष्ण मिशनने खूप लवकर, म्हणजे दहा–बारा वर्षांचा असतानाच दीक्षा दिली आहे. त्या वेळी त्याला एक मंत्रही दिला आहे. तो मंत्र दुसऱ्या कोणालाही सांगायचा नाही आणि त्याने तो दिवसातून शक्यतो दोनदा म्हणायचाच असे त्याला बजावून सांगितले आहे.''

झाले असे होते की, पहिले काही महिने मी अगदी माझ्या वडिलांसारखाच अंघोळ झाल्याबरोबर धूतवस्त्र – धोतर, कुर्ता – नेसून, मांडी घालून बसून तो मंत्र जपत असे. पण लवकरच माझा उत्साह मावळला, 'यात काय साधेसुधेच शब्द आहेत' असे वाटू लागले आणि मन त्यावरून उडाले, इतर आकर्षणात गुंतले.

मी परत कधीही तो मंत्र जपला नाही. काही वर्षांतच तो मंत्र मी पूर्णपणे विसरलो, काहीतरी चुकीचेच स्मरणात ठेवले. हे जे काही झाले तो अपशकुन आहे अशी माझ्या आईची भावना होती आणि तीच तिची काळजी होती.

त्यामुळे त्या चेन्नईच्या साधूने माझ्याबद्दल विचारले तेव्हा तिने माझ्याविषयी तक्रार केली, ''आम्ही त्याला इतक्या बालवयात मिशनची गोडी लावायचा प्रयत्न केला, पण तो त्यातले काहीच करत नाही.''

''बरं, पण तो सध्या करतोय तरी काय?'' असे जेव्हा त्या साधूने विचारले तेव्हा ती म्हणाली, ''विवेकानंदांवर एक पुस्तक लिहितो आहे.'' ते ऐकून तो साधू हसत म्हणाला, ''अहो, मग त्याने आणखी काय करायला पाहिजे? तो मंत्र म्हणत नसेल, पण विवेकानंदांवर पुस्तक लिहितो आहे, म्हणजेच तो त्याच्या पद्धतीने त्यांचे ध्यानही करतो आहे आणि नामस्मरणही करतो आहे, नाही का? तुम्हाला उलट खूप आनंद व्हायला पाहिजे.''

त्यांची ओळख झाल्यानंतर तीन दशकांनंतरही विवेकानंद माझी अशी पाठराखण करीत होते.

आणि ते मला माझ्यासारखेच वाटत होते – सोप्या उत्तरांनी अस्वस्थ होणारे आणि एवढ्या तेवढ्या कारणांनी अधीर होणारे.

विवेकानंद जेव्हा पहिल्यांदा रामकृष्ण परमहंसांना भेटले त्या वेळी ते अठरा वर्षांचेही व्हायचे होते. रामकृष्ण कलकत्त्याच्या जवळच असलेल्या दक्षिणेश्वराच्या मंदिरात पुजारी होते. मंदिर कालिमातेचे होते. हे अध्यात्माची उच्च पातळी गाठलेले उन्मनी अवस्थेतील स्वमग्न महापुरुष त्या देवळात भक्तपरिवार गोळा करीत, कालिभक्तीत बुडून जाऊन कालीच्या भयकारी दिसणाऱ्या मूर्तीसमोर कधी हसत, कधी रडत, कधी गाणी गात, कधी नाचतसुद्धा.

> कॉलेजमध्ये असताना त्यांनी (विवेकानंदांनी) एकोणिसाव्या शतकातील बुद्धिनिष्ठ असे पाश्चिमात्य तत्त्वज्ञान वाचलेले होते. त्याआधीच्या काळात, बालपण व पौगंडावस्थेत, देव, धर्म यांवरील त्यांचा विश्वास तसा डळमळीतच होता. नंतर तर केवळ निष्ठेच्या आधारावर धर्म मानायलाही ते तयार नव्हते, 'देव दाखवा' असा आग्रह धरणारे होते. पण लवकरच त्यांच्या उत्कट, संवेदनाशील स्वभावाला वास्तवातील भावनाशून्यतेचा, बधिरतेचा, निस्तेजपणाचा कटू अनुभव येऊ लागला. केवळ सिद्धान्त, तत्त्वज्ञान यांच्या आधाराने समाधान न होणाऱ्या त्यांच्या भावनाशील मनाला, विशेषत: मोहाच्या क्षणी, ठोस आधाराची गरज प्रतीत होऊ लागली. आपल्या अंतर्मनातील कल्लोळ, आत्म्याची अस्वस्थता यांवर नियंत्रण ठेवायला बाह्य शक्तीची, कोणातरी हाडामांसाच्या व्यक्तीची, एका जिवंत परिपूर्ण अशा आदर्श व्यक्तीची, गुरूची आवश्यकता भासू लागली. त्या वेळी तशी मानसिक स्थितीत ते केशव (चंद्र सेन, ब्राह्मो समाजाचे संस्थापक) यांच्या प्रभावी व्यक्तिमत्त्वाकडे आकर्षित झाले आणि ते ब्राह्मो समाजाचे सभासद झाले. तेथे ते गानवृंदात सामील होत असत. परंतु त्यांना हवा असलेला 'देव बघितलेला' श्रेष्ठ गुरू त्यांना तेथे सापडला नाही.

पौगंडावस्थेच्या उत्तरार्धात काही काळ तर असा होता की, ते अनेक लोकांना ''तुम्ही देव पाहिला आहे का?'' असा प्रश्न विचारायचे. प्रश्न निरागसपणे विचारलेला असला, सरळ वाटला तरी भुवया उंचावणारा, कपाळाला आठ्या पाडणारा होता. असा प्रश्न कोणी विचारणे अपेक्षितही नसते, तो अचानक ऐकण्याची तयारीही नसते. भारतभर प्रवास करणारा इंग्लिश प्रवासी पॉल ब्रंटन यांनी लिहिले आहे की, ते एक दिवस मनात अनेक प्रश्न घेऊन सध्याच्या तामिळनाडूतील अरुणाचल पर्वताच्या पायथ्याशी असलेल्या महान योगी भगवान रमण महर्षी यांच्या आश्रमात जाऊन पोहोचले आणि जेव्हा महर्षींसमोर उभे राहिले तेव्हा महर्षींच्या चेहऱ्यावरील धीरगंभीर अशा अपूर्व शांततेत त्यांच्या मनातले सर्व प्रश्नच वितळून गेले! रवींद्रनाथ टागोर यांचे पिता देवेंद्रनाथ टागोर यांची असाधारण बुद्धिमत्ता आणि त्यांची तपश्चर्या यामुळे त्यांना 'महाऋषी' ही उपाधी प्राप्त झाली होती. त्या श्रेष्ठतम संतालाही तरुण नरेनने त्याचा नेहमीचा प्रश्न विचारला तेव्हा ते त्याला इतकेच म्हणाले, ''मुला, तुझे डोळे एका योग्याचे आहेत, तू ध्यानधारणा करायला हवी.''

त्यांच्या बोलण्याने नरेनचे समाधान झाले नव्हते, त्याच्या प्रश्नाचे उत्तर त्याला मिळालेच नव्हते. त्यानंतर वयाच्या अठराव्या वर्षी, एक-दोन वर्षे कॉलेजमध्ये घालवलेली असताना नरेंद्रनाथ दत्त हा तरुण एक दिवस दक्षिणेश्वर येथे पोहोचला.

एका सधन कुटुंबातल्या कॉलेजकुमाराने असे अचानक दक्षिणेश्वरसारख्या आडगावातल्या देवळातील पुजाऱ्याकडे जायचे का ठरवले असेल? काही जाणकारांचे म्हणणे असे आहे की, त्या तरुणाला विल्यम वर्डस्वर्थ या सुप्रसिद्ध कवीच्या 'द एक्सकर्शन' या नावाच्या दीर्घकाव्याने ही स्फूर्ती दिली.

हे दीर्घ, नव्हे प्रदीर्घ काव्य नऊ भागांत विभागलेल्या एकूण ९०६८ ओळींचे आहे. त्यातील काही ओळी या विवेकानंदांच्या संदर्भातील म्हणून आजही उद्धृत केल्या जातात.

First,

Such was the Boy-but for the growing Youth
What soul was his, when, from the naked top
Of some bold headland, he beheld the sun
Rise up, and bathe the world in light! He looked
Ocean and earth, the solid frame of earth
And ocean's liquid mass, in gladness lay
Beneath him : Far and wide the clouds were touched, And in their silent faces could he read
Unutterable love. Sound needed none,
Nor any voice of joy; his spirit drank

The spectacle: sensation, soul, and form,
All melted into him; they swallowed up
His animal being; in them did he live,
And by them did he live; they were his life.
In such access of mind, in such high hour
Of visitation from the living God,
Thought was not; in enjoyment it expired.
No thanks he breathed, he proffered no request;
Rapt into still communion that transcends
The imperfect offices of prayer and praise,
His mind was a thanksgiving to the power
That made him; it was blessedness and love!

Then,

I have seen
A curious child, who dwelt upon a tract
Of inland ground, applying to his ear
The convulsions of a smooth-lipped shell;
To which, in silence hushed, his very soul
Listened intensely; and his countenance soon
Brightened with joy; for from within were heard
Murmurings, whereby the monitor expressed
Mysterious union with its native sea.
Even such a shell the universe itself
Is to the ear of Faith; and there are times,
I doubt not, when to you it doth impart
Authentic tidings of invisible things;
Of ebb and flow, and ever-during power;
And central peace, subsisting at the heart
Of endless agitation.

ज्या तरुणाने अनंत आंदोलनांनी हेलावणाऱ्या मनाच्या गाभाऱ्यात, आत, खोलवर वसणाऱ्या शांतीचा शोध घेतला, ज्या तरुणाने पुढे 'स्वामी विवेकानंद' म्हणून जग गाजवले त्याच्या तरुणपणातील आयुष्यात या ओळींचे अनेक पडसाद उमटलेले दिसतात.

ही कविता नरेनला स्कॉटिश चर्च कॉलेजचे प्रिन्सिपॉल विल्यम हेस्टी यांनी शिकवली होती. त्यांनी असे सांगितले होते की,

> कवीने त्याच्या मनाच्या ज्या समाधी अवस्थेचे वर्णन केले आहे ती केवळ कविकल्पनेची भरारी नसून तो त्याचा प्रत्यक्षातील अनुभव असू शकतो. परंतु अशी स्थिती मन अत्यंत शुद्ध, पवित्र असल्याखेरीज प्राप्त करून घेता येत नाही.

पण अशी ही मनाची विशुद्धता कुठे शोधायची? या ओघाने येणाऱ्या प्रश्नाचे उत्तरही प्राध्यापक हेस्टी यांनी दिले होते. त्यांनीच दक्षिणेश्वरच्या रामकृष्ण परमहंसांचा संदर्भ दिला होता आणि म्हणूनच नरेन रामकृष्णांकडे गेला होता. तोवर त्याने डेव्हिड ह्युम, जॉन स्टुअर्ट मिल, हर्बर्ट स्पेन्सर यांसारखे महान पाश्चिमात्य तत्त्वज्ञ वाचले होते, तसेच हिंदुधर्म, त्याचे रीती-रिवाज, हिंदू तत्त्वज्ञान, धर्मग्रंथ, महाकाव्ये असे सगळेही त्याला शिकवले गेले होते. परंतु त्याला त्याच्या प्रश्नाचे उत्तर काही मिळाले नव्हते, म्हणूनच 'कदाचित हे रामकृष्ण परमहंस आपल्याला मदत करू शकतील' असा विचार त्याने केला असावा.

या आडगावच्या पुजाऱ्यांमध्ये त्यांचे असे एक विशेष निराळेपण होते. त्यातून त्यांची बंडखोर प्रवृत्ती प्रतीत होत होती, त्यात भोळा आंधळेपणा नव्हता, चौकस हट्ट होता. या साधर्म्यानेच बहुधा तरुण नरेन त्यांच्याकडे ओढला गेला असेल. गदाधर चट्टोपाध्याय (ज्यांना पुढे त्यांच्या आध्यात्मिक गुरूंकडून 'रामकृष्ण परमहंस' हे नाव मिळाले) यांनी एका अत्यंत सधन, पण अतिशय श्रद्धाळू, भाविक अशा रासमणी नावाच्या विधवा राणीने बांधलेल्या त्या कालिमातेच्या सुंदर मंदिराचे पुजारीपण स्वीकारले होते. त्यांची ही कृती वादग्रस्त ठरली होती कारण राणी रासमणी या खालच्या जातीच्या होत्या आणि रामकृष्णांसारखे ब्राह्मण पुजारी अशा खालच्या जातीच्या कोणीतरी बांधलेल्या देवळात, मग ते बांधणारे कितीही श्रीमंत असले, राजघराण्यातले असले तरीही, काम करायला कायमच नकार देत असत. असे म्हणतात की, रामकृष्णही सुरुवातीला तयार नव्हतेच, साशंक होतेच; परंतु त्यांची आध्यात्मिक उंची जसजशी वाढू लागली तसतशी त्यांच्या मनातील जातिभेदाची अढी नाहीशी झाली आणि त्यांनी कनिष्ठ जातीच्या मालकिणीच्या कालिमातेच्या देवळाचे पुजारीपद स्वीकारले.

नरेन त्यांना भेटायला गेला तोवर त्यांची एक 'वेडा', 'विक्षिप्त' पण गूढ वलय असलेला 'साक्षात्कारी साधू' अशी कीर्ती पसरलेली होती. ते कधी हसत असत तर कधी रडत असत आणि कधी बघता बघता समाधी अवस्थेत पोहोचत असत. 'मला या माझ्या कालिमातेच्या प्रेमाची धुंदी चढते' असे ते त्याचे स्पष्टीकरण देत असत. स्वभावात बालकाचा निरागस खेळकरपणा, गोंधळात टाकण्याइतपत विक्षिप्तपणा आणि खुळेपणाचे वाटावे असे बोलणे. पहिल्याच भेटीत रामकृष्णांनी नरेनला गाणे

म्हणून दाखवायला सांगितले कारण त्यांनी त्याचे गाणे आधी कुठेतरी (कदाचित ब्राह्मो समाजातील गानवृंदात) ऐकलेले होते.

नरेन गाऊ लागला आणि रामकृष्ण खोल ध्यानसमाधीत गेले. गाणे संपले तसे ते जागे झाले त्यांनी नरेनचा हात पकडला आणि त्याला जवळजवळ ओढतच एका अशा आडबाजूच्या खोलीत घेऊन गेले जेथे त्या दोघांना कोणी पाहू शकत नव्हते, ऐकू शकत नव्हते. रामकृष्ण नरेनला म्हणाले, ''का, का एवढा उशीर केलास? का मला कठोरपणे इतके दिवस वाट पाहायला लावलीस? या जगातल्या लोकांची व्यर्थ बडबड ऐकून माझे कान किटले आहेत. माझा संदेश स्वीकारायला पात्र असेल अशा व्यक्तीच्या हृदयात माझे हृदय ओतायला मी किती आतुर झालो होतो रे!'' असे म्हणून ते ढसाढसा रडू लागले.

'हा पुजारी नक्कीच वेडा दिसतो आहे' असेच त्या अनपेक्षित भावनावेगाच्या दर्शनाने भयचकित झालेल्या नरेनच्या मनात आले, पण तरीही त्यातील आर्तता त्याच्या आत पोहोचली, त्यानेच तो गोंधळात पडला, पण आकर्षितही झाला. त्याच्या मनाचा ठाव घेतलेला तो प्रश्न त्याने लगेच त्या वेड्या महात्म्याला विचारून टाकला, ''तुम्ही देव पाहिला आहे?''

आणि पहिल्यांदाच त्याला ताबडतोब आणि तेही होकारार्थी उत्तर मिळाले, ''हो, मी पाहिला आहे देव. आणि तू या क्षणी जसा माझ्यासमोर, जेवढा स्पष्ट दिसतो आहेस ना त्याहूनही जास्त स्पष्ट पाहिला आहे. तुझ्याशी बोलतो आहे ना त्याहीपेक्षा जवळिकीने बोललोदेखील आहे त्याच्याशी.''

तो प्रश्नोत्तराचा क्षण भारताच्या आधुनिक अध्यात्मिक इतिहासातील एक महत्त्वपूर्ण, युगप्रवर्तक म्हणता येईल असा क्षण होता. रामकृष्णांच्या उत्तरातील स्तंभित करणारी, सहज निश्चितता हे नरेनच्या उर्वरित आयुष्याच्या कल्पवृक्षाचे बीज होते. त्या क्षणाने त्या तरुण नरेनचे आयुष्य तर बदलून टाकलेच; पण पुढे अनेक रूढ संकेतही बदलले, हिंदुत्वाचाही कायापालट घडवला आणि भारताचा इतिहासही पालटला. याची कारणमीमांसा करण्याआधी जरा रामकृष्णांच्या भूतकाळाचा धांडोळा घेऊ या. गदाधर चट्टोपाध्याय हा एक प्रयोगशील माणूस होता, सत्यशोधक होता. परम सत्याच्या शोधात त्यांनी अनेक वाटा चोखाळल्या होत्या. अखेर ते या निष्कर्षाप्रत येऊन पाहोचले होते की, 'देवाविषयीची जेवढी मते, तेवढ्या त्याच्यापर्यंत पोहोचायच्या वाटा!' त्यांनी उन्माद अनुभवला, ते ब्रह्मानंदात रंगले, अखंड ध्यानधारणा केली, साक्षात्काराच्या प्रकाशात न्हायले, बंधमुक्त होऊन नाचले, गायले आणि भावनावेग असह्य होऊन त्यांच्या कालिमातेच्या कुशीत शिरून घळाघळा रडलेही.

ब्राह्मण असून एका खालच्या जातीच्या घराण्यातील सदस्याने बांधलेल्या देवालयात पुजारीपद स्वीकारून त्यांनी ब्राह्मण्याचा जातिनियम मोडला होताच, त्याच

बंडखोरपणाने त्यांनी अध्यात्माच्या, परमेश्वरप्राप्तीच्या, साक्षात्काराच्या अनेक रुळलेल्या वाटांनी आणि त्याबरोबरच नव्या, सरळ आणि वाकड्या मार्गांनी सत्याचा शोध घेण्याचा आटापिटा केला. त्या प्रवासात त्यांनी सर्व रूढ संकेत मोडले, निषिद्धाचा संग केला. भैरवी भामिनी नावाच्या एका स्त्रीकडे ते तंत्रमंत्र शिकले, पंडित गौरीकांत ताराभूषण यांच्याकडे वैष्णव पंथाचे पूजाविधी शिकले, जटाधारी नावाच्या योग्याकडे त्यांनी श्रीरामाच्या भक्तीचे पाठ घेतले. इस्लाम आणि ख्रिश्चन धर्मीयांच्या उपासनापद्धतीही जाणून घेतल्या.

तंत्रमंत्र शिकवणाऱ्या भैरवी भामिनी यांच्याजवळ त्यांनी एकदा तक्रार केली की लोक त्यांना 'वेडा' म्हणतात. त्यावर त्या म्हणाल्या, ''प्रत्येक माणूसच वेडा असतो, कोणी पैशासाठी वेडा होतो, कोणी नाव आणि कीर्तीसाठी, कोणी सर्व प्राणिमात्रांच्या सुखासाठी वेडा होतो, तू परमेश्वरप्राप्तीसाठी वेडा झाला आहेस.''

काही काळ शिकवल्यानंतर भैरवी भामिनी यांना या गोष्टीची जाणीव झाली होती की, त्यांचा शिष्य हा कोणी सामान्य साधक नाही, तो अवतारपुरुष आहे. त्यांचा शिष्य गदाधर त्यांच्याजवळ नेहमी 'अस्वस्थ वाटते, अंगाची जळजळ होते' अशी तक्रार करायचा. यावर काही उपाय शोधण्याचा एक मार्ग म्हणून भैरवी भामिनी यांनी काही धर्मशास्त्र, ईश्वरविद्या या प्रांतातील विद्वानांना एकत्र बोलावून चर्चा केली. भामिनीचा अंदाज खरा ठरला. विद्वज्जनांनी सांगितले, 'गदाधर एका अत्यंत असाधारण अशा आध्यात्मिक अनुभवातून चालला आहे, ज्या हर्षोन्मादाच्या दाहक अनुभवाला 'महाभाव' असे म्हणतात.' यामुळे तर तो केवळ समर्पित भक्तच नाही तर त्यापलीकडे पोहोचलेला 'अवतार' आहे या भामिनी यांच्या मतावर शिक्कामोर्तबच झाले.

गुरू भामिनी यांनी जेव्हा त्यांच्या जगावेगळ्या शिष्याला ही गोष्ट सांगितली तेव्हा तो 'अवतार' एवढेच म्हणाला, ''चला, म्हणजे मला काही रोग वगैरे झालेला नाही हे ऐकून बरे वाटले.'' पुढे रामकृष्णांच्या दोन शिष्यांनी त्यांना या प्रसंगावरून बरेच छेडले तेव्हा ते म्हणाले, ''जमलेले सगळेच जाणकार, विद्वान होते. सर्व समजून उमजूनच बोलत होते. पण त्यामुळे माझ्या मनात काहीच बदल घडून आला नाही.'' या सगळ्यांतून एक गोष्ट 'त्या वेड्या'च्या लक्षात आली की, 'असे वेडे होणे यात काहीच गैर नाही!'

तोतापुरी महाराज नावाच्या एका साधुपुरुषाने त्यांना अद्वैत वेदान्त शिकवला. त्यांनीच गदाधराला 'रामकृष्ण' हे नाव दिले. निराकार परमेश्वराच्या साधनेतून परम सत्याचा शोध घेण्याच्या वेदान्ताची शिकवणी सुरू करण्याआधी तोतापुरींनी शिष्याला सर्वसंग परित्यागाची दीक्षा घ्यायला लावली. – सर्व ऐहिक बंध तोडून टाकलेले ते दोन योगी जेव्हा समोरासमोर बसले असतील तेव्हा दोघांमध्ये फारसा फरक दिसला नसेल.

> रामकृष्ण लहानखोर दिसायचे, चण बारीकच होती. काळासावळा रंग, फारशी न वाढलेली दाढी, लक्ष वेधून घेणारे डोळे – काळेभोर, थोडे लांबट, जरासे तिरके, कधीच पूर्ण उघडे नसणारे – अर्धोन्मिलित. शुभ्र दंतपंक्ती दिसेल इतके तोंड उघडून प्रकट होणारे, प्रसन्न, मोहक हास्य – त्यात प्रेमळपणा तर होताच, पण जरासा खट्याळपणाही डोकावत होता. मध्यम उंची, कमालीची कृश शरीरयष्टी, एकंदरीत नाजूक प्रकृती. शारीरिक व मानसिक अशा दोन्ही सुखदु:खांच्या वाऱ्यांनी लगेच हेलावून जाणारा, अनैतिकता सहन न होणारा, टोकाचा संवेदनाशील, हळवा स्वभाव. त्यांच्यासमोर बसला होता एक भव्य पहाड. त्यांचे गुरू. उंच, दणकट बांध्याचे, टणक प्रकृतीचे, पोलादी शरीराचे आणि पोलादीच मनाचे.

दीक्षाविधी पूर्ण झाल्यानंतर तोतापुरी महाराजांनी रामकृष्ण यांना जेथे कोणीही त्यांना त्रास देणार नाही अशा एका खोलीत घेऊन गेले. तेथे त्यांनी शिष्याला पहिला धडा दिला,

> 'ब्रह्म हे एकच सत्य, एकच वास्तव आहे. ते विशुद्ध, पवित्र आहे. प्रकाशमान, तेज:पुंज आहे, कालातीत आहे. अवकाशाच्या सीमांच्याही पार, कार्यकारणभावाच्या पलीकडे आहे. अतर्क्य अशा मायेच्या शक्तीमुळे त्याला नावे, आकार प्राप्त झाले असले तरी ब्रह्म (या विश्वातील एकमेव परम सत्य किंवा विश्वभान) हे एकच आहे, अविभक्त आहे. जे मायेच्या अमलाखाली असते ते सगळेच मिथ्या असते. त्या सगळ्याचा त्याग कर. नाव, रूप, आकार यांचा तुरुंग फोडून त्यातून सिंहाच्या शक्तीने बाहेर झेप घे. आत्म्याच्या शोधासाठी अंतरात खोल उडी घे आणि आत्मज्ञान मिळव. नावारूपाचे जग एका निर्वात पोकळीत नाहीसे होईल, तुझा क्षुद्र अहंभाव ब्रह्मज्ञानामध्ये विलीन होईल, ब्रह्म हीच तुझी ओळख होईल, तेच तुझे अस्तित्व होईल, त्यातच तुला परमानंदाचा साक्षात्कार होईल.'

ही सगळी अद्वैत वेदान्ताची तत्त्वे आहेत. विवेकानंदांनीही जगाला तीच तत्त्वे शिकवली. मला असे वाटते की, तरुण नरेनच्या 'तुम्ही देव पाहिला आहे का?' या प्रश्नाला रामकृष्णांनी जे उत्तर दिले ते म्हणजे सूत्ररूपाने सांगितलेली वेदान्ताची मूलतत्त्वेच होती. 'होय, प्रत्येकानेच देव पाहिलेला असतो कारण वेदान्त हेच तर शिकवते की प्रत्येक जण देवच असतो.'

या प्रश्नात भारताच्या इतिहासाची महानता सामावलेली आहे. भारतीय, विशेषत: हिंदू विचारधारेने तिचा प्रवाह जेथे एका युगातून दुसऱ्या, आधुनिक युगाकडे वळवला ती ही जागा आहे. विवेकानंदांनी त्यांच्या महान कार्यातून, त्यांच्या रामकृष्णांबरोबरच्या वैचारिक अन्योन्यक्रियेतून, आणि खरे तर रामकृष्णांनीसुद्धा, प्राचीन ग्रंथांमध्ये बंदिस्त

राहिलेला भारतीय उदारमतवाद, त्या तत्त्वज्ञानाचा आत्मा मुक्त करून तो आधुनिक जगासमोर आणला.

परंतु तरीसुद्धा मी असा दावा करू इच्छितो की, भारतीयांच्या उदार, सहिष्णू मनाचे पालनपोषण करण्याच्या त्या वृत्तीचा विकास साधण्याच्या कार्यात रामकृष्ण आणि विशेषत: विवेकानंदांचे जे महत्त्वपूर्ण, भरघोस असे योगदान आहे त्याचे श्रेय उचित, योग्य प्रमाणात त्या दोघांच्या पदरात घातले गेलेले नाही, त्याचे महत्त्व पूर्णपणे ओळखले गेलेले नाही. या कामात विवेकानंदांना एकोणिसाव्या शतकातील एक नामवंत, श्रेष्ठ प्रज्ञावंत राजा राममोहन रॉय यांचाही वारसा पुढे चालवण्याचे भाग्य प्राप्त झाले. राजा राममोहन रॉय यांनी त्यांचे उभे आयुष्य हिंदुधर्मातील सनातनी विचारांच्या अतिरेकाविरुद्ध, पतीच्या मृत्यूनंतर विधवेने स्वत:ला जाळून घेण्याच्या – सती जाण्याच्या – अनिष्ट, पाशवी प्रथेविरुद्ध आणि अन्य अनेक अन्यायी चालीरीतींविरुद्ध लढा देण्यात खर्च केले. शिवाय, ते वेद व उपनिषदे यांतील तत्त्वांचे थोर अभ्यासक होते, त्यांनी वेदान्तातील विचारांचे समालोचन करणारा 'ॲब्रिजमेंट ऑफ द वेदान्त' (वेदान्तांचा सारांश) या नावाचा ख्यातनाम ग्रंथ लिहिला आहे. एक लक्षवेधक गोष्ट अशी की, रॉय यांनीही विवेकानंदांप्रमाणेच जॉन स्टुअर्ट मिलसारख्या पाश्चिमात्य विचारवंत, तत्त्वज्ञ यांचे साहित्य वाचलेले होते आणि त्याने ते प्रभावित झाले होते. 'असा विधायक विचारांचा आधुनिक सामाजसुधारक एकदाच जन्माला येतो आणि तो म्हणजे राजा राममोहन रॉय' असे विधान विवेकानंदांनी केले यात काहीच नवल नाही.

या दोघा महान विभूतींमध्ये आणखीही काही साम्यस्थळे आहेत. हिंदुधर्माच्या अद्वैतवाद, एकेश्वरवाद यासारख्या मूलतत्त्वांचा – म्हणजेच अद्वैत वेदान्ताचा – पुनर्शोध घेऊन त्यांची पुनर्स्थापना करण्याचे कार्य राजा राममोहन रॉय यांनी ब्राह्मो समाज आणि अन्य काही माध्यमांमधून केले. हे कार्य करीत असताना त्यांच्यावर इस्लाम (ते पर्शियन लीलया लिहू शकायचे) व ख्रिश्चन (जो त्या काळच्या ब्रिटिश वसाहतवाद्यांचा धर्म होता) या दोन्ही धर्मांच्या तत्त्वांचा मोठा प्रभाव होता. हिंदुधर्माच्या मूळच्या विशुद्ध व पवित्र रूपात सनातनवाद्यांनी घुसडलेल्या अयोग्य, अन्याय्य रूढी, चालीरीती यांविरुद्ध लढा देऊन त्यांचा बडेजाव कमी करून, त्या काढून टाकून हिंदुधर्माला पुन्हा त्याच्या मूळच्या निर्मळ रूपात आणण्याच्या इच्छेने त्यांनी कार्य केले. त्यांना हे उमजले होते की, उपनिषदांत सांगितल्याप्रमाणे जर आत्मा हा अंतिम, परम सत्याशी एकरूप झालेला असेल, वेगळा काढताच येत नसेल तर तो मुक्तीचाच मार्ग धरणार आणि त्याला ते स्वातंत्र्य देणे हेच अंतिम उत्तर आहे.

सती जाण्याच्या अन्याय्य रूढीच्या बाबतीत रॉय यांचे रास्त म्हणणे असे होते की, ज्या अर्थी प्राचीन मानवधर्म शास्त्रकर्ता मनू किंवा वेदान्ताचे कर्ते याज्ञवल्क्य यांसारख्या ऋषींनी पतीच्या निधनानंतर विधवा स्त्रीने कसे वागावे (साधेपणाने राहावे व सर्व कामे करावीत, परंतु सर्व इंद्रियसुखांपासून दूर राहावे), तिची काळजी कोणी वाहावी (पिता,

माता, पुत्र), यांसंबंधी स्पष्टपणे लिहून ठेवले आहे; त्या अर्थी तिने स्वत:ला जाळून घेणे सक्तीचे निश्चितच नव्हते, तो निर्णय तिच्यावर सोपवलेला होता. आणि तसेच असले पाहिजे. या सत्याधारावर आणि शास्त्राधारावर कोणीही पुराणमतवादी हट्टाने विधवा स्त्रीला सती जाण्याची सक्ती करू शकत नाही. विवेकानंदांना येशू ख्रिस्ताच्या जीवनाविषयी आत्यंतिक आदर होता. पंधराव्या शतकात थॉमस अ केम्पीस नावाच्या एका डच धर्मगुरूने 'द इमिटेशन ऑफ ख्राइस्ट' या नावाचे एक भक्तिपर पुस्तक लिहिले होते. ते पुस्तक विवेकानंद नेहमी जवळ बाळगीत असत. १८८८ साली ते परिव्राजक बनून भारतभर प्रवास करीत होते त्या वेळी ते ज्या मोजक्या चार गोष्टी सोबत बाळगायचे त्यांत एक जाड काठी, कमंडलू आणि दोन पुस्तके असायची. एक भगवद्गीता आणि दुसरे 'द इमिटेशन ऑफ ख्राइस्ट'. ते म्हणतात,

> 'येशू ख्रिस्त हा देव होता – मानवरूपातील देव. तो अनेक वेळा अनेक रूपांत प्रकट झाला, त्या रूपांतच आपण त्याची भक्ती, पूजा करू शकतो. ती त्याच्या स्वयंरूपात करायचीच नसते, तशा निराकार ईश्वराला पुजणे म्हणजे वेडेपणाचेच ठरेल. येशू ख्रिस्त या त्याच्या मानवरूपातच त्याची आपण देव म्हणून पूजा, भक्ती केली पाहिजे. साकार रूपापेक्षा उच्च दर्जाच्या, त्यापलीकडच्या रूपातील ईश्वराची भक्ती तुम्ही करूच शकत नाही. ख्रिस्ताहून अलग असलेल्या देवाची भक्ती करणे तुम्ही जितक्या लवकर सोडून द्याल तेवढे चांगले. तुम्ही निर्माण केलेला जेहोव्हा आणि ख्रिस्त – करा दोघांची तुलना. काय झाले? कधीही तुम्ही ख्रिस्ताच्या पलीकडे जाऊन काही केलेत तेव्हा सत्यानाशच झाला आहे. फक्त देवच देवाचे पूजन करू शकतो. ती क्षमता माणसाला दिलेलीच नाही आणि ईश्वराच्या साकार रूपापलीकडे जाऊन तसा प्रयत्न करणे हे आजपर्यंत मानवजातीला धोकादायकच ठरले आहे. मुक्ती हवी असेल तर ख्रिस्ताची संगत सोडू नका, त्याच्याजवळ रहा. तुमच्या कल्पनेतील कोणत्याही देवाहून तो श्रेष्ठ आहे. तुम्हाला ख्रिस्त म्हणजे एक माणूस वाटत असेल तर त्याची भक्ती करू नका, पण ज्या क्षणी तुम्हाला त्याचे देवपण प्रतीत होईल त्याचे पूजन करा. तो माणूसच होता असे म्हणतात आणि तरीदेखील जे त्याची पूजा करतात ते ईश्वराची निंदा करतात. असा मध्यममार्ग उपलब्ध नाही, एक काहीतरी पूर्णपणे स्वीकारायला हवे. 'ज्याने पुत्राला पाहिले त्याने पित्यालाही पाहिले' आणि पुत्राचे दर्शन घेतल्याशिवाय तुम्ही पित्याला पाहूच शकत नाही. हे सगळे नुसतीच तोंडाची वाफ दवडणे होईल, नुसतीच स्वप्ने पाहणे आणि कल्पनेच्या विश्वात वावरणे होईल, निरर्थक तत्त्वज्ञान ठरेल. पण जर तुम्हाला तुमच्या आध्यात्मिक जीवनावर नियंत्रण मिळवायचे असेल तर ख्रिस्ताच्या रूपात अवतरलेल्या ईश्वराला शरण जा, त्याच्या चरणी लीन व्हा.'

रामकृष्ण परमहंस यांच्या मृत्यूनंतर विवेकानंद यांनी 'रामकृष्ण मिशन'ची स्थापना केली. त्याच्या सुरुवातीच्या काळाविषयी रामकृष्ण परमहंस आणि विवेकानंद या दोघांचे एक फ्रेंच भक्त, नोबेल प्राइझ विजते रोमां रोलां यांनी म्हटले आहे,

> 'मानवतेविषयीच्या जोमदार, तेजस्वी, दैवी विचारांच्या विशाल मांदियाळीत ख्रिस्त आणि त्याची शिकवण यांना या मिशनने दिलेले आदरणीय स्थान आपण पुन्हा एकदा लक्षात घेतले पाहिजे. हे मिशनचे हिंदू साधक गुड फ्रायडे साजरा करतात, सेंट फ्रान्सिस याची कँटिकल्स ही विविध देवदेवतांच्या स्तुतिपर लिहिलेली गाणी म्हणतात. नरेन त्या साधकांना पाश्चिमात्य धर्मनीतितत्त्वांचा पाया घालणाऱ्या आपल्याकडच्या महान ख्रिश्चन संत, धर्मगुरू यांच्या कथा सांगतो. भारतीयांचा पूजनीय ग्रंथ भगवद्गीता, त्याच्या शेजारी आपल्या 'द इमिटेशन ऑफ ख्राइस्ट' या पुस्तकाला स्थान दिले जाते. पण तरीसुद्धा ख्रिश्चन धर्म स्वीकारण्याचा मुद्दा कधीच निघत नाही. ते त्यांची वेदान्तावरील निष्ठा अबाधित राखतात, अद्वैत वेदान्तवादाची नाळ कधीच सोडत नाहीत. जगातील सर्व धर्मांची तत्त्वे मात्र ते त्यांच्या विचारात, निष्ठेत समाविष्ट करतात. आपली पवित्र जॉर्डन नदी आणि त्यांची पावन गंगा यांचा सुगम संगम साधला जातो.'

रोमां रोलां यांच्या 'द लाइफ ऑफ विवेकानंद' या पुस्तकाची जी आवृत्ती माझ्याकडे आहे त्यात या वरील परिच्छेदाच्या नंतर लगेच एक प्रकाशकाची टीप आहे.

> 'रामकृष्ण या महान गुरूंचे जे शिष्य, अनुयायी आहेत ते ख्रिस्ताचा अत्यंत आदर करतात, पण त्यांच्यासाठी ख्रिस्ताचे स्थान हे 'देवावताराची महानता असलेल्या जगातील अनेक श्रेष्ठ प्रेषितांपैकी एक' असेच आहे. पण ते हिंदुधर्मातील अवतारी पुरुषांच्या वरचे, त्यांच्याहून अधिक प्रभावशाली कधीच नसते.'

ही वरील स्पष्टीकरणे विवेकानंद स्वतः याबाबतीत जे बोलतात, लिहितात त्याच्याशी मिळतीजुळतीच आहेत. त्यांच्या एका भाषणात 'ख्रिस्त पुन्हा जन्म कधी घेणार?' या प्रश्नाचे उत्तर देताना ते म्हणाले होते,

> 'खरे तर मी अशा गोष्टींची फारशी दखल घेत नाही. मी मूलतत्त्वांचा विचार करतो. मला हे सांगायचे आहे की, देव पुन:पुन्हा अवतार घेत असतो, या जगात येत असतो आणि भारतात तो आजवर कृष्ण, राम, बुद्ध यांच्या रूपात येऊन गेलेला आहे आणि यापुढेही येत राहील. आजवरच्या इतिहासाचा मागोवा घेतला तर असे दिसते की, साधारण पाचशे वर्षांनी जग विनाशाकडे वाटचाल करू लागते आणि त्या वेळी एक प्रचंड आध्यात्मिक लाट येते आणि तिच्यावर कुठल्यातरी रूपात ख्रिस्त स्वार झालेला असतो.'

दुसऱ्या एका भाषणात ते 'ख्रिस्त आणि बुद्ध हे दोघे सरूप, अभिन्न आहेत का?' हा प्रश्न हाताळताना म्हणतात,

> 'माझी स्वत:ची कल्पना अशी आहे की, बुद्धच ख्रिस्ताच्या अवतारात पुन्हा अवतीर्ण झाला. बुद्धाने असे भाकीत केले होते की, तो पाचशे वर्षांनी पुन्हा अवतार घेणार आहे, आणि पाचशे वर्षांनी ख्रिस्त जन्मला!'

रामकृष्ण म्हणत, 'जत मत, तत पथ' – 'जेवढी मते, तेवढे मार्ग'. 'देवाविषयीची जेवढी मते तेवढ्या त्याच्यापर्यंत पोहोचायच्या वाटा!' अद्वैत वेदान्त हेच सांगते की, प्रत्येक आत्मा हा ईश्वरस्वरूप आहे आणि प्रत्येक आत्म्यात ब्रह्माचा अंश आहे. हे लक्षात घेण्यासारखे आहे की, हे मतप्रदर्शन 'बंगाल नवजागरण' या नावाने प्रसिद्धी पावलेल्या बंगालमधील बुद्धिमान विचारवंतांच्या चळवळीच्या काळात होत होते. ज्या काळात विचारवंतांच्या प्रतिभेला पंख फुटत होते, त्यांची मुक्त विचारसरणी, उदार मते यांनी शिक्षण, राजकारण, साहित्य, कला आणि धर्म ही सर्वच क्षेत्रे फार मोठ्या परिवर्तनाच्या स्थितीतून जात होती अशा काळात ती क्रांतिकारक मते व्यक्त झालेली होती. राणी रासमणीसारख्या नीच जातीच्या स्त्रीच्या मालकीच्या देवालयाचे पुजारीपद स्वीकारणे, इस्लाम धर्म समजावून घेण्याचा प्रयत्न करणे, ख्रिश्चन धर्माचा धांडोळा घेणे अशांसारखे रामकृष्णांनी स्वीकारलेले मार्गही समाजाला सतत नागवणाऱ्या, संस्कृतिक अधोगतीला कारणीभूत ठरणाऱ्या पारंपरिक नियम, रूढी, विचारपद्धती यांच्यावर केलेला हल्लाच होता. विवेकानंद काय म्हणतात पहा :

> 'गेल्या सहा-सातशे वर्षांच्या काळाचा विचार केला तर काय दिसते? हा प्रदीर्घ काळ शेकडो प्रौढ 'पाणी उजव्या हाताने प्यायचे की डाव्या हातातने', 'हात दिवसभरात तीन वेळा धुवावेत की चार वेळा', 'गुळण्या पाच वेळा कराव्यात की सहा वेळा' असल्या प्रश्नांचा कीस काढत बसले होते. अशा नुसत्या चर्चा करण्यातच नाही, तर त्यावर विद्वत्तापूर्ण तत्त्वप्रणाली लिहून काढण्यात आयुष्य वाया घालवणाऱ्यांकडून आपण काय अपेक्षा ठेवणार? आपला धर्म आपल्या स्वयंपाकघरांमध्ये घुसून त्यांचाही ताबा घेण्याचा धोका संभवतो आहे. आता आपण धड वेदान्तवादीही नाही, पुराणमतवादीही नाही आणि तांत्रिकही नाही. आपण केवळ 'अस्पृश्यवादी' उरलो आहोत. आमचा धर्म स्वयंपाकघरात बंदिस्त आहे, स्वयंपाकाची भांडी हे आमचे देव आणि 'मी श्रेष्ठ, पवित्र आहे, मला शिवू नका' हा आमचा धर्म झाला आहे. हे जर असेच आणखी एखादे शतक सुरू राहिले तर आपल्यापैकी प्रत्येक जण वेड्यांच्या इस्पितळात असेल!'

चला, पुन्हा एकदा 'तुम्ही देव पाहिला आहे?' या प्रश्नाकडे जाऊ या. या प्रश्नाचे उत्तर विवेकानंद ज्या पुराणमतवादी, सनातन विचारसरणीच्या हिंदू समाजात वावरत होते त्या

समाजाने दिले नसते, खरे तर तो समाज ते देऊच शकला नसता आणि मुख्य म्हणजे त्या समाजाला हा प्रश्न रुचलाच नसता. पण तरीही तो विचारला गेला आणि त्याचे उत्तरही दिले गेले – ते रूढार्थाने विक्षिप्त अशा, लवकरच गुरू-शिष्य या नात्याने बांधल्या जाणाऱ्या जोडीकडून. ती जोडी तर एक आदर्श ठरलीच; शिवाय तो प्रश्नोत्तराचा क्षणही भारतातील धार्मिक विचारांना नवा, आधुनिक रंग चढवणारा निर्णायक क्षण ठरला. भारतीय धर्माविषयीच्या त्या अल्पशा संभाषणात महत्त्वपूर्ण प्रश्न उपस्थित करण्याच्या क्षमतेची, कल्पनाशक्तीची फार मोठी झेप दिसते आणि त्यातूनच असाही प्रश्न उपस्थित होतो की अशी झेप, अशी प्रगती आपण आज स्वीकारू शकतो का?

'तुम्ही देव पाहिला आहे?' या प्रश्नाचा व त्याच्या उत्तराचा तो क्षण आजच्या आधुनिकतेने निर्माण केलेल्या अनेक अडचणींमधून आपण एकत्रितपणे मार्ग काढू शकू, असा दिलासा देणारा क्षण ठरलेला आहे. असे दिसते की, त्या क्षणाचे म्हणावे तितके महत्त्व आपल्याला प्रतीत झालेले नाही. याचे कारण असे असू शकते की, त्यात 'धर्म' हा विषय डोकावतो आणि आपली अशी पक्की धारणा आहे की, धर्माशी संबंधित काहीही आधुनिकतेच्या कक्षेबाहेरच राहिले पाहिजे. पण खरे म्हणजे तो क्षण आपल्या देशाच्या आधुनिकतेविषयीच्या चर्चेत समाविष्ट न होणे ही आश्चर्याचीच बाब आहे. 'भारताला जर समजावून घ्यायचे असेल, त्या देशाचा भूतकाळ आणि भविष्यकाळ यांचा विचार करायचा असेल तर ते सर्व निरीक्षण, परीक्षण अध्यात्मिक भिंगातूनच करावे लागेल' असे जगाला सांगण्यात विवेकानंदांनी त्यांचे आयुष्य खर्च केले; पण त्यांचा तो सल्ला लोकांना कितपत समजला आणि तो किती प्रमाणात अमलात आणला गेला? कदाचित फारच थोड्या प्रमाणात! त्या क्षणाच्या वेळी आपला देश आणि बंगाल प्रांतही एका निराळ्याच राजकीय बदलातून जात होते. मुसलमानांचे राज्य संपुष्टातच आल्यात जमा होते आणि एक नवी, व्यापारी, विक्रेते म्हणून चंचुप्रवेश मिळवलेल्या ब्रिटिशांची सत्ता बंगाल प्रांतात सुरुवात करून संपूर्ण देशात हळूहळू आपले पाय पसरू लागली होती. लवकरच 'ब्रिटिश राजसत्ता' किंवा 'वसाहतवाद्यांची एक नवी वसाहत' म्हणून दीर्घकालीन सत्ता स्थापन करणाऱ्या याच ब्रिटिशांनी आपल्या देशाच्या साहित्यापासून गणितापर्यंतच्या नानविध क्षेत्रांतील प्राचीन मौल्यवान खजिन्याचा पुनर्शोध घेण्यात फार मोठे योगदान दिले.

भारताच्या इतिहासाने घेतलेले हे नवे वळण व तिचे बहुक्षेत्रीय परिणाम समजून घेणे फार महत्त्वाचे आहे. हा बदल घडला नसता तर विवेकानंदांना पाश्चिमात्य देशाच्या प्रवासाची संधीही मिळाली नसती, त्यासाठीची साधनसामग्रीही उपलब्ध झाली नसती आणि त्यांना जगभरातील लोकांची मने जिंकून घेताच आली नसती. उदाहरणच घ्यायचे झाले तर 'वाघिणीचे दूध' म्हणून गौरवल्या गेलेल्या इंग्लिश भाषेचे घेता येईल. त्या भाषेचे ज्ञान व त्यावरील असामान्य प्रभुत्व याचा विवेकानंदांनी अमेरिकेत संपादन केलेल्या असामान्य यशात फार मोठा वाटा होता. ब्रिटिश आणि त्यांच्याबरोबर इंग्लिश

भाषा जर भारताच्या किनाऱ्यावर उतरलीच नसती तर त्या संन्याशाने काय केले असते? ते इंग्लिश भाषेत अचूक, अस्खलित, ओघवते बोलू आणि लिहू शकत होते म्हणूनच केवळ ते त्यांच्या कल्पना, त्यांचे विचार यांचा इतक्या परिणामकारकतेने प्रचार व प्रसार करू शकले, जगभरातून अनुयायी मिळवण्यातसुद्धा यशस्वी झाले. भारतीय विचारपद्धतीवर ज्यांचा प्रभाव आहे अशा विवेकानंदांच्याच नव्हे, तर राजा राम मोहन रॉय, रवींद्रनाथ टागोर यांसारख्यांच्या कार्याचा विचार करताना ही गोष्ट दुर्लक्षित करणे अन्यायाचे ठरेल की, त्यांना झालेला व्यापक सर्वंकष विचारांचा आणि दूरदृष्टीचा लाभ ते '(ब्रिटिश नावाच्या) उंच, अवाढव्य ज्ञानराक्षसाच्या खांद्यांवर उभे राहू शकले होते' म्हणूनच झाला होता. 'बंगाल नवजागरणा'तही रॉय यांच्यासारख्या कार्यकर्त्यांच्या कृतिवादाला खाद्य मिळाले त्याचे संपूर्ण श्रेय ब्रिटिश लोक व त्यांची इंग्लिश भाषा यांनी अल्पावधीत भारतीय विचारवंतांवर जी पकड मिळवली होती तिलाच जाते. ऑक्सफर्ड येथे शिक्षण घेतलेल्या नथानीयल हाल्हेड या ब्रिटिश आधिकाऱ्याने हिंदू धर्मशास्त्राने ठरवलेले नियम पर्शियन भाषेतून इंलिशमध्ये भाषांतरित केले ज्यामुळे 'हिंदूंचे पाश्चिमात्य जगात तयार झालेले, त्यांच्यासाठी अत्यंत क्लेशकारक ठरलेले, सर्वस्वी चुकीचे चित्र पालटले, त्या जगातील लोकांना हिंदूविषयी नेमके ज्ञान प्राप्त झाले.' डेव्हिड हेअर, हेन्री कोलब्रुक, विल्यम कॅरी, हेन्री डेरोझिओ, जे.ई.डी.बेथून, अनेट अॅकरॉइड, मेरी कार्पेंटर यांसारख्या तत्त्वज्ञ, विचारवंतांनी दोन अतिशय महत्त्वाच्या गोष्टी केल्या. एक - त्यांनी तत्त्वज्ञान, धर्मशास्त्र, ईश्वरविद्या आणि विज्ञानसुद्धा - या सर्व विषयांतील भारताची महत्ता पाश्चिमात्यांसोर आणली, ती त्यांना सूक्ष्मपणे समजावून सांगितली आणि दोन - पाश्चिमात्यांनी स्थापन केलेल्या विविध संस्थांमधून शिक्षण घेऊन सुशिक्षित झालेल्या आणि पाश्चिमात्यांबरोबर काम करणाऱ्या भारतीयांना त्यांचीच संस्कृती किती संपन्न, प्रगत आहे ते दाखवून देऊन त्यांच्या मनात त्यांच्याच देशाविषयीचा सार्थ अभिमान जागवला. 'सध्याच्या काळातील बहुतेक सर्व विद्वान ब्राह्मण एकाश्वरवादी आहेत, ते भगवान श्रीकृष्णाच्या शिकवणुकीनुसार एकाच दिव्य शक्तीला, 'ब्रह्मा'ला मानतात', या गोष्टीचा भगवद्गीतेचा इंग्लिश अनुवाद करणाऱ्या चार्लस विल्किन्स या अनेक भारतीय भाषा शिकलेल्या 'एशियाटिक सोसायटी'चा संस्थापक-सदस्य असलेल्या इंग्लिश भाषापटूने आवर्जून उल्लेख केला. त्याने असेही निदर्शनास आणले की, हिंदू व ख्रिश्चन या दोन धर्मांमधील विधी, रीतीभाती यासुद्धा बऱ्याच बाबतींत निराळ्या नसतात. या सगळ्यांच्या कार्याचा विस्तार करण्याचे, अधिक चांगल्या प्रकारे मांडण्याचे कार्य ऑक्सफर्ड विद्यापीठाचा पदवीधर, एशियाटिक सोसायटीचा पहिला प्रेसिडेंट, अठ्ठावीस भाषा येत असलेल्या सर विल्यम जोन्स यांनी केले. त्यांनी 'ओरिएंटॅलिझम'मध्ये आशिया खंडातील देशांच्या भाषा, कला, संस्कृती यांचा अभ्यास करणाऱ्या शास्त्रांमध्ये - खास 'इंडॉलॉजी' ही - भारताविषयक अभ्यासाची - स्वतंत्र शाखा स्थापन केली. जोन्सने केलेल्या कार्यात 'अभिज्ञानशाकुंतल' या कालिदास लिखित अमर महाकाव्याचे इंग्लिश भाषांतर समाविष्ट आहे. हे भाषांतर हे जोन्ससारख्या आशियाई देशांतील

कला, साहित्य, संस्कृतीच्या अभ्यासकांनी संपूर्ण जगाचे आणि भारतीयांचेही लक्ष भारतीय प्राचीन ज्ञानभांडाराकडे कसे वळवले याचे एक उत्तम उदाहरण आहे. त्याच महाकाव्याचा जर्मन भाषेतही अनुवाद झाला, ही गोष्ट ती केवळ त्याचे इग्लिश भाषांतर उपलब्ध होते म्हणूनच शक्य झाली. ते जर्मन भाषांतर वाचल्यावर जगप्रसिद्ध जर्मन लेखक वोल्फगँग गटे याने असे उद्गार काढले, 'आत्मा आनंदित झाला, मोहून गेला, त्याला एक स्वादिष्ट, रुचकर मेजवानी मिळाली.' एशियाटिक सोसायटीचे स्वप्न प्रथम याच जोन्सने पाहिले, तिची स्थापना केली. ती संस्था आजही अस्तित्वात आहे. त्याच संस्थेचा एक बुद्धिमान वारसदार हेन्री कोलब्रूक याने महान भारतीय गणिती भास्कराचार्य (१११४–११८५) आणि खगोलशास्त्रज्ञ ब्रह्मगुप्त (५९८–६७०) यांच्या लिखाणाचा काटेकोर अभ्यास करून ही गोष्ट सिद्ध केली की, बीजगणित व अंकगणित या विषयांचे ज्ञान भारतीयांना, अरबांना त्याचा शोध लागण्याच्या आधीपासूनच होते. याच कोलब्रूकने अतिप्राचीन खगोलशास्त्रज्ञ आर्यभट्ट (४७६–५५०) याच्या लिखाणाचे संशोधन करून हाही निष्कर्ष काढला की, भारतीय बीजगणित हे 'हेलेनिक' या नावाने प्रसिद्ध असलेल्या ग्रीस येथे उत्कर्षित झालेल्या गणितापेक्षाही अधिक प्रगत होते. कोलब्रूकचे कार्य प्राचीन भारतीय बुद्धिमत्तेची महानता जगापुढे आणण्यापुरतेच मयादित नव्हते – सती या पारंपरिक धार्मिक चालीला कोणताही धार्मिक आधार नाही ही गोष्ट त्यानेच आपल्याच प्राचीन धर्मग्रंथांचा सखोल अभ्यास करून त्याच्या लिखाणातून सर्वांसमोर आणली. हिंदुधर्माला त्याच्या मूळ स्वरूपाकडे – कोणतीही कर्मकांड नसलेल्या, निराकार अद्वैताच्या तत्त्वांकडे – नेण्याचे, पुराणमतवादाशी झगडण्याचे, सतीची चाल बंद करण्याची चळवळ करण्याचे कार्य ब्राह्मो समाजाने केले यात काही शंका नाही; परंतु या पद्धतीचे विचार, निराळी, सुयोग्य दिशा ही मात्र इंग्रजांनी दाखवली. त्यांनी येताना काही मुक्त उदारमतवाद त्यांच्याबरोबर आणलाच; शिवाय भारतीयांना भारतीयांचाच वारसा नव्याने तपासायला लावून त्यात गंजून पडलेला उदारमतवादही बाहेर काढून त्यांच्यासमोर ठेवला.

विवेकानंदांनी काय केले? त्यांनी इंग्रजांनीच गंज काढून, धार लावून भारतीयांच्या हाती दिलेली शस्त्रे त्यांच्याच विरोधात अगदी परिणामकरीत्या वापरली. त्यांना इग्लिश भाषा शिकायला मिळाली त्यामुळे ते ह्यूम, मिल यांसारख्या तत्त्वज्ञांचे लिखाण वाचू शकले, अद्वैत वेदान्ताच्या तत्त्वज्ञानाचा पाश्चिमात्यांवर प्रभाव पाडू शकले. पण त्यांनी त्या भाषेचे ज्ञान तेवढ्यापुरतेच वापरले नाही, तर पाश्चिमात्य भारताला देत असलेल्या अपमानास्पद वागणुकीबद्दल त्यांनी त्या पाश्चिमात्यांना त्यांच्याच भाषेत खडे बोलही सुनावले, ख्रिश्चन धर्मप्रचारक करीत असलेल्या अन्यायकारी धर्मांतराच्या कारवायांबद्दलही सडेतोड टीका केली. पण मला असे वाटते की, या सगळ्यांपेक्षा विवेकानंदांनी पौर्वात्य आणि पाश्चिमात्य जग या दोन दरडींवर एका वेळी पाय ठेवण्याचे, दोन युद्धआघाड्या – स्वदेश आणि परदेश – एका वेळी सांभाळण्याचे जे अवघड कौशल्य दाखवले त्यामुळे त्यांनी भारतीय इतिहासात एक विशेष स्थान मिळवले.

हिंदू धर्माचे रक्षणकर्ते समजणाऱ्या एतद्देशीय सनातनवाद्यांची सत्ता आणि परदेशांतील पुराणमतवादी (काही वंशद्वेषीही) ख्रिश्चनांची सत्ता या दोन सत्तांना अत्यंत परखडपणे सत्य ऐकवण्याचे असामान्य सामर्थ्य त्यांच्यात होते. त्यांच्यावर त्यांच्याच देशातील सनातनी धर्माधिकाऱ्यांनी प्रखर टीकेची जी झोड उठवली त्यामुळे त्यांच्या आयुष्यात काही निराशेचे, खचून जाण्याचे क्षण निश्चितच आले असतील, पण त्यांनी धीराने त्यांना तोंड दिले, चिकाटी धरली आणि जगभरातील अनेक उत्तमोत्तम गुणी जनांना रामकृष्ण मिशनच्या कार्याकडे आकर्षित करून त्यांना त्यासाठी आर्थिक मदत करायलाही उद्युक्त केले. त्यांतील काहींनी तर त्यांचे उभे आयुष्य मिशनसाठी समर्पित केले. तसे पाहिले तर ज्यांनी भारताबाहेर हिंदू विचारांचा झेंडा फडकावला, हिंदू तत्त्वज्ञानाचे असामान्य महत्त्व पाश्चिमात्यांना पटवले आणि ज्यांना भारताबाहेरही 'अनुयायीवर्ग' लाभला असे विवेकानंद हे पहिलेच 'भारतीय गुरू' असतील. त्यानंतर आपल्या देशातून महाऋषी महेश योगी, योगानंद, ओशो, श्री श्री रविशंकर, सद्गुरू जग्गी वासुदेव यांसारखे जे अनेक गुरू, योगी, महर्षी परदेशी गेले ते सर्वच जण विवेकानंदांचे ऋणाईत आहेत. पाश्चिमात्यांना प्रभावित करेल असा आधुनिक बाज, त्यांना समजेल, आपली वाटेल अशी भाषा, वाक्प्रचार, त्यांना पटतील अशी उदाहरणे या सर्वांवर आणि एकंदरीतच शब्दार्थशास्त्रावर हुकमत मिळवण्याची क्षमता - याच्या बळावर विवेकानंदांनी हिंदू विचारांना जगभरातील देश-समाजांची अगणित दारे उघडून दिली.

मी हे प्रकरण, खरे तर त्यातील हा नेमका भाग लिहीत होतो त्या वेळी माझ्या नजरेसमोर रोममधील सिस्टिन चॅपेलच्या छतावरील 'द क्रिएशन ऑफ ॲडम' या माझ्या एका आवडत्या भित्तिचित्राची प्रतिमा साकारली. त्यात परमेश्वर (त्याला साहजिकच पांढरी दाढी आणि दाट भुवया काढलेल्या आहेत) पहिला मानव ॲडम (जो एका पीळदार शरीरयष्टीच्या नग्न पुरुषरूपात आहे) याला बोटाने स्पर्श करून त्याच्यात जीव फुंकतो आहे, असे दृश्य चितारलेले आहे. हे चित्र मायकलँजेलो या अद्वितीय चित्रकाराने काढले आहे. हे काम पोप दुसरा ज्युलियस याने मायकलँजलो याला दिले होते. छतावर संपूर्ण चित्र रंगवायला मायकलँजलो याने चार वर्षे घेतली. या चित्राला एक चमत्कारजनक गतिमानता आहे. त्याच्याकडे फार वेळ पाहत राहिले की, परमेश्वराने ॲडमच्या हातापर्यंत पोहोचण्यासाठी, त्याला स्पर्श करण्यासाठी स्वत:च्या हाताला, आणि खांद्यांनासुद्धा ताण दिल्याचे, ॲडमच्या दिशेन तो झेपावत असल्याचे जाणवते. त्याउलट ती ओढ, तो यत्न ॲडमच्या आकृतीत अजिबात दिसत नाही. जणू परमेश्वर आपल्याला जीवनदान देणारच आहे अशा समजुतीत तो शांतपणे, सुस्तपणे, मागे रेलून पडून राहिलेला दिसतो. त्याचा हात त्याने सहजगत्या पुढे केल्यासारखा तरंगत असलेला दिसतो. मी ते चित्र चॅपेलमध्ये उभा राहून पाहताना माझ्या मनात जो एक विचित्र, देवाला कमी लेखणारा एक विचार आला होता, जो त्या चित्राच्या आठवणीबरोबर पुन्हा मनात आला. मला असे वाटले - त्या दोन आकृतींच्या वर

सांगितलेल्या फरकातून मायकलँजलोला कदाचित हे दाखवायचे असेल – किंवा त्याच्या अंतर्मनातील सुप्त विचार त्याच्या मनाविरुद्ध त्या दोघांच्या विरुद्ध भावनादर्शनातून प्रकट झाले असतील की, माणसाला परमेश्वराची जितकी गरज असते त्यापेक्षा परमेश्वराला माणसाची जास्त गरज असते. मला नाही वाटत तुम्ही आम्ही ॲडमच्या जागी असता तर परमेश्वर आपल्याकडे झेपावतो आहे हे पाहिल्यावर आपण इतक्या उदासीनतेने पडून राहिलो असतो!

हे सगळे त्या वेळी माझ्या मनात का आले? कारण कदाचित त्या वेळी मी नरेंद्र आणि रामकृष्ण यांच्या पहिल्या भेटीनंतर नरेनवर त्या भेटीचा काय परिणाम झाला हे वाचत होतो. गुरूला आलेल्या पहिल्या उमाळ्याने, गुरूंच्या भरून आलेल्या डोळ्यांमधून वाहणाऱ्या अश्रूंनी तो तरुण मुलगा बावरला असेल, भयचकित झाला असेल, चिडलाही असेल.

नरेनला धक्काच बसला. ''हे मी काय भलतेच बघायला इथे आलो आहे?'' असे तो स्वत:शी म्हणाला, ''हा माणूस (रामकृष्ण) वेडा असला पाहिजे. तो माझ्याशी असे कसे बोलू शकतो?''

> पण एवढे होऊनही नरेंद्र त्या गूढ व्यक्तिमत्त्वाच्या साधुपुरुषाला भेटायला पुन्हा आला. पहिल्या भेटीनंतर साधारण एका महिन्याने झालेल्या या पुनर्भेटीत (गुरूच्या (रामकृष्णांच्या) अचानक झालेल्या स्पर्शाने) नरेंद्र भारावून गेला, भावनाविवश झाला, त्याच्या भोवतालचे जग फिरले, ते ज्या खोलीत होते त्या खोलीच्या भिंती नाहीशा झाल्या. तो घाबरून ओरडला, ''हे तुम्ही मला काय करताय? माझ्या घरी माझे आईवडील आहेत.'' संपूर्ण विश्व आणि त्याबरोबरच त्याचेही अस्तित्त्व एका अनामिक पोकळीने गिळंकृत करून टाकले. पण त्याच्या गुरूच्या हास्याने त्याला क्षणात भानावर आणले. तो संमोहित होऊ शकेल हे त्याला पटू शकत होते, पण हा एकोन्मादित वेडा त्याच्यासारख्या सबळ मनाच्या तरुणावर कशी मोहिनी टाकू शकतो याचा त्याला उलगडा होईना. आजवर कधीच न अनुभवलेल्या गोंधळाच्या मन:स्थितीत तो घरी परतला, तो या विचित्र, विक्षिप्त माणसासमोर अत्यंत सावध राहायचे असा निश्चय करूनच.

त्यांच्या तिसऱ्या भेटीत तर आधीच्या दोन भेटींवर कळस झाला. त्या पुजाऱ्याच्या केवळ स्पर्शाने नरेनची शुद्धच हरपली.

विवेकानंद आणि रामकृष्ण परमहंस यांच्या या प्राथमिक भेटींविषयी वाचतानाच माझ्या मनात 'द क्रिएशन ऑफ ॲडम' या चित्राकडे पाहताना आलेले विचार परतून आले. ''कोणाला कोणाची अधिक गरज होती?'' मी स्वत:ला विचारले.

रामकृष्णांशिवायही विवेकानंद विद्वान तत्त्वज्ञ झाले असते, निदान आयुष्यभराचे सत्यार्थी तरी बनले असतेच, पण विवेकानंद नसते तर रामकृष्ण परमहंस नावाच्या महान संतपुरुषाचे नाव, त्यांचे असामान्य जीवन, कार्य, विचार यांतून एक असाधारण अशी तत्त्वप्रणाली निर्माण होऊन ती कधीच जगभरात पसरली नसती, लाखो लोकांपर्यंत पोहोचली नसती, ती त्यांनी अंगीकारली नसती. रामकृष्णांनी सुरू केलेल्या आत्मशोधाचे विवेकानंदांनी जे विश्वमोहिमेत रूपांतर केले ते कधीच झाले नसते. तेव्हा 'कोणाला कोणाची गरज अधिक होती?' या प्रश्नाचे उत्तर, थोडा विरोध पत्करूनही, मी असेच देईन की, 'रामकृष्णांना विवेकानंदांची गरज अधिक होती'. त्यांनी नरेनला तसेच सांगितलेही होते, ''मी तुझी कितीतरी दिवस वाट पाहत होतो''. हे वाट पाहणे म्हणजेच लाक्षणिक अर्थाने त्यांना त्यांचा संदेश प्रसारित होण्याची, तो जास्तीतजास्त लोकांपर्यंत पोहोचून त्यांची मने त्यांच्या विचारांनी जिंकण्याची, वेदान्ताची तत्त्वे संपूर्ण विश्वात पसरवण्याची गरज वाटत होती. म्हणूनच मला वाटते 'तुम्ही देव पाहिला आहे का?' हा प्रश्न आत्ताच्या जगातील खूप काही घडवणारा 'बोटाचा स्पर्श' होता, ज्याने एक 'देववत' जीवन 'माणसाळवले'. त्या प्रश्नाने, त्या स्पर्शाने भारतीय अध्यात्माचा इतिहासच बदलून टाकला. भारतीय अध्यात्माला अशी चालना दिली, असे स्थान, असे महत्त्व मिळवून दिले जे आजही अढळ आहे. हे जे कार्य घडले त्याला अजून एक पैलू आहे. ते ज्या वेळी घडले त्याच वेळी आपल्या देशावर एक परकीय सत्ता कब्जा करू लागली होती. तिच्या प्रभावाखाली आपला देश, आपले अध्यात्म-स्वत्व गमावून बसण्याआधीच या विवेकानंद आणि रामकृष्ण या दोघा महाभागांनी, त्यांच्यामधील अनोख्या नात्याने भारतीयांना, विशेषतः हिंदूंना, त्यांच्या स्वत्वाची, खऱ्या क्षमतेची जाणीव करून दिली. आधीच शतकानुशतके मुसलमान सत्तेखाली भरडला गेलेला, दुराचरणाकडे वळलेला, क्रियाहीन बनलेला भारतीय समाज पुन्हा एकदा आणखी एका, मुसलमानांहूनही अधिक परक्या असलेल्या पाश्चिमात्य सत्तेच्या अमलाखाली जात असताना काही उज्ज्वल शक्यतांचे या गुरू-शिष्य जोडीने समाजाला दर्शन घडवले, समाजाचे खरे स्वरूप, त्याचे खरे मूळचे सामर्थ्य त्याच्यासमोर ठेवले.

'निर्विकल्प समाधीच्या अवस्थेत मिळणारा परमानंद' याविषयी रामकृष्ण व विवेकानंद यांच्यामध्ये झालेल्या संवादाची एक चित्तवेधक कथा नेहमी सांगितली जाते. शिष्याने गुरूला विचारले, ''जर तुम्हाला त्या निर्विकल्प समाधीच्या अवस्थेत अवर्णनीय असा आनंद मिळतो तर तुम्ही त्यातून बाहेर न येता कायम त्याच अवस्थेत का राहत नाही?'' या प्रश्नाने गुरू चिडले. म्हणाले, ''तू असा स्वार्थी कसा? अंतिम सत्याचा साक्षात्कार झाल्यानंतर या जगात परत यायचे असते हे तुला माहीत नाही का?'' या प्रश्नोत्तरातून रामकृष्ण व विवेकानंद या जोडीने भारतीय अध्यात्माचे उद्दिष्ट आधुनिक जगासाठी नव्याने प्रस्थापित केले. छत्रपती शिवाजी महाराजांसारख्या योद्ध्याचे गुरू समर्थ रामदास, धर्मशास्त्र, ईश्वरविद्या या क्षेत्रांत आमूलाग्र बदल घडवून

आणणारे आदी शंकराचार्य ही 'साक्षात्कारी पुरुषांनी या भौतिक जगात परत येऊन कार्य करायचे असते', या तत्त्वाचे पालन करणाऱ्या संतांची जाज्वल्य उदाहरणे होतीच. पण ज्या भारतीय संताने त्याच्या कार्याने केवळ त्यांच्या देशबांधवांचीच नाही, तर जगातील अगणित लोकांची परमेश्वर आणि त्यांचे स्वत:चे जीवन यांविषयी विचार करण्याची, त्या दोन्हीची सांगड घालण्याची पद्धत आमूलाग्र बदलून टाकली, योग्य मार्गावर आणली त्याचे काय?

मी ही गोष्ट मानतो की, विवेकानंद आणि रामकृष्ण यांनी भारतीय अध्यात्माला, हिंदू तत्त्वज्ञानाला जे आधुनिक रूप दिले त्याने त्यांच्यानंतर त्याच क्षेत्रात मोठमोठी कार्ये करणाऱ्या रवींद्रनाथ टागोर यांच्यासारख्या श्रेष्ठ विचारवंत, संत यांना योग्य असा मार्गच आखून दिला. रवींद्रनाथ वाचताना – पानांमागून पाने, ओळींमागून ओळी, गीतांमागून गीते वाचताना – मला नेहमी असे वाटते की, ज्यातली स्वर्गीय शक्ती रामकृष्णांच्या निरागस बालमनाने अंत:प्रेरणेने ओळखली होती त्या विवेकानंदांच्या लक्षवेधी घनगंभीर आवाजाला रवींद्रनाथ टागोर हे अधिकच परिणामकारक बनवणारे, खुलवणारे, त्याला जुळणारे संगीतच देत आहेत. (विवेकानंदांच्या घनगंभीर आवाजाचे वर्णन रोमां रोलां यांनी 'लाइफ ऑफ विवेकानंद'मध्ये असे केले आहे : 'त्यांचा आवाज अतिशय सुंदर, जमीनीवर ठेवून ज्याच्या तारा छेडल्या जातात त्या सेलो या वाद्यासारखा मंद सप्तकातला खोल, पण तार सप्तकातील विरोधी स्वर नसलेला होता. त्याची कंपने भाषणांच्या हॉलमध्ये आणि श्रोत्यांच्या हृदयातही भरून उरायची. एकदा का श्रोत्यांच्या मनावरील पकड साधली की, मग त्यांचे पियानोसारखे स्वर श्रोत्यांच्या मनांचा छेद घेऊन थेट त्यांच्या आत्म्यापर्यंत पोहोचायचे...... त्यांच्या आवाजाच्या अप्रतिम अशा घनगंभीरतेत चायनीज गाँगसारखी कंपने होती.')

रवींद्रनाथांची एक कविता आहे, 'प्रकृतीर प्रतिशोध' (निसर्गाचा सूड). त्यात त्यांनी लिहिले आहे, 'हे अनंता, या सीमित जगातच तू तुझा सुस्वर लाव.' या कवितेविषयी ते लिहितात, 'ही कविता ही माझ्या संपूर्ण साहित्याची प्रस्तावना आहे, माझ्या सर्व लिखाणामधून मला याच कवितेतील 'सीमित जगात राहून अनंताच्या साक्षात्काराचा अलौकिक आनंद मिळवणे' हाच विचार मांडायचा आहे.'

विवेकानंद आणि रवींद्रनाथ टागोर या दोघांनाही शेलेची 'हाइम टू इंटलेक्टुअल ब्यूटी' ही कविता आवडायची.

The awful shadow of some unseen Power
Floats though unseen among us; visiting
This various world with as inconstant wing
As summer winds that creep from flower to flower;
Like moonbeams that behind some piny mountain shower,

It visits with inconstant glance
Each human heart and countenance;
Like hues and harmonies of evening,
Like clouds in starlight widely spread,
Like memory of music fled,
Like aught that for its grace may be
Dear, and yet dearer for its mystery.

Spirit of BEAUTY, that dost consecrate
With thine own hues all thou dost shine upon
Of human thought or form, where art thou gone?
Why dost thou pass away and leave our state,
This dim vast vale of tears, vacant and desolate?
Ask why the sunlight not for ever
Weaves rainbows o'er yon mountain-river,
Why aught should fail and fade that once is shown,
Why fear and dream and death and birth
Cast on the daylight of this earth
Such gloom, why man has such a scope
For love and hate, despondency and hope?

No voice from some sublimer world hath ever
To sage or poet these responses given:
Therefore the names of Demon, Ghost, and Heaven,
Remain the records of their vain endeavour:
Frail spells whose utter'd charm might not avail to sever,
From all we hear and all we see,
Doubt, chance and mutability.
Thy light alone like mist o'er mountains driven,
Or music by the night-wind sent
Through strings of some still instrument,
Or moonlight on a midnight stream,
Gives grace and truth to life's unquiet dream.

Love, Hope, and Self-esteem, like clouds depart
And come, for some uncertain moments lent.

Man were immortal and omnipotent,
Didst thou, unknown and awful as thou art,
Keep with thy glorious train firm state within his heart.
Thou messenger of sympathies,
That wax and wane in lovers' eyes;
Thou, that to human thought art nourishment,
Like darkness to a dying flame!
Depart not as thy shadow came,
Depart not-lest the grave should be,
Like life and fear, a dark reality.

While yet a boy I sought for ghosts, and sped
Through many a listening chamber, cave and ruin,
And starlight wood, with fearful steps pursuing
Hopes of high talk with the departed dead.
I call'd on poisonous names with which our youth is fed;
I was not heard; I saw them not;
When musing deeply on the lot
Of life, at that sweet time when winds are wooing
All vital things that wake to bring
News of birds and blossoming,
Sudden, thy shadow fell on me;
I shriek'd, and clasp'd my hands in ecstasy!
I vow'd that I would dedicate my powers
To thee and thine: have I not kept the vow?
With beating heart and streaming eyes, even now
I call the phantoms of a thousand hours
Each from his voiceless grave: they have in vision'd bowers
Of studious zeal or love's delight
Ourwatch'd with me the envious night:
They know that never joy illum'd my brow
Unlink'd with hope that thou wouldst free
This world from its dark slavery,
That thou, O awful LOVELINESS,
Wouldst give whate'er these words cannot express.

The day becomes more solemn and serene
When noon is past; there is a harmony
In autumn, and a lustre in its sky,
Which through the summer is not heard or seen,
As if it could not be, as if it had not been!
Thus let thy power, which like the truth
Of nature on my passive youth
Descended, to my onward life supply
Its calm, to one who worships thee,
And every form containing thee,
Whom, SPIRIT fair, thy spells did bind
To fear himself, and love all humankind.

आता या तीन कवितांची तुलना रवींद्रनाथांच्या त्या कवितेशी करा जी लहानपणी आपण गात होतो – 'आनंदलोक मंगललोक'. रवींद्रनाथांनीच या कवितेचे वर्णन 'वैश्विक गीत' या शब्दात केले आहे.

तीन कवींच्या कविता पाठोपाठ वाचा. विवेकानंद आणि रवींद्रनाथ दोघेही शेलीच्या कवितेने का इतके भारावून गेले होते ते तुम्हाला समजेल. त्यांच्या 'वैश्विक गीता'च्या शोधात रवींद्रनाथ वेदान्तवादी होते, तेही विवेकानंदांप्रमाणेच 'अनेकांत एका'चा शोध घेत होते हेही तुम्हाला कळेल. 'अनेकांत एक' हेच रामकृष्ण यांच्या 'जितकी मते तितके मार्ग' – 'देवाविषयीची जेवढी मते तेवढ्या त्याच्यापर्यंत पोहोचायच्या वाटा!' या मताचे मूलतत्त्व होते. जर तो, ती ते असा जो काणी परमेश्वर असेल तो जर 'एकमेव सत्य'रूप नसेल तर त्याच्याविषयीची जेवढी मते तेवढ्या त्याच्यापर्यंत पोहोचायच्या वाटा कशा असू शकतील?

रवींद्रनाथ एकदा त्यांच्या एका मित्राला म्हणाले,

''भारतीय तत्त्वज्ञ हे पहिल्यापासून हे जे 'सीमित' जग आहे ते त्यांच्या आयुष्यातून वजा करण्याचे तत्त्वज्ञान सांगत आले आहेत. मी मात्र असेच, त्याच सीमित जगात राहूनच अनंताच्या साक्षात्काराचा परमानंद शोधतो. हे खरोखरच आश्चर्यकारकच होते की, मी अगदी लहान असल्यापासूनच माझ्या मनात ही कल्पना रुजलेली होती आणि ती माझ्याबरोबरच मोठी झाली, मनात मूळ धरून बसली.''

टागोर गूढवादी होते का? १९१३ साली त्यांचा 'गीतांजली' हा जो नोबेल प्राइझ विजेता असामान्य असा काव्यसंग्रह प्रसिद्ध झाला त्यातील कविता ज्यांनी वाचल्या त्यांना इतके तर नक्कीच प्रतीत झाले की, ते काव्य म्हणजे केवळ कलात्मक परिपूर्णतेचा शोध नव्हता, त्यातील कितीतरी कल्पना, कितीतरी ओळी वाचताना खोल अंतरात

वास करणाऱ्या आणि अवकाशातही निनादणाऱ्या परम सत्याविषयीची मर्मदृष्टी कवीला असल्याखेरीज त्या तशा ओळी लिहिता येणारच नाहीत.

टागोरांनी स्वत:च त्यांच्या आयुष्यातील एका गूढ प्रसंगाचे वर्णन केले आहे. त्या वेळी ते व्हरांड्यात उभे राहून झाडांआडून वर येणारा सूर्य पाहत होते.

'...आणि अचानक माझ्या डोळ्यांवरील पडदा दूर होऊन माझ्या समोरचे जग आश्चर्यजनकरीत्या एका अवर्णनीय तेजात न्हाऊन निघाले. तोवर दु:ख आणि निराशा यांनी भरलेल्या माझ्या हृदयातही त्या तेजाने क्षणार्धात प्रवेश केला आणि ते माझ्या मनाचे झाकोळलेले अवकाश त्या तेजाने उजळून निघाले.'

विवेकानंद ते टागोर असा एक विचारांचा तरल, पण थेट प्रवाह वाहताना दिसतो. त्याला स्थिरता आहे, जोर आहे पण तो आक्रमक मात्र नाही. या महामानवांना मानवाच्या अस्तित्वाचे सार नेमके माहीत तरी होते किंवा त्यांनी ते यशस्वीपणे शोधलेले तरी होते. त्यांना संपूर्ण विश्वाची जाण होती आणि ते ज्ञान, ती जाणीव हीच त्यांचे साहित्य, कला यांमागील स्फूर्ती होती, त्यातूनच त्या साहित्याचा व कलेचा आविष्कारही होत होता. ते दोघे एकाच वेदान्ताच्या पायावर उभे होते – अनंताचा शोध आपल्याच अंतरात खोलवर शिरून घ्यायचा असतो, सीमित जगात राहूनच घ्यायचा असतो, स्वपरीक्षणातूनच घ्यायचा असतो हे त्यांनी जाणले होते. या दोघांचे आणखी एक लक्षणीय वैशिष्ट्य हे की, ते दोघे जण भारतीय तत्त्वज्ञान देशाच्या सीमेपार, आंतरराष्ट्रीय पातळीवर घेऊन जाणारे पहिलेच भारतीय होते. त्या दोघांची नाळ मातृभूमीशी, विशेषत: त्यांच्या वंगभूमीशी, देशाच्या व प्रांताच्या महान संस्कृतीशी भक्कम बांधलेली होती. त्यांची मुळे जितकी खोलवर पोहोचलेली होती तितकेच त्यांचे तत्त्वज्ञान, धर्मज्ञान, ईश्वरज्ञान चांगले फोफावलेले होते, त्याला भौगोलिक सीमांचे कुंपण पडलेले नव्हते.

या साम्यस्थळातून असे सूचित करण्याचा प्रयत्न मुळीच नाही की, या दोघांचा मार्ग एकच होता, दृष्टिकोन सारखाच होता, पद्धत समान होती. नाही म्हटले तरी एक जण संसाराचा त्याग केलेला संन्यासी होता आणि दुसरा प्रेमळ पतीही होता आणि पिताही.

विवेकानंद सहकाऱ्यांवर प्रेम करायचे, त्यांच्यातले होऊन काम करायचे. पण ते कधी कल्पनाविश्वात रमायचे नाहीत, भावनांमध्ये वाहवत जायचे नाहीत. त्यांचे आचारविचार व्यवहाराला धरून होते. रवींद्रनाथांचा दृष्टिकोन बराचसा कल्पनारम्य आणि आदर्शवादी होता; परंतु त्या दोघांमध्ये असलेली मानवता मनाच्या भावनात्मक सामर्थ्यातून आलेली होती आणि दोघेही मानवतेच्या सेवेला परमेश्वराच्या सेवेच्या बरोबरीचे स्थान देणारे होते.

विवेकानंदांच्या पूर्वी केशवचंद्र सेन, राममोहन रॉय, रवींद्रनाथांचे पिता देवेंद्रनाथ टागोर यांच्यासारख्या काही विचारवंतांनी त्या काळी आजूबाजूला दिसणाऱ्या हिंदुधर्माच्या नावाखाली चाललेल्या गोंधळ, कोलाहलातही मूळ हिंदुधर्मातील चांगल्या

गोष्टींचा शोध घेऊन त्या समाजासमोर आणण्याचे कार्य केलेले होते, विवेकानंदांच्या काळातही करीत होते. एका दृष्टीने विवेकानंदांच्या मनात यासंबंधी प्रश्न निर्माण करण्याचे श्रेय त्याच विचारवंतांच्या कार्याला जाते. तरुण नरेनचा सुरुवातीचा विचार हाच होता की, माणसात देव पाहणे ही कल्पनाच देवाचा आनादर करणारी आहे. रामकृष्णांचे नाव ऐकल्यानंतरच्या काही दिवसांतच ते एकदा त्यांच्या एका मित्राजवळ असे म्हणाले होते की,

'काय वेडेपणा आहे! म्हणे या सुरईत देव आहे! हा कप म्हणजे देव आहे!! जे दिसेल त्यात म्हणे देव असतो. आपणही परमेश्वरच आहोत का? छे, यापेक्षा आणखी काही विचित्र असूच शकत नाही.'

परंतु रामकृष्णांशी भेट झाली, त्यांनी नरेनला स्पर्श केला आणि नरेन मंत्रमुग्ध झाला. क्षणार्धात त्याला संपूर्ण जग ईश्वरमय दिसू लागले. त्याच्याभोवती एक नवेच जग अवतरले. त्याच भारावलेल्या स्थितीत नरेन घरी पोहोचला. तेथेही त्याच्यासमोर आलेले अन्न, तो स्वत: खाणारा, आजूबाजूचे लोक हे सगळेच देवरूप होते. रस्त्यावरून चालताना गाड्या, घोडागाड्या, पादचाऱ्यांचा जथा, रस्त्याच्या कडेच्या इमारती – सगळेच ब्रह्मरूप होते. त्या दिवशी तो त्याचे काहीच काम करू शकला नाही. त्याची स्थिती अशी झाली की, त्याच्या पालकांना त्याची काळजी वाटू लागली. त्यांना तो आजारी पडल्याची शंका वाटू लागली. जेव्हा तो आणखी पुढच्या स्थितीत पोहोचला तेव्हा तर त्याला सारे जग स्वप्नवतच दिसू लागले. भर चौकात चालत असताना लोखंडी खांब खरा आहे की भास, हे तपासून पाहण्यासाठी तो त्यावर डोके आपटून पाहू लागला. त्याची स्थिती पूर्वपदावर यायला बराच अवधी जावा लागला. भविष्यात त्याला येणाऱ्या अननुभूत अनुभवाची ती फक्त झलक होती. पण त्याला त्या काळात वेदान्तातील अद्वैताची सत्यता पूर्णपणे पटली.

रामकृष्णांच्या भेटीने विवेकांनदांचे आयुष्य पूर्णपणे, अगदी कल्पनातीत रीतीने बदलून गेले. वर्डस्वर्थच्या शब्दात सांगायचे तर

The imperfect offices of prayer and praise,
His mind was a thanksgiving to the power
That made him; it was blessedness and love! 41

या पुस्तकाद्वारे मात्र मी असे विधान करू इच्छितो की, त्या भेटीने विवेकानंद व रामकृष्ण यांचीच फक्त आयुष्ये बदलली नाहीत, तर त्या भेटीने आणखी कितीतरी बदल घडवून आणले. उदाहरणार्थ, त्यांच्यामधील संबंधांचा एक परिणाम म्हणून बंगाल नवजागरण पूर्णत्वाला पोहोचले. राम मोहन रॉय यांचे समकालीन, रवींद्रनाथ टागोरांचे आजोबा द्वारकानाथ टागोर (जे दोघेही ब्राह्मो समाजाचे तळपते दीपक होते)

यांनी म्हटले आहे, 'त्या दोघांची भेट होईपर्यंत बंगाल नवजागरण म्हणजे फक्त एक 'उपक्रमा'चे बाह्यावरण असलेला सांस्कृतिक बहर होता.' त्या दोघा महात्म्यांच्या भेटीनंतर त्या चळवळीत तोवर बाजूला राहिलेला, समाजाच्या दृष्टीने अत्यंत महत्त्वाचा; ज्यात सुधारणा, बदल, प्रबोधन अत्यावश्यक होते असा विषय समाविष्ट झाला तो म्हणजे धर्म, विशेषत्वाने हिंदुधर्म. मला नेहमी असे वाटते की, आपण हिंदुधर्माला विसाव्या शतकाला योग्य अशा स्वरूपात बदलण्याचे पुरेसे श्रेय – तो बदलाचा प्रवास काही सतत अलगदपणे घडला नाही, काही वेळा त्यासाठी समाजाला ढकलावे लागले, क्वचित धक्के द्यावे लागले, आरडाओरडाही करावा लागला आणि ऐकूनही घ्यावा लागला – विवेकानंद आणि रामकृष्ण या जोडीला देत नाही.

ही जोडी समाजाच्या क्षितिजावर चमकू लागली त्या वेळी हिंदुधर्माचा उज्ज्वल, तेजस्वी भूतकाळ त्याच्या डळमळीत वर्तमानकाळाने झाकळून टाकला होता. विवेकानंदांचा अवतार संपेपर्यंत – जो फारच अकाली, ते केवळ एकोणचाळीस वर्षांचे असताना संपला, कारकिर्द ऐन बहरात असताना अस्तंगत पावणे हाही एक 'कूल' असा पराक्रम त्यांनी गाजवला – हिंदुधर्माला नवा साज चढू लागला होता, भारतीय असल्याच्या भावनेला अभिमानाची झालर लागायला सुरुवात झाली होती. हे खरे आहे की, यातले काहीच लगेच घडून आले नाही; परंतु त्यांनी त्या बदलाचे बीजारोपण केले, त्यांच्या कार्याचा प्रभाव अनेक गोष्टींवर पडला. त्यात ब्रिटिश सत्तेविरुद्धचा राष्ट्रीय संघर्षही होता आणि भारतीय संस्कृतीला जगभरात मिळू लागलेला मानही होता.

'रामकृष्ण मिशन'ची स्थापना करून विवेकानंदांनी जगाकडे एकात्मतेच्या, सर्वसमावेशकतेच्या भावनेने आणि मानवतेच्या दृष्टिकोनातून पाहणारा उदार मनोवृत्तीचा हिंदू, भारतीय घडवला. भारतीय असल्याबद्दलच्या, हिंदू असल्याबद्दलच्या आनंदाचा, अभिमानाचा स्फुलिंग भारतीयांच्या व हिंदूंच्या मनात पेटवण्याचे कार्य करणारे त्यांच्या काळातील तेच पहिले 'वीर' होते. भारतीय आणि हिंदू या दोन ओळखी त्यांच्या मनात एकत्र मिसळलेल्या होत्या का? असू शकतील. पण विवेकानंद 'हिंदू' या शब्दाकडे एका संकुचित संप्रदायाची ओळख, त्याचे नाव म्हणून नक्कीच पाहत नव्हते हे लक्षात घेणे फार आवश्यक आहे. अद्वैत वेदान्ताच्या त्यांच्या तत्त्वांनी त्यांना ही गोष्ट शिकवलेली होती की, प्रत्येक आत्मा (फक्त हिंदू आत्मे नव्हेत) देवस्वरूपच असतो, प्रत्येक आत्म्यात ईश्वरी अंश असतो. ज्यांनी त्यांच्याकडून उपदेश, मार्गदर्शन मिळण्याची इच्छा व्यक्त केली त्यांना ज्ञान देताना, विवेक शिकवताना त्यांनी त्या साधकाच्या धर्माचा, पंथाचा विचार कधीच केला नाही.

भारताच्या इतिहासात कोणीच कधीच विचारला नाही असा एक अत्यंत महत्त्वपूर्ण प्रश्न त्यांनी विचारलेला आहे. त्यांनी सांगितलेली शोधक वृत्ती अंगी बाणवणे हे त्यांनी आपल्यासमोर ठेवलेले रोजचे आव्हान आहे. त्याच प्रश्नाने त्यांच्याही उर्वरित आयुष्याची वाट निश्चित झालेली होती.

विवेकानंदांचा एक संदेश सर्वत्र प्रसिद्धी पावलेला आहे, तो अनेक वेळा उद्धृतही केला जातो. तो आहे 'उठा, जागे व्हा, जोवर तुमचे उद्दिष्ट पूर्ण होत नाही तोवर थांबू नका.' विवेकानंदांच्या कार्यात, त्यांच्या शिकवणुकीत ह्या जागृतावस्थेचा, दक्षतेचा आग्रह भिनलेला आह

विवेकानंद आणि रामकृष्ण या दोघांच्या भेटीत गहन गूढता तर होतीच; पण त्याव्यतिरिक्त त्यात एक आगळे काव्य होते, जे त्या भेटीला नरेनच्या प्रश्नामुळे प्रश्नामुळे प्राप्त झाले होते. त्या काव्याचे पडसाद आजही जाणवतात. मला तर असे वाटते की तो, प्रश्न आपल्याला सरळ नासदीय सूक्तातील या ओळींशीच जोडतो,

'ही निर्मिती कधी झाली ते कोणासच ठाऊक नाही
त्यानेच केली का त्याने नाहीच केली हेही ज्ञात कोणासच नाही
तो जो तेथे उंच स्वर्गात बसून पाहतो आहे
त्यासच फक्त माहिती आहे, किंवा कदाचित त्यासही माहिती नाही!'

या जोडीने आपल्या सर्वांनाच ही शिकवण दिली की अगदी खोलात शिरून, कितीही गैरसोयीचे वाटले तरीही, अगदी स्पष्ट, परखड प्रश्न विचारण्यानेच एक व्यक्ती म्हणून आणि संपूर्ण समाज म्हणून प्रगती घडवून आणता येते. समाजाला जाण आणण्यात त्यांचे हे फार मोठे योगदान होते.

बैचैन करणारे अवघड, गुंतागुतीचे प्रश्न आणि त्यावर समाजाला आजवर अधिकच अस्वस्थ करणारे, घोटाळ्यात पाडणारे मौन यामुळे कायमच, आजही आतल्या आत घुसमटणाऱ्या समाजाला विवेकानंद आणि रामकृष्ण या जोडीने फार चांगला धडा घालून दिला आहे. प्रश्न विचारण्याची, चर्चा करण्याची, क्वचित वाद घालण्याची, प्रामाणिकपणे विचार करूनसुद्धा सदसद्‌विवेकबुद्धीला न पटणारे 'सत्य' नाकारण्याची सवय – हे गुण विवेकानंद व रामकृष्ण यांच्यातील वैचारिक देवाणघेवाणीतून आपल्याला वारशात मिळालेले आहेत.

एक उदाहरण अगदी चपखल आहे : रामकृष्णांच्या मृत्यूच्या काहीच महिने आधीचा काळ – २१ एप्रिल १८८६ हा दिवस. रामकृष्णांच्या आयुष्यातील सर्व महत्त्वाच्या प्रसंगांची, त्यांच्या इतरांबरोबर होणाऱ्या संभाषणांची, प्रश्नोत्तरांची डायरीत नोंद ठेवणाऱ्या, ज्यांच्या नोंदींवरून 'गॉस्पेल ऑफ रामकृष्ण परमहंस' हे पुस्तक तयार केले गेले – महेंद्रनाथ गुप्ता यांच्याबरोबरचा विवेकानंदांचा हा संवाद :

विवेकानंद : देव वगैरे असे काही नसते.

एम (महेंद्रनाथ डायरीत स्वतःचा उल्लेख 'एम' असा करीत) : आत्ता तुम्ही

असे म्हणता आहात, पण नंतर निराळेच बोलता. रामकृष्ण म्हणतात, 'साशंकता ही परमेश्वरप्राप्तीच्या मार्गातील एक अवस्था असते, त्यासारख्या अनेक अवस्थांमधून जावेच लागते, लांबचा पल्ला गाठावा लागतो, मगच देव सापडतो.'

विवेकानंद : मला सांगा मी जसे ते समोरचे झाड पाहतो आहे तसा कोणी देव पाहिला आहे का?

एम : होय. आपल्या गुरू रामकृष्णांनी पाहिला आहे.

विवेकानंद : तो त्यांना भास झाला असेल.

एम : एका विशिष्ट अवस्थेत जो अनुभव येतो ना तो त्या व्यक्तीसाठी त्या विशिष्ट अवस्थेत खराच असतो. अशी कल्पना करा की, स्वप्नात तुम्ही एका बागेतून चालला आहात. जोवर ते स्वप्न सुरू असते तोवर ती बाग तुमच्यासाठी खरीच असते. त्या स्वप्नावस्थेत काही बदल झाला, म्हणजे समजा तुम्हाला जाग आली तर ती बाग तुम्हाला खोटी वाटायला लागते. देवाचे प्रत्यक्ष दर्शन घडण्याच्या अवस्थेत तुम्ही पोहोचलात की मग त्या अवस्थेत जर देवाचे दर्शन घडले तर तो देव तुम्हाला खराच वाटेल.

विवेकानंद : हे पहा, मला सत्य काय ते हवे आहे. त्या दिवशी माझा प्रत्यक्ष श्री रामकृष्णांबरोबरही वाद झाला.

एम : काय झाले?

विवेकानंद : ते मला म्हणाले, 'काही लोक त्यांना देव म्हणतात.' मी लगेच त्यांना सांगून टाकले, हजार लोक जरी त्यांना देव म्हणाले तरी जोपर्यंत त्याची सत्यता सिद्ध होत नाही तोपर्यंत मी नक्कीच तुम्हाला देवबीव म्हणणार नाही. ते म्हणाले, 'ते हजार लोक जे म्हणत आहेत ते खरेच आहे. तोच धर्म आहे.' मी म्हणालो, इतरांना समजू दे ते खरे, पण मला स्वत:ला जोवर ते खरे आहे हे पटणार नाही तोवर मी लोकांचे काहीही ऐकणार नाही.

एम : (हसत) तुमची वृत्ती म्हणजे त्या कोपर्निकस, बर्कले यांच्यासारख्या पाश्चिमात्य विद्वज्जनांसारखी झाली आहे. सगळे जग म्हणत होते की सूर्य हलतो, पण कोपर्निकसने काही ते मानले नाही. आपल्याला दिसते ते बाह्य जग खरे आहे हे सर्वांनी मान्य केले पण जॉर्ज बर्कले याने त्याकडे लक्ष दिले नाही. म्हणूनच लुईस म्हणतो, 'Why was Berkeley not a philosophical Copernicus?'

विवेकानंद : तुम्ही मला तत्त्वज्ञानाचा इतिहास द्याल का?

एम : कोणी लिहिलेला? लुईसने?

विवेकानंद : नाही, यूबरवेगने. मला जर्मन लेखक वाचला पाहिजे.

एम : तुम्ही आत्ताच म्हणालात की मी जसे समोरचे झाड पाहतो आहे तसा कोणी देव पाहिला आहे का? समजा, देव माणसाच्या रूपात तुमच्याकडे आला आणि म्हणाला की 'मी देव आहे', तुम्ही विश्वास ठेवाल त्याच्यावर? तुम्हाला लाझारसची गोष्ट नक्की लक्षात असेल. त्याच्या मृत्यूनंतर तो अब्राहमला म्हणाला, 'मला पृथ्वीवर परत जाऊ दे आणि माझ्या नातेवाइकांना, मित्रांना सांगू दे की मृत्यूनंतरही आयुष्य असते, नरकही असतो.' अब्राहम त्याला म्हणाला, 'तुला वाटते आहे कोणी तुझ्यावर विश्वास ठेवेल असे? ते म्हणतील, हा कोणीतरी ढोंगी साधू आला आहे आणि असल्या काहीतरी गोष्टी सांगतो आहे!' गुरू रामकृष्ण म्हणतात, 'तर्काने देव समजून घेता येत नाही. केवळ श्रद्धेच्या बळावरच सर्व काही मिळवता येते – ज्ञान आणि परम ज्ञान. त्या श्रद्धेनेच देवही पाहता येतो आणि त्याच्याशी एकरूपही होता येते.

या संभाषणाने मी मंत्रमुग्ध होतो ते या जाणिवेने की त्यांच्यातच देव पाहणाऱ्या आणि ज्यांचा संदेश संपूर्ण जगभरात पोहोचवायचे काम त्यांनी आयुष्यभर केले त्या त्यांच्या आध्यात्मिक गुरूच्या मृत्यूच्या काहीच महिने आधीसुद्धा विवेकानंद अत्यंत सहज अशा आत्मविश्वासाने त्यांच्या शंकांचे विस्तृत चर्चेद्वारे, प्रश्नोत्तरांद्वारे निरसन करून घेत होते. प्रश्न जेव्हा असे टोकदार, जोरदार असतात, न थांबणारे, समाधान होईपर्यंत सतत विचारले जातात तेव्हाच मिळणारी उत्तरे पूर्ण, निश्चित आणि निखालस असतात.

# ४

# प्रवासाची लालसा

भारतीय आध्यात्मिक गुरू सद्गुरू जग्गी वासुदेव यांना एका मुलाखतीत प्रश्न विचारला, ''गुरू का लागतो?'' / ''गुरूची आवश्यकता का असते?''

सद्गुरू हसले, म्हणाले, ''तुम्ही जर इलेक्ट्रॉनिक आवाज ज्या दिशेने जायला सांगतो त्यावर विश्वास ठेवणार असाल (त्यानुसार गाडी चालवणार असाल, त्याचे म्हणणे ऐकून तुमचा जीव धोक्यात घालणार असाल) तर त्यापेक्षा दुसऱ्या एखाद्या माणसाकडून का नाही मार्गदर्शन घ्यायचे? शेवटी जीपीएस म्हणजे तरी काय? गुरू पोझिशनिंग सिस्टिम – गुरू दिशादर्शक पद्धती!''

तेही हसले आणि त्यांच्याबरोबर प्रेक्षकही.

हा प्रसंग मी जेव्हा ऐकला, तेव्हा त्याच्याशी संबंधितच, पण एक वेगळा विचार माझ्या मनात आला. अध्यात्म, विशेषत: सुसंबद्ध, सुसंघटित अशा धर्मातले अध्यात्म म्हणजे भूगोलच असतो. त्यात पवित्र मानली जाणारी स्थाने, स्थळे, ठिकाणे असतात, वाटेवरील खुणा असतात, पवित्र स्थानांवर पोहोचण्यासाठीचे अनिवार्य प्रवास असतात, काही वेळा ते खडतरही असतात.

हे इतर कोणत्याही ठिकाणापेक्षा भारतात जास्त लागू पडते. 'राष्ट्रवादा'च्या सिद्धान्तात वापरल्या जाणाऱ्या 'राष्ट्र' या शब्दाला भारतात जरा निराळी छटा आहे. भारतात 'राष्ट्र म्हणजे भाषा, संस्कृती, जाती (वर्णसुद्धा) यांच्यातली समता' असा अर्थ अभिप्रेत नाही, तर त्यात आध्यात्मिक परंपरा व वारसा आणि निरनिराळी तीर्थक्षेत्रे यांचा समावेश असतो. त्यातही एक महत्त्वाचा फरक आहेच. भारतातील सर्व तीर्थक्षेत्रे, पवित्र स्थळे – काही अगदी सहजपणे लक्षात येणारी, प्रसिद्ध, काही जरा अप्रचलित, आडबाजूची – यांची ठिकाणे जर नकाशावर खुणा केली तर नकाशा पूर्ण भरून जाईल. आणि हा निव्वळ योगायोग नाही. भारतीयांच्या सर्वसमावेशकतेचा तो पुरावा आहे. विविध आध्यात्मिक विचार, अनेक धर्म, पंथ, श्रद्धा यांना सर्वांना त्यांची त्यांची पूजास्थाने, पवित्र वास्तू यांसाठी भारताच्या भूमीवर जागा दिली गेली आहे. त्या सर्वांचे मिळून भारत हे 'राष्ट्र', हा देश बनलेला आहे. अर्थात, याचा अर्थ असा मुळीच नाही

की, त्यात भांडणे नाहीत, संघर्ष नाहीत, मतभेद नाहीत. तेही भरपूर आहेत. आधीच्या प्रकरणात सतीच्या चालीचा उल्लेख आला आहे. तेथे धर्माच्या मूळच्या विशुद्ध व पवित्र रूपात सनातनवाद्यांनी घुसडलेल्या अयोग्य, अन्याय्य रूढी, चालीरीती यांमुळे जातिभेदासारखे गंभीर प्रश्न निर्माण झालेले आहेत हेही नमूद केलेले आहे. परंतु या अशा 'अतिक्रमणां'वर उपायही शोधले गेले आहेत. दक्षिण केरळमधील एझवा नेते, साक्षात्कारी संत नारायण गुरू यांचे उदाहरण घ्या. ते अस्पृश्य जातीचे होते, तरीही त्यांनी केरळमध्ये अनेक देवालयांची स्थापना केली. असे सांगितले जाते की, १८८७ सालच्या गुरुपौर्णिमेच्या शुभ दिवशी नारायण गुरू ध्यान करीत बसले असताना, त्यांना त्या ध्यानमग्न स्थितीत एक शिवलिंग दिसले. ते ध्यानातून बाहेर आले आणि त्यांनी जवळच्याच नदीत उडी घेतली. पाण्यातून वर येताना त्यांच्या हातात त्यांना स्वप्नात दिसलेले शिवलिंग होते. त्याचीच स्थापना करण्यासाठी त्यांनी जे देऊळ बांधले (देव, देवालय हे फक्त ब्राह्मण जातीच्या अखत्यारीतील विषय असून एका अस्पृश्याने देवालय बांधण्याचे धाडस केल्यामुळे त्यांना अनेक संकटे, अडचणी, विरोध यांना तोंड द्यावे लागले) तेच आज 'अरूविप्पुरम शिवमंदिर' म्हणून प्रसिद्ध आहे. ब्राह्मणांनी त्यांना जाब विचारला तेव्हा त्यांनी खणखणीत उत्तर दिले, "काळजी करू नका, या देवळातला शंकर ब्राह्मण नाही, तो एझवा जातीचा, अस्पृश्यच शंकर आहे!"

या त्यांच्या कृतीला कायदेशीररीत्या आक्षेप घेताच येत नव्हता कारण धर्मसंकल्पनेनुसार देव – शिव शंकर तर नक्कीच – सर्वव्यापी आहे! आद्य शंकराचार्य तर नेहमी हेच म्हणायचे, 'चिदानंद रूपा शिवोहम् शिवोहम्।' – 'सर्वत्र अन्य काहीच नाही, केवळ पूर्णब्रह्म, परम सत्य, सर्वव्यापी शिव आणि शिवच आहे.'

या पुस्तकाच्या लेखनकालात मी जवाहरलाल नेहरू विद्यापीठातील प्राध्यापक, हिंदू धर्म व विचार या विषयातील अधिकारी विद्वान, मकरंद परांजपे यांना भेटायला गेलो होतो. त्यांनी मला एका श्लोकाची आठवण करून दिली,

'माता च पार्वती देवी पिता देवो महेश्वर:
बांधवा: शिव भक्ताश्च, स्वदेशो भुवनत्रयम्।'

(पार्वती माझी माता, महेश्वर माझे पिता, माझे सर्व बंधू, मित्र शिवभक्त आणि त्रिलोक हे माझे घर.)

ते म्हणाले, "विश्वबंधुत्वाच्याही पलीकडचा हिंदू विचार या दृष्टीने या श्लोकाकडे पहा!"

विवेकानंदांच्या गोंधळलेल्या, पण सुपीक मनात सतत विश्वबंधुत्व, शहरीकरण, सतत प्रवास करण्याची लालसा – असल्या विचारांचे मंथन सुरू असायचे. ('– मी

चाललो, जोपर्यंत एखादा बॉम्ब टाकल्यासरखा हा समाज हादरवून सोडणार नाही आणि या समाजाला माझ्या मागे यायला लावणार नाही तोवर मी परतच येणार नाही.')

एक बंगाली म्हणून मी नेहमी असा विचार करत असतो की, कोलकत्यात अनुभवास येणारी बंगाली संवेदनशीलता, मुंबईत दिसणारी मराठी अस्मिता आणि दिल्लीतला पंजाबी तडका यांत काय फरक आहे? त्याला भौगोलिक आणि ऐतिहासिक असे दोन पैलू आहेत. कोलकता तसे तरुण शहर आहे. १९८९ ते १९९१ या दोन वर्षांच्या काळात त्या शहराने तीनशेवा वाढदिवस साजरा केला. मुंबई ही कोलकत्यापेक्षा दीडशे वर्षांनी जुनी आहे आणि दिल्ली – ती म्हणजे तर अति प्राचीन, पाच पांडवांची राजधानी इंद्रप्रस्थच!

बंगाली संस्कृती ही शहरीच आहे, तिला ग्रामीण चव नाही. महाराष्ट्र आणि पंजाब या दोन्ही प्रांतांतील लोकांच्या मनांची जोपासना लहानमोठी स्वतंत्र राज्ये, डोंगर-टेकड्या, राने-वने, घोडेस्वार-योद्धे, त्यांचे शौर्य, मोठमोठ्या कामगिऱ्या अशा वैविध्यपूर्ण माध्यमांमधून होत गेली. बंगाली प्रकाशात आले ते वैशिष्ठ्यपूर्ण भाषा, बोली, निराळे तत्त्वज्ञान आणि संस्कृती यांमुळे. महाराष्ट्रेचे पहिले दैवत छत्रपती शिवाजी महाराज – एक स्वातंत्र्ययोद्धा. बंगाल्यांचे बंकिमचंद्र चट्टोपाध्याय – 'वंदे मातरम्' या वंदनीय स्वातंत्र्यगीताचे कवी. यातला ढोबळपणा सोडला तरी यात काही शंकाच नाही की बंगाली लोकांची स्वजाणीव, त्यांचा इतिहास, त्यांची जडणघडण ही पूर्णपणे शहरीच आहे आणि त्याचे कारणही उघड आहे की तो प्रांत, ते लोक, ती संस्कृती यांची बीजे खेड्यात, गावात, राजाराण्यांच्या राज्यात नाही, तर शहरातच रुजली, वाढली, फोफावली.

याचमुळे विवेकानंदांसारखा एक बंगाली आपल्याला सर्वांत महान धडा हा देतो की, परमेश्वराच्या शोधातही शहरी विचारपद्धती परिणामकारक पद्धतीने वापरता येते. त्यांनी स्वत: आद्य शंकराचार्यांच्या या देशाचा कानाकोपरा पालथा घालून धर्माचे पुनरुज्जीवन करण्याचा मार्ग चोखाळला. शंकराचार्यांच्या भारतप्रवासाचा नकाशा आणि त्यांनी भेट दिलेल्या ठिकाणांची यादी येथे दिलेली आहे. ती श्री कांची कामकोटी पीठाच्या संकेतस्थळावरून घेतलेली आहे. विवेकानंदांना ज्या देशबांधवांची आत्मजागृती करायची होती त्यांचे जीवन जवळून पाहणे, ते ज्या भूमीत राहतात तिचा स्पर्श, तिचा सहवास अनुभवणे हे गरजेचे तर होतेच; शिवाय ते आद्य शंकराचार्यांहून खूपच भिन्न, कलकत्त्यासारख्या शहरातील सधन वर्गातील तरुण होते. त्यांचे बालपण, शालेय व महाविद्यालयीन आयुष्यही शहरातच गेले होते, ते अंतर्बाह्य शहरी होते, त्यामुळे तर ते 'जीवनदर्शन', तो प्रवास हे अधिकच महत्त्वाचे होते. त्यांचे सर्व शिक्षक, मार्गदर्शक – अगदी गुरू रामकृष्ण परमहंससुद्धा – शहरीच होते. त्यामुळे त्यांनी विशाल स्वदेशप्रवासासाठी – ज्यामुळे ते मातृभूमीच्या अधिकच प्रेमात पडणार होते – जेव्हा शहरातून बाहेर पाऊल ठेवले तेव्हा आणि त्यानंतर प्रवासाच्या अखेरपर्यंत

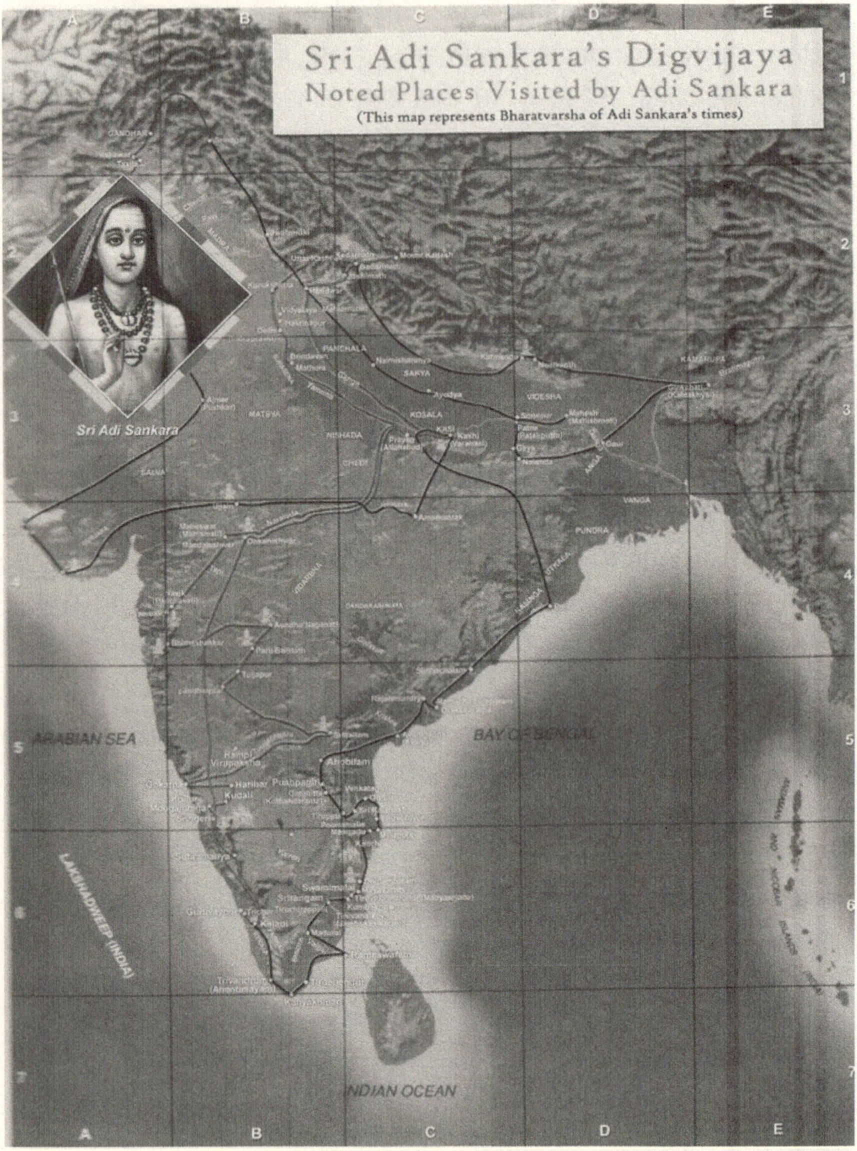
Sri Adi Sankara's Digvijaya
Noted Places Visited by Adi Sankara
(This map represents Bharatvarsha of Adi Sankara's times)
Sri Adi Sankara
ARABIAN SEA
BAY OF BENGAL
INDIAN OCEAN
LAKSHADWEEP (INDIA)

# Places visited by Adi Sankara

| Place Name | Square No. | Place Name | Square No. |
|---|---|---|---|
| Ahobilam | B5 | Mylapore | C6 |
| Ajmer (Pushkar) | B3 | Naimisharanya | C3 |
| Amarkantak | C4 | Nalanda | D3 |
| Aundha Naganath | B4 | Nasik (Panchavati) | B4 |
| Avanigadda (Avani) | C5 | Neelkanth | D3 |
| Ayodhya | C3 | Omkareshwar | B4 |
| Badarinath | C2 | Ontimitta (Kothandarama) | B5 |
| Bhimashankar | B4 | Pandharpur | B5 |
| Chidambaram | C6 | Parli Baijnath | B4 |
| Delhi (Indraprastha) | B2 | Patna (Pataliputra) | D3 |
| Draksharama | C5 | Peshawar | A1 |
| Dwaraka | A4 | Poonamallee | C5 |
| Gaur | D3 | Prayag (Allahabad) | C3 |
| Gaya | CD3 | Puri | D4 |
| Gokarna | AB5 | Pushpagiri | C5 |
| Gudur | C5 | Rajahmundry | C5 |
| Guruvayur | B6 | Ramachandrapurum | C5 |
| Gauwahati (Kamakhya) | E3 | Rameswaram | C6 |
| Hampi (Virupaksha) | B5 | Simhachalam | C5 |
| Haridwar | B2 | Somnath | A4 |
| Harihar | B5 | Sonpur | D3 |
| Hastinapur | B2 | Sri Kalahasti | C5 |
| Joshimath | C2 | Srinagar | B1 |
| Jwalamukhi | B2 | Sringeri | B5 |
| Kalady | B6 | Srirangam | B6 |
| Kanchipuram | C6 | Srisailam | B5 |
| Kanyakumari | B7 | Subrahmanya | B5 |
| Kashi (Varanasi) | C3 | Swamimalai | C6 |
| Kathmandu | D3 | Taxila | A1 |
| Kedarnath | C2 | Tiruchendur | B6 |
| Kollur (Moogambika) | B5 | Tiruchirapalli | B6 |
| Kudali | B5 | Tirupati | C5 |
| Kumbakonam | C6 | Tiruvanaikoil (Jambukeswaram) | B6 |
| Kurukshetra | B2 | Tiruvidaimarudur | C6 |
| Madurai | B6 | Tiruvotriyur | C5 |
| Mahesh (Mahismati) | D3 | Trichur | B6 |
| Maheswar (Mahismati) | B4 | Trivandrum (Anantasayanam) | B6 |
| Mahur | B4 | Triambak | B4 |
| Mandaleshwar | B4 | Tuljapur | B5 |
| Mangadu | C6 | Ujjain | B4 |
| Mathura | B3 | Uttar Kashi | B2 |
| Mayavaram | C6 | Venkatagiri | C5 |
| Mount Kailash | C2 | Vidyalaya (Mahismati) | B2 |
| | | Vrindavan | B3 |

त्यांना त्यांच्या अज्ञानाची, आपल्याला अजून किती आणि काय काय नवे शिकायचे आहे आणि या आपल्या देशाजवळ नवीन, निराळे, सर्वस्वी अपरिचित- पण अत्यंत मौल्यवान अशा ज्ञानाचे केवढे भांडार आहे याची सतत, पदोपदी जाणीव होत राहिली.

आपल्यासारख्यांना यात विशेष रस वाटेल कारण आपली म्हणजे बहुसंख्य भारतवासीयांची स्थिती, पाहण्याची दृष्टी विवेकानंदांसारखीच 'शहरी' असते. देशाचा बहुतांश भाग व्यापलेल्या गावा-शहरात राहणाऱ्या आपल्यासारख्यांना आपल्या भोवतालचा परिसर सोडला तर बाकीचा देश पूर्णपणे अनोळखी, परग्रहाइतका परकाच असतो. हे फार मोठे अंतर आपल्याला माहीत असतेच, पण आजची प्रसारमाध्यमेही ते आपल्या मनावर सतत बिंबवत असतात, त्यांना बिंबवावे लागते. देशभरातील बातम्या द्यायला ती धडपडत असतात. मुंबईतील खुनाची वार्ता अगदी सहज आणि लगेच दिली जाते, तिला विस्तृत प्रसिद्धीही मिळवून देता येते, पण देशाच्या ईशान्येकडच्या किंवा सेन्ट्रल स्टेट्समध्ये उसळलेल्या दंगलीची माहिती द्यायला प्रचंड वेळ लागतो, त्रास पडतो, आटापिटा करावा लागतो; ही तक्रार ज्येष्ठ वार्ताहर नेहमीच करत असतात आणि त्यासाठी अंतराचेच कारण पुढे करतात. एका अहवालानुसार आज देशभरात प्रवास करणाऱ्या भारतीयांची संख्या आजवर कधीही नव्हती इतकी जास्त आहे - तरीही ही परिस्थिती आहे. प्रवाशांची संख्या वाढली असली तरी या अवाढव्य देशातील कानाकोपऱ्यातील परिस्थितीमधली क्लिष्टता, अखंड आणि अत्यंत क्लेशकारक गुंतागुंत यांची त्यातल्या किती जणांना पूर्ण कल्पना येत असेल हे तितकेसे स्पष्ट नाही. विवेकानंदांना मात्र हे पुरेपूर पटले होते की, देशभर प्रवास करून आपला देश नीट समजून घेतल्याशिवाय आपला पुढील प्रवास होऊ शकणार नाही. रामकृष्णांच्या शिष्यांच्या निवासासाठी पहिला 'मठ' उभारल्यानंतर दोन वर्षांच्या आतच विवेकानंद 'परिव्राजक' बनून, संन्यासाचा भगवा अंगरखा चढवून त्यांचे पुरते आयुष्यच बदलून टाकणाऱ्या भारतप्रवासास बाहेर पडले. १८८८ ते १८९३ ही पाच वर्षे (मध्ये एकदाच ते कलकत्त्यातल्या बरानगर येथील मठात अल्प काळासाठी येऊन गेले होते) ते देशभरात उत्तर-दक्षिण, पूर्व-पश्चिम हिंडत होते, समाजातील सर्व स्तरांतील लोकांना भेटत होते. त्यातील बऱ्याच जणांनी त्यांच्या जीवनाकडे, अध्यात्माकडे पाहण्याच्या दृष्टिकोनात बदल घडवून आणला, स्वदेशाबद्दलच्या कल्पना पालटून टाकल्या. हा प्रवास अत्यंत जिकिरीचा होता, कष्टप्रद होता. प्रवासात अडचणी येतच होत्या, पण त्यातच त्यांची प्रकृतीही बिघडली होती. पण तरीही त्यांनी नेटाने प्रवास सुरूच ठेवला. या प्रवासात ते अनेक महापुरुषांना भेटले. गाझीपूरचे पवहारी बाबा (महान संत आणि योगी. मूर्तिमंत नम्रता आणि भक्ती. हे पवहारी बाबा सलग दोन ते सहा महिने समाधी अवस्थेत राहू शकत होते.), म्हैसूर संस्थानचे दिवाण, त्यांच्याबरोबर म्हैसूरचे महाराज चामराजेंद्र वडियार, पुढे विवेकानंदांचे शिष्य बनलेले अलासिंगा पेरूमल आणि आधीही उल्लेख येऊन गेलेले, त्यांच्या आयुष्यात फार मोठी आणि महत्त्वाची भूमिका बजावणारे खेत्री संस्थानचे राजे अजित सिंग.

आपले घर सोडायचे, हा असा प्रवास करायचा असे विवेकानंदांनी का ठरवले?

एक फार मोठे कार्य आपली वाट पाहते आहे याविषयी नरेनच्या मनात जराही संदेह नव्हता. त्याचे आंतरिक सामर्थ्य, त्याची लोकोत्तर प्रतिभा त्याला साद घालीत होती. तारुण्याचा जोश व जोम त्याला स्वस्थ बसू देत नव्हता. क्लेशकारक, दुःखकारक काळ, जुलूम, अन्याय यांनी गांजलेला, दडपला जाणारा त्याच्याभोवतीचा त्याचा देश त्याला मूक साद घालीत होता. देशाचे प्राचीन वैभव, आश्चर्यजनक सामर्थ्य आणि त्याच देशाच्या कुपुत्रांनी त्याची केलेली दुर्दशा यांतील जमीनअस्मानाचा फरक त्याला बोचत होता, डाचत होता. मृत्यू आणि पुनरुत्थान, निराशा व प्रेम यांच्या वेदनांनी त्याचे मन व्याकूळ होत होते. पण त्याची वाट पाहणारे ते कार्य कोणते होते? ते त्याच्या हाती सोपवणार कोण होते? त्याविषयी काहीही न सांगताच त्याच्या गुरूंनी (रामकृष्णांनी) जग सोडले होते. आता जीवित व्यक्तींमध्ये त्याला त्याच्या आयुष्याची वाट दाखवणारे, ज्ञानाचा दिवा प्रज्वलित करणारे कोण होते? फक्त परमेश्वरच! तो अजूनही का मौन धरून बसला होता? त्याने बोलायला हवे होते. तो हाकेला उत्तर का देत नव्हता?

त्याच परमेश्वराच्या शोधात नरेन बाहेर पडला.

वाराणसी, अयोध्या, लखनौ, आग्रा, वृंदावन, तेथून हिमालय, नंतर राजपुताना, मग अलवार, अहमदाबाद, काठेवाड, तेथून म्हैसूर, कोचीन, त्रावणकोर, मदुरा आणि मग थेट तामिळनाडूचे दक्षिण दिशेचे, सर्वांत खालचे टोक.

याच प्रवासात वृंदावन येथे याआधी उल्लेख केलेला हुक्क्याचा प्रसंग घडला. खेत्री संस्थानात मुक्काम असताना एका राजनर्तकीच्या संबंधातील प्रसंग घडला. खेत्रीचे संस्थानिक अजित सिंग आणि विवेकानंद यांच्यात संभाषण सुरू असताना एक राजनर्तिका तेथे आली.

ब्रह्मचर्याची शपथ घेतलेल्या संन्याशाच्या चेहऱ्यावरील तुच्छता व तिरस्कार पाहताच ती मानी राजनर्तिका तडक निघून जाऊ लागली. राजांनी तिला थांबवले तेव्हा त्या लहान चणीच्या राजनर्तिकेने त्या तिरस्कारपूर्ण नजरेचे उत्तर सूरदासाच्या एका गीतातून दिले,

‘हे भगवान, माझ्यातील दोषांकडे पाहू नका. तुम्ही समदर्शी आहात. तुमच्या नजरेत सर्वच समान आहेत. आम्हा दोघांनाही एकच ब्रह्मपद द्या. लोखंडाचा एक तुकडा देवालयातील देवाची मूर्ती बनतो, तर त्याच लोखंडाचा दुसरा तुकडा कसायाच्या हातातील जीवघेणा, धारदार चाकू बनतो. पण त्या दोघांना जेव्हा परीसस्पर्श होतो तेव्हा दोघेही सोने बनतात. तेव्हा, भगवान, माझ्या

दोषांकडे पाहू नका. हे समदर्शी भगवान, पाण्याचा एक थेंब पवित्र यमुना नदीत असतो, दुसरा रस्त्याच्या बाजूने वाहणाऱ्या गलिच्छ नाल्यात असतो, पण ते दोन्ही थेंब जेव्हा परम पवित्र गंगामातेला जाऊन मिळतात तेव्हा दोन्ही सारखेच पवित्र होतात. तेव्हा हे भगवान, माझ्या दोषांकडे पाहू नका... तुम्ही समानदर्शी आहात....'

*'प्रभु मेरे अवगुण चित ना धरो।*
*समदर्शी प्रभु नाम तिहारो, चाहो तो पार करो।*
*एक लोहा पूजा में राखत, एक घर बधिक परो।*
*सो दुविधा पारस नहीं देखत, कंचन करत खरो।*
*एक नदिया एक नाल कहावत मैलो नीर भरो।*
*जब मिलिके दोऊ एक बरन भये, सुरसरी नाम परो।'*

या अशा प्रवासातील विविध अनुभव विवेकानंदांच्या मनावर काय काय परिणाम करीत होते? माझ्या समजुतीप्रमाणे त्यांच्या मनात खोल घर करून राहिलेल्या अनेक दृढ श्रद्धा, विश्वास भंग पावले, पक्क्या समजुतींना चांगलाच धक्का बसला. रोमां रोलां या त्यांच्या चरित्रकाराने लिहिले आहे, 'त्यांना जे अगदी मनात खोल घर करून बसले आहेत असे वाटत होते असे त्यांचे अनेक पूर्वग्रह संपूर्ण नाहीसे झाले.'

रोमां रोलां यांनी विवेकानंदांचा निवास हिमालयात असतानाचा एक प्रसंग वर्णन केला आहे,

'ते तेथे एका तिबेटी जमातीत राहत होते. त्या जमातीत बहुपतिकत्व रूढ होते. ते ज्या घरात पाहुणे म्हणून राहत होते त्या कुटुंबात सहा भाऊ होते आणि त्यांची सर्वांची एकच पत्नी होती. ते पाहून धक्का बसलेल्या, नुकतेच नैतिकतेचे धडे घेतलेल्या संन्याशाने मोठ्या आवेशात त्यांना त्यांची अनैतिकता लक्षात आणून द्यायचा प्रयत्न केला. एकपत्नीव्रताचे गुणगान ऐकल्यावर त्या भावांना फार मोठा धक्का बसला. ते म्हणाले, ''काय स्वार्थी लोक आहेत! एक स्त्री आयुष्यभर फक्त स्वत:साठी ठेवतात!!''

या अशा प्रकारे श्रद्धा, विश्वास यांना तडे जाण्यानेच विवेकानंदांचे मन विशाल, विवेकी, सहिष्णू बनले. स्त्रीपुरुष संबंध, लैंगिकता यांविषयी लहानपणापासूनच विवेकानंदांचा दृष्टिकोन अतिशय सनातनी, रूढीवादी होता. त्यांच्या वडिलांच्या अकाली मृत्यूनंतर त्यांच्या कुटुंबाचे खूपच हाल झाले, ते वंचित बनले. त्या काळात विवेकानंदांकडे एक प्रस्ताव आला होता, जो त्यांनी नाकारला होता. त्याविषयी त्यांनी म्हटले आहे,

‘एका सधन, सुखवस्तू कुटुंबातील एक स्त्री बरेच दिवस माझ्याकडे आकर्षित होऊन माझ्या प्रेमातच पडली होती. आमच्या वाईट काळात तिने संधी साधली आणि तिला तिच्या सर्व मालमत्तेसह स्वीकारून आमचे दारिद्र्य कायमचे दूर करण्याचा प्रस्ताव माझ्यापुढे ठेवला. मी वैतागलो आणि तिचा तो प्रस्ताव धुडकावून लावला. आणखी एक स्त्रीही तसाच प्रस्ताव घेऊन आली होती. तिला मी म्हणालो, ‘आपले शरीर विकण्यात तुम्ही तुमचे आयुष्य वाया घालवलेत. जेव्हा मृत्यू समोर ठाकेल तेव्हा त्याला सामोरे जाण्याची काही तयारी केली आहे का तुम्ही? या व्यर्थ लालसा बाजूला सारा आणि परमेश्वराला शरण जा.''

त्यांचे आध्यात्मिक गुरू रामकृष्ण परमहंस हे विवाहित होते; परंतु त्यांनी पत्नीशी रूढार्थाने वैवाहिक संबंध ठेवले नव्हते. त्यांनी पत्नीला विश्वाच्या आदिशक्तीच्या रूपात पाहून, जगन्मातेचा अवतार मानून तिला पूजनीय स्थान दिले होते. ते नेहमी उपदेश करायचे,

‘स्त्री आणि सोने (संपत्ती) या दोन गोष्टी सर्वांनाच भ्रमात पाडतात. पण मी त्या गोष्टींची कधीच पर्वा केली नाही. मी शपथेवर सांगतो, मला एका ईश्वराखेरीज अन्य काहीही माहीत नाही.’

याच संदर्भातील एका प्रवचनात रामकृष्ण म्हणाले होते, ‘या जगाच्या काळ्या समुद्रात तुम्हाला पोहायचे तर आहे, पण तुमचे शरीर कधी काळे होता कामा नये.’ त्यावर त्यांचा एक शिष्य हसून म्हणाला, ''पण तुम्हालासुद्धा लग्न करायलाच लागले की!''

त्यावर हसून रामकृष्ण उत्तरले, ''एक ऐहिक जीवनसंस्कार म्हणून विवाह आवश्यक आहे, पण मी कसा तसले ऐहिक आयुष्य जगू? आज ‘स्त्री आणि संपत्ती म्हणजे जग’ अशी स्थिती झाली आहे. त्या जगात ईश्वराचा विसरच पडतो.''

''पण मग स्त्री आणि संपत्ती यांच्यापासून सुटका तरी कशी मिळवायची?'' त्यांना प्रश्न विचारला गेलाच.

रामकृष्ण म्हणाले, ''मनात तीव्र इच्छा बाळगून देवाची प्रार्थना करा. बरेवाईट ठरवण्याची, चांगल्याची निवड करण्याची बुद्धी देवाजवळ मागा. म्हणजे तोच फक्त खरा आहे, बाकी सर्व माया, भ्रम आहे हे तुम्हाला समजेल.''

तात्पर्य असे की, विवेकानंदांचा स्त्रियांविषयीचा दृष्टिकोन पहिल्यापासून सनातनी, पुराणमतवादीच होता आणि ब्रह्मचर्य हा त्यांच्या संन्यस्त वृत्तीचा एक फार बळकट असा आधारस्तंभ होता. स्त्रीला माता मानण्याची शिकवण त्यांना मिळाली होती – रामकृष्ण मिशनचे सर्व अनुयायी आजही तीच भावना बाळगतात. आज भारतातील आदर्श स्त्री ही माता आहे – पहिल्यापासून शेवटपर्यंत, बस्स माताच आहे.

विवेकानंदांच्या अमेरिकेतील वास्तव्यात त्यांना ज्या स्त्रियांनी मार्गदर्शन केले, मदत केली त्यांना पत्रे लिहिताना ते 'डिअर मदर', 'प्रिय आई' असाच मायना लिहीत आणि पत्राचा शेवटही 'युअर अ‍ॅफेक्शनेट सन' किंवा 'युअर सन' – 'तुमचा प्रिय पुत्र' किंवा 'तुमचा मुलगा' असाच करीत.

तेथील एका भाषणात त्यांनी त्यांना अमेरिकेत नेहमी आलेला एक मजेशीर अनुभव सांगितला,

> 'तुमच्याकडे 'मेन्डिकंट फ्रायर्स ऑफ द कॅथॉलिक चर्च' हा जसा पंथ आहे तशाच आमच्याकडच्या एका पंथाचा मी सदस्य आहे. म्हणजे आम्हीपण त्या पंथातल्यासारखेच रिवाज पाळतो. यथातथा कपड्यात दारोदारी जाऊन भीक मागतो, त्यावरच गुजराण करतो, गरजेनुसार लोकांना उपदेश करतो, जागा मिळेल तेथे पथारी पसरून झोपतो. आमच्या पंथाचा आणखी एक नियम असा आहे की प्रत्येक स्त्रीला – लहान मुलगी असो, तरुणी असो किंवा वृद्ध असो – तिला 'माता', 'आई' अशीच हाक मारायची. तीच सवय अंगात बाणली आहे.
>
> 'मी इथे, तुमच्या देशात आलो आणि त्याच जुन्या सवयीने इथल्या स्त्रियांनाही तसेच संबोधू लागलो. मी 'अहो आई', 'हो आई' असे म्हटले की त्या स्त्रिया दचकायच्या, घाबरून जायच्या. मला कळायचेच नाही की, या अशा दचकतात, घाबरतात का? नंतर मला त्याचे कारण कळले. 'आई' म्हटले की त्यांना त्या म्हाताऱ्या झाल्या आहेत असे वाटायचे!'

स्त्री आणि संपत्तीला महत्त्व देणे चुकीचे आहे असे शिकवल्या गेलेल्या विवेकानंदांना मात्र अमेरिकेत प्रामुख्याने त्यांच्या चाहत्या व शिष्या बनलेल्या स्त्रियांच्या संपत्तीनेच, आर्थिक मदतीनेच तारले होते. एका अनोळखी, पण दयाळू स्त्रीने मदत केली नसती तर त्यांना शिकागोच्या सर्वधर्म परिषदेला उपस्थितच राहता आले नसते. रामकृष्ण मिशनच्या कार्यालाही सुरुवातीच्या वर्षांमध्ये जास्तीतजास्त आर्थिक साहाय्य हे स्त्रियांकडूनच मिळाले होते हे मलाही अगदी जवळून माहीत आहे कारण माझी आईच नाही तर तिच्या मैत्रिणी, माझ्या आत्या, मावश्या, बहिणी, आजीसुद्धा समर्पित भावनेने मिशनला स्त्रीधनातून देणग्या द्यायच्या. आजही मिशनच्या नि:स्वार्थी भक्त, अनुयायी यांच्यात बहुसंख्य स्त्रियाच आहेत. एवढेच कशाला, विवेकानंदांची गादी चालवणारीही, त्यांची प्रमुख शिष्या, त्यांच्या कार्याची सर्वांत प्रमुख, समर्थ वारसही मार्गारेट एलिझाबेथ नोबेल नावाची एक स्त्रीच आहे. त्यांना विवेकानंदांनी 'निवेदिता' असे नाव दिले आणि पुढे 'सिस्टर निवेदिता' – भगिनी निवेदिता – म्हणून जगभरात त्यांची ख्याती पसरली. स्कॉटिश-आयरीश अशा संमिश्र वंशाच्या मार्गारेट नोबेल आयर्लंडमध्ये सामाजिक कार्य करीत होत्या. विवेकानंदांच्या लंडनमधील भेटीनंतर तीन वर्षांनी त्या भारतात

आल्या. त्यांनी विवेकानंदांकडून ब्रह्मचर्य, सद्‌वर्तन, चित्तशुद्धी यांची दीक्षा घेतली होती. रामकृष्ण मिशनच्या जडणघडणीत, विकासात, विस्तारात, वाढत्या प्रभावात त्यांचा फार मोठा हातभार होता. सिस्टर निवेदिता आणि रामकृष्णांची पत्नी शारदादेवी यांच्यामध्ये फार जवळचे भावनिक नाते होते. त्यांनी 'द मास्टर ॲज आय सॉ हिम' या नावाचे एक पुस्तकही लिहिले आहे. भारतात स्थापन केलेले रामकृष्ण मिशन आणि न्यू यॉर्कमध्ये स्थापन केलेली 'वेदान्त सोसायटी' या दोन संस्थांच्या प्रमुख पालक आश्रयदात्यांमध्ये सिस्टर निवेदितांबरोबरच अमेरिकेच्या सारा चॅपमन (ज्या विवेकानंदांना मुलगाच म्हणायच्या आणि रामकृष्ण मिशनसाठी सतत आर्थिक मदत पाठवायच्या), जोसेफिन मॅकलॉइड याही स्त्रियाच होत्या. या आणि अशा इतरही अनेक समर्पित वृत्तीच्या स्त्रियांच्या भरघोस मदतीशिवाय, नि:स्वार्थी आधाराशिवाय विवेकानंदांच्या अनेक उत्साही योजनांना अगणित अडचणींचा सामना करायला लागला असता, काही तर अस्तित्वातच आल्या नसत्या.

तेव्हा, विवेकानंदांनी केलेल्या देशांतर्गत आणि परदेशी प्रवासामुळे आणि अनेक ठिकाणी केलेल्या मुक्कामांमुळे, तिबेटातील जमात, अमेरिकन नागरिक यांच्या घडलेल्या सहवासाने त्यांच्या मनातील अनेक दीर्घकालीन समज-गैरसमज, मनाला बोचणाऱ्या, त्रास देणाऱ्या गोष्टी, मनाचे काही बाबतींतले अवघडलेपण या सगळ्यांतून त्यांची सुटका झाली.

ते अमेरिकेच्या आणि अन्य पाश्चिमात्य देशांचा प्रवास करून परत येताना ज्या विविध कल्पना, योजना मनात घेऊन आले होते त्यांचा परामर्श आपण या पुस्तकातील पुढील भागात घेणारच आहोत. तत्पूर्वी, त्यांचा परिव्राजक बनून भारतभर प्रवास सुरू असताना त्यांनी लिहिलेल्या बऱ्याच पत्रांचा मला आढावा घ्यायचा आहे. त्यांच्या भाषणांपेक्षा या त्यांच्या पत्रांमधून त्यांना स्वदेशाची ओळख कशी होत गेली आणि त्यामुळे त्यांच्या विचारसरणीत कसे फार मोठे बदल होत गेले हे अधिक चांगल्या रीतीने समजते. प्रवासात त्यांना त्यांच्या प्रकृतीने खूप त्रास दिला त्याचाही उल्लेख पत्रात प्रकर्षाने येतो.

१८९०च्या फेब्रुवारी महिन्यातील हे पत्र :

> 'अलाहाबादमध्येच सुरू झालेल्या पाठदुखीने फार बेजार झालो आहे. खरे तर ती काही काळापूर्वी बरी झाली होती, पण तिने पुन्हा डोके वर काढले आहे, पण या वेळी मी तिला 'शिरजोर' होऊ देणार नाही. मी मेलो तरी चालेल, बरेच होईल, जितक्या लवकर हे जग सोडून जाईन तितके चांगलेच होईल.'

अगदी लहानपणापासूनच त्यांच्या प्रकृतीच्या तक्रारी सुरू होत्या. त्यांचे चरित्रकार शंकर (मणीशंकर मुकर्जी) म्हणतात,

> 'त्यांच्या प्रकृतीचा तक्ता बनवायचा म्हटला तर असे म्हणावे लागेल की, सर्वसाधारणपणे विवेकानंदांचा कल मधुमेह आणि हृदयाच्या तक्रारी यांकडे होताच; परंतु त्यांच्या कुटुंबीयांचे प्रकृतिमान एकंदरीत सुदृढ होते. स्वामीजींच्या प्रकृतीच्या तक्रारी या त्यांनी शरीराकडून केलेल्या अवाजवी मागण्यांमुळे उद्भवल्या होत्या.'

गंभीर निद्रानाशाचा विकार त्यांना कायमच जडलेला होता. त्यांच्या वडिलांच्या मृत्यूनंतर त्यांना डोकेदुखीने ग्रासले. त्यावर उपाय म्हणून ते कापराचा वापर करीत. शंकर म्हणतात, 'ही डोकेदुखी वाढलेल्या रक्तदाबाची खूण होती की काय कोण जाणे!'

विद्यार्थिदशेत त्यांना मलेरिया - हिवताप - झाला होता. वडिलांच्या मृत्यूनंतर त्यांची प्रकृती अधिकच खालावली. ते नियमित व्यायाम करायचे, कधीकधी डंबेल्सचाही व्यायाम करायचे. परंतु त्यांनी जो भारतभर प्रवास केला तो स्वस्तातल्या स्वस्त साधनांनी आणि अत्यंत कष्टदायक पद्धतीने केला त्यामुळे त्यांची आधीच अशक्त असलेली प्रकृती इतकी बिघडली की, ते त्यानंतर कधीच पूर्ण बरे झाले नाहीत.

शंकर यांनी तर विवेकानंदांना आयुष्यात पीडा दिलेल्या रोगांची एक यादीच दिली आहे - डोकेदुखी, टॉन्सिलायटीस (घशातील गाठींना येणारी सूज), घटसर्प, शीतज्वर, खोकला, दमा, टायफॉइड - मुदतीचा ताप, मलेरिया - हिवताप, सतत ताप, यकृताचे आजार, अपचन, पोटाचे रोग, आमांश, आव, अतिसार, अग्निमांद्य, पोटदुखी, पित्ताशयातील खडा, कंबरदुखी, मानदुखी, मूत्रपिंडाची सूज व अन्य दुखणी, जलोदर, श्वेतकमूत्रता, डोळे लाल होणे, उजव्या डोळ्याने न दिसणे, निद्रानाश, अकाली केस व दाढी पांढरी होणे, मज्जातंतुक्षीणता, रात्रीच्या जेवणानंतर शरीर गरम होणे, उष्णता सहन न होणे, बेसुमार थकवा, समुद्रप्रवासात पोटात मळमळणे, मधुमेह, हृदयरोग.

विवेकानंदांनी १८८८ सालच्या नोव्हेंबर महिन्यात लिहिलेले हे पत्र :

> 'मला परत ताप आला होता त्यामुळे मी तुम्हाला लगेच उत्तर पाठवू शकलो नाही. क्षमा करा, मला फारच त्रास होतो आहे.'

आणि तीन महिन्यांनंतर फेब्रुवारी १८८९मध्ये लिहिलेले हे पत्र :

> 'मला चांगलाच ताप चढला होता, त्यानंतर ओकाऱ्या होऊ लागल्या आणि पटकी झाल्यावर होते तसे शौचासही होत होते. तीन-चार दिवसांनी परत ताप आला - आता इतका अशक्तपणा आला आहे की, दोन पावलेही टाकणे जमेनासे झाले आहे. काय परमेश्वराची इच्छा आहे कळत नाही, पण या मार्गाने जायला माझे शरीर पूर्णपणे अपात्र आहे.'

असे असूनही त्याच पत्रातील पुढच्याच वाक्यात ते निर्धारपूर्वक लिहितात, 'पण शरीर हेच सर्व काही नाही!' त्यानंतच्या लगेचच्या, म्हणजे मार्च महिन्यातील पत्रात पुन्हा तक्रारीचा सूर ऐकू येतो, 'मी फारच आजारी आहे, मधूनमधून सारखा ताप येतोच आहे...'

१८८७ साली, भारतभ्रमणाला निघण्याच्या आधी, बऱ्याच वेळा मुदतीच्या तापामुळे आणि मूत्रमार्गातील समस्यांमुळे (स्वादिष्ट, चविष्ट पदार्थ अतिशय आवडत असूनही) त्यांना लंघन करायला लागायचे, बरेच योगोपचार करून घ्यायला लागायचे. परिव्राजक बनून बाहेर पडण्यासाठी त्यांनी आश्रम सोडला तेव्हासुद्धा त्यांना अतिसार झाला होता. त्याचे कारण असे होते की, त्यांना मांस खायची सवय होती आणि संन्यास घेतल्यानंतर त्यांना रोजच्या भिक्षेत जे काही, जेवढे काही मिळेल त्यावर गुजराण करायला लागत होती. आहारातील या अनिश्चिततेमुळे त्यांची प्रकृती खूपच खालावली होती.

प्रकृतिअस्वास्थ्य हा विवेकानंदांच्या आयुष्याचा अनिवार्य भाग झाला होता. पण सुरुवातीच्या काळातील त्यांची पत्रे वाचताना जे प्रकर्षाने जाणवते त्यामुळे वाचकाला हा प्रश्न पडतो की, ते काही गोष्टी जीवापलीकडे करीत होते का? न पेलणाऱ्या अपेक्षा बाळगत होते का? शरीराकडून अवास्तव मागण्या करीत होते का? ते जे, जसे नव्हते तसे बनण्याचा अट्टाहास धरीत होते का? त्यांचे असामान्य मन आणि अथक, दुर्दम्य अशी इच्छाशक्ती त्यांच्या शरीराला न जमणाऱ्या, न पेलणाऱ्या गोष्टी करायला लावत होती का? त्यांची पत्रांमागून पत्रे, भाषणांमागून भाषणे वाचत राहिले की, एका टप्प्यावर त्या सगळ्यांतली क्षीणता, त्यातला दुबळेपणा मनात भरतो, निदान माझ्या तरी मनात भरला.

...आणि तो विचार ज्या क्षणी माझ्या मनात भरला तो क्षण माझ्यासाठी विशेष दुःखकारक होता. असे पहा, विवेकानंद धार्मिक व सांस्कृतिक क्षेत्रातील एक नेते, एक 'हिरो' मानले जातात, हो की नाही? – भगवा पायघोळ झगा, उंचावलेली मान, हातांची घडी, तेजस्वी डोळे – एक अतिशय आदरणीय, दरारा वाटावा, अंतर राखावे असे वाटणारे व्यक्तिमत्त्व आणि त्यांची उच्च तत्त्वज्ञान, परम सत्य सांगणारी आणि तरीही आजच्या काळातही समजणारी, आधुनिकतेशीही सहज जुळवून घेणारी, एकाहून एक स्फूर्तिदायक, कालातीत भाषणे, त्यातील वेधक व भेदक शब्द – असे हिरो.

विचार करा, स्वामी विवेकानंदांची जीवनकथा एका अलौकिक, आगळ्या शक्तीच्या पायावर उभी आहे. भारतासारख्या देशातही साधुसंन्यासी, आध्यात्मिक गुरू, ख्यातनाम व्यक्ती यांनाही परमेश्वराच्या अस्तित्वाविषयी प्रश्न विचारणारे ते एक धाडसी विद्यार्थी होते. वय वाढले तसे घर सोडून जाण्याचा निर्णय घेणारे निर्भय तरुण होते. परंतु तरीही त्यांनी कुटुंबाशी नाळ कधीच तोडली नाही, कुटुंबांच्या अडचणींची काळजी तर केली, पण त्यांच्या पाशात अडकून पडले नाहीत, आपल्या निर्णयाने कुटुंबीयांच्या आर्थिक अडचणीत, भावनिक दुःखात, हालात भर पडणार याची जाणीव असूनही, जी वेगळी वाट धरण्याचा मनाने उत्कट ध्यास घेतला होता त्याच वाटेने जाण्याचा निर्धार त्यांनी दाखवला.

विवेकानंदांची अनेक भाषणे आणि त्याहीपेक्षा जास्त त्यांची पत्रे, वैयक्तिक संदेश यांचे वाचन केले की, सखोल चिंतन-मननात बुडून जायला होते. त्यांच्या वक्तव्यात कधीकधी विसंगती दिसते, परस्परविरोधी विधानेही दिसतात- पण संदेह, शंका, अनिश्चितेची भावना कधीच नसते, त्यात आत्मविश्वास तर असतोच, भरवसा ठेवावा, विश्वास ठेवावा अशी निश्चिती असते. ते बोलत असताना जे महान विचार मांडतात त्याने मनात खळबळ माजते, ते विचार मन व्यापून टाकतात, त्यात प्रसन्नताही असते आणि मोहकताही, त्यांच्यातील सुसंवादित्व, एकतानता भावनांना हात घालणारी असते. 'द फ्युचर ऑफ इंडिया' - 'भारताचे भवितव्य' या विषयावरील त्यांच्या भाषणाची ही सुरुवातच पहा :

> 'हीच ती प्राचीन भूमी जी ज्ञानाची जन्मभूमी आहे. अन्य कोणत्याही देशात जाण्याआधी ज्ञानाने याच भूमीत वास केला होता. याच भारत देशातील आध्यात्मिक ज्ञानाचा प्रचंड ओघ सागरासारख्या विशाल नद्यांच्या प्रवाहातून वाहतो, त्याची उंची बर्फाच्छादित हिमालय पर्वताच्या शिखरश्रेणींतून स्वर्गापर्यंत पोहोचून तेथील रहस्ये उलगडते. येथेच प्रथम मानवी मनाचा शोध घेतला गेला, आंतरिक विश्वाविषयी प्रश्न उपस्थित केले गेले. आत्म्याचे अमरत्व, विश्वाची काळजी वाहणाऱ्या परमेश्वराचे अस्तित्व, सर्वव्यापी परमेश्वराचा निसर्गातील आणि मानवी आत्म्यातील सतत वास - अशी मूलभूत व मौल्यवान तत्त्वे प्रथम याच देशात सिद्ध केली गेली. धर्म आणि तत्त्वज्ञान या क्षेत्रांतील जास्तीतजास्त आणि उच्चतम आदर्श याच देशातून जगभरात पोहोचले आणि त्यांनी जगाला महापुरासारखे वेढून टाकले. आज पुन्हा अशी वेळ आली आहे की, याच महान देशातून अशाच अद्वितीय ज्ञानाच्या, पायाभूत तत्त्वांच्या लाटा जगात पोहोचल्या पाहिजेत तरच ऱ्हास होत चाललेल्या मानवजातीत जीव फुंकला जाईल, तिला पुन्हा जोम येईल. हाच तो भारत देश ज्याने शतकानुशतके अगणित आघात न डगमगता सहन केले, शेकडो परदेशी आक्रमणांना तोंड दिले, सामाजिक रीती-रिवाज, विधी, प्रथा यांच्यातील उलथापालथी सामावून घेतल्या. या देशाची शक्ती अविनाशी आहे, त्याचा जिवंतपणा अमर आहे, तो जगातील कोणत्याही पर्वतापेक्षा अधिक स्थिर, सावध व अविचल आहे. आत्मा चिरंतन असतो, आदी-अंत नसलेला असतो. हा देश त्याच आत्म्यासारखा आहे. आणि आम्ही भाग्यवान त्याच महान भूमीची लेकरे आहोत.'

हरिदास देसाई यांना लिहिलेल्या पत्रात विवेकानंद म्हणतात,

> 'इतकी आश्चर्यजनक बुद्धिमत्ता आणि इतरही अनेक गुण असताना हा हिंदूंचा देश असा मोडकळीला का आला? इतका निष्क्रिय कसा झाला? मीच

देतो याचे उत्तर. मत्सर, हेवा. हे हिंदू जितके परस्परांचा मत्सर करतात, दुसऱ्याचे नाव झाले, त्याला प्रसिद्धी मिळाली की जेवढे जळतात तेवढे कधीच, कोणीच एकमेकांना पाण्यात पाहिले नसेल. तेच पाश्चिमात्य देशात जा, सर्वांत प्रथम जाणवतो तो या मत्सरी वृत्तीचा अभाव. आपल्या देशात तीन डोकी पाच मिनिटेसुद्धा एकदिलाने काम करू शकत नाहीत. प्रत्येक जण सत्ता, मोठेपणा, महत्त्व यांसाठी झगडत असतो. त्यामुळे मग सरतेशेवटी कोणतीही संस्था अपयशीच ठरते. परमेश्वरा! कधी या मत्सरापासून आमची सुटका होणार आहे? कधी धडा घेणार आहोत आम्ही?'

पण कधीकधी त्यांच्यात आशावादही उफाळलेला दिसतो,

'कोणी दखल घेवो वा ना घेवो, या तरुणांना संघटित करण्यासाठीच माझा जन्म झालेला आहे. प्रत्येक शहरात शेकड्यांनी तरुण माझ्याबरोबर यायला तयार आहेत आणि मला त्यांना प्रबळ लाटांसारखे देशभरात पोहोचवायचे आहे. ते स्वार्थी, दुष्ट यांनाही आणि तळागाळातल्या कष्टकऱ्यांनाही, सर्वांनाच शिक्षणाचा वसा देतील, त्यांच्या दाराशी धर्म, नीतिमत्ता नेतील, सुख-समाधान पोहोचवतील. - आणि हे मी करणारच. करीन नाहीतर मरीन!'

पण याच्या पुढल्याच ओळीत ते खंत व्यक्त करतात,

'आपल्या लोकांजवळ नव्या कल्पनाही नाहीत आणि त्याबद्दलचे कौतुकही नाही. उलट महासंशयी स्वभाव आणि नाहीतर मग ज्याला नव्या कल्पना सुचतील त्याचा हेवा. आपण जी हजारो वर्षे गुलामीत काढली आहेत ना, त्याचा परिणाम आहे हा. लोक नव्या कल्पनांचे वैरी होऊनच उभे राहतात.'

उत्साह आणि निराशा, स्वरातील फरक पहा. असे वाटते की, विवेकानंद तत्कालीन छिन्नमनस्क युगाशीच बोलत आहेत! त्यांचे जीवन म्हणजे आपण शांतचित्त आहोत अशी धारणा असलेल्या व्यक्तीनेच त्याचे मन शांत ठेवण्यासाठी केलेल्या संघर्षाचा पुरावा आहे. ते स्वत:च्या बाबतीत, स्वत:तील दोष, उणिवा यांच्या बाबतीत अत्यंत कठोर होते. त्यांच्या प्रतिक्रियाही खूप विचित्र, परस्परविरोधी असत. कधी त्या रागातून व्यक्त होत, तर कधी काव्यातून!

एक साधासुधा माणूस आणि एक सर्वसंग परित्यागी संन्यासी यांच्यातील झगडा विवेकानंदांच्या पत्रातून दिसून येतो. ते असे व्यक्ती होते जे महान योगीही होते आणि आपल्या आयुष्याविषयी अतिशय अवघड निर्णय घेतलेला - आणि तोही स्वेच्छेने - सर्वसाधारण माणूसही होते. आपण निवडलेली वाट ही कष्ट, अडचणी अशा खाचखळग्यांनी भरलेली आहे याची पूर्ण जाणीव असतानाही त्यांनी स्वत:च्या हृदयाच्या

हाकेला ओ देऊन तीच वाट स्वीकारली होती. त्यांच्या जीवनकथेत ताणतणाव आहे, अपयशही आहे. कधीकधी तर ते दैववादीही होत.

> 'या वेळी मी कोणत्याही परिस्थितीत माझ्यातील कमजोरीला माझ्यावर मात करू देणार नाही. मी मेलो तरी चालेल, ते माझ्यासाठी चांगलेच असेल. या जगातून लवकरात लवकर निघून गेलेलेच बरे!'

हे असे दुसरा कोणता संन्यासी लिहू शकेल?

> 'मी माझे आयुष्य अगदी मला हवे तसे, अगदी सहजपणे जगतो आहे. मला कुठेही जायची अशी विशिष्ट इच्छा नाही. जसे समोर येईल तसे आयुष्य जगण्याच्या मन:स्थितीत आहे मी! कधीतरी काहीतरी होईल - बरे किंवा वाईट ... दुसऱ्यांना काहीतरी चांगला मार्ग दाखवायचे म्हटले तर मी स्वत:च माझ्या मार्गाने जाण्यात अपयशी ठरलो आहे. त्यामुळे जगाला सांगण्यासारखे माझ्यापाशी काहीच नाही. तेव्हा, मी आत्ता जो आहे तो छान आहे, सुखी आहे, आरामात आहे. प्रचंड मोठे घर आहे, त्यात बाकी कोणीच नाही, मी एकटाच आहे. (ते डेट्रॉईटमधील त्यांच्या एका चाहत्याच्या घरात आहेत) तोंडात सिगरेट धरून बसलो आहे. स्वप्न बघतो आहे, याआधी जो कामाचा ताप होता त्यावर उगीचच तत्त्वज्ञांचा आव आणून चिंतन करतो आहे. सगळा मूर्खपणा आहे. मी कोणीही नाही, हे जगही मिथ्या आहे. बस्स, फक्त तो परमेश्वरच काय तो कर्ता करविता आहे. आपण त्याच्या हातातली बाहुली आहोत, निमित्त मापासी बैसविलो आहोत! वगैरे, वगैर, वगैरे...'

आश्चर्यही अगदी मनमोकळेपणाने व्यक्त करतात,

> 'ज्या दिवशी मी येथे (मिनियापोलीस येथे) आलो त्याच दिवशी इथे या मोसमातला पहिला बर्फ पडला. दिवसरात्र बर्फ पडत होता आणि त्यामुळे मला ट्रॅक्टर ट्रेलरचा छान उपयोग करता आला. मी मिनिहाहा धबधबा पाहायला गेलो. तो गोठलेला होता, पण तरीही फारच सुंदर दिसत होता. आज तापमान उणे एकवीस अंश आहे. मी बर्फावरच्या घसरगाडीत बसून फारच मजा केली. अशा गोठवणाऱ्या थंडीतही मला कानाच्या पाळ्या किंवा नाकाचा शेंडा कापला जायची अजिबात भीती वाटली नाही. या देशातील कोणत्याही अन्य निसर्गदृश्यापेक्षा मला या संपूर्ण बर्फाच्छादित प्रदेशाने सर्वांत जास्त आनंद दिला. काल मी गोठलेल्या सरोवराच्या पृष्ठभागावर लोकांना स्केटिंग करतानाही बघितले.'[३५]

असा होता हा संन्यासी – एका क्षणी चिंताग्रस्त असेल, दुसऱ्या क्षणी मन:स्थिती पालटेल, मस्त पहुडून आराम करेल. योग्याचे आयुष्य जगण्याची त्याला जराही भीती वाटत नव्हती. एखादे वेळी सुखाचा, आरामाचा आस्वाद घेण्याचा त्याला जराही संकोच वा लाज वाटत नव्हती. मला वाटते, विवेकानंद असे जेव्हा अल्प काळ आरामात विश्रांती घेत असतील तेव्हा ते त्यांच्या पैशांची जराही चिंता नसलेल्या कलकत्त्यातल्या बालपणात परत जात असावेत!

त्यांचा मनस्ताप, त्यांची व्याकूळता, त्यांची अस्वस्थता, त्यांचा क्षोभ या सगळ्या सर्वसामान्यांच्या भावनांच्या प्रामाणिक उद्रेकामुळे त्यांच्या संदेशाला जिवंतपणा प्राप्त होतो, त्यातील प्रांजलपणा प्रतीत होतो. एका योग्यालासुद्धा सामान्यांसारखी सुखदु:खे, भावना असतात या जाणिवेने आपण त्यांना आणि त्यांच्या संदेशांना अधिक चांगल्या रीतीने समजून घेऊ शकतो. ते सहन करत असलेले, व्यक्त करीत असलेले त्रास, क्लेश यांमुळे त्यांचा जीवनप्रवास आपल्या काळातला वाटतो, आपल्याला परिचित वाटतो आणि त्यामुळेच तो मनोरंजकही ठरतो. एका अर्थी विवेकानंद त्यांना भेटलेल्या आणि प्रभावित केलेल्या गाझीपूरच्या पवहारी बाबा या 'बाबां'पेक्षा खरे, आपल्यातले वाटतात. त्या पवहारी बाबांच्या जवळच्या गोष्टी चोरायला एक चोर आला होता, पण त्याला काही न घेताच पळून जावे लागले होते. तेव्हा बाबांनी त्या चोराचा पाठलाग केला होता, त्याला गाठले होते आणि जवळचे सगळे त्याला प्रेमाने भेट म्हणून देऊन टाकले होते. त्यांना एकदा एक साप चावला होता. तेव्हा त्यांनी त्या सापाला त्यांना भेटायला आलेल्या एखाद्या प्रिय व्यक्तीसारखे वागवले आणि त्याच्या दंशाला त्या प्रिय व्यक्तीने दिलेली भेटवस्तू समजून स्वीकारले होते.

या बाबांना जेव्हा विवेकानंद भेटले तेव्हा त्या दोघांमध्ये संभाषणही झाले. त्या वेळी विवेकानंदांनी त्यांना विचारले की, ते एवढे सिद्ध पुरुष आहेत, त्यांच्याजवळ आध्यात्मिक शक्ती आहे तर बाहेर जाऊन, इकडे तिकडे हिंडून ते सभोवतालच्या समाजाला मदत का करीत नाहीत?

खरे तर हाच प्रश्न त्यांना त्यांच्या स्वत:चे आध्यात्मिक गुरू रामकृष्ण परमहंसांनाही विचारता आला असता. रामकृष्णही देवळात, गूढ अशा समाधी अवस्थेत असत किंवा देवीची पूजाअर्चा करीत असत. लोक त्यांच्याकडे येत, पण त्यांनी कधीच बाहेर जाऊन परिस्थितीत कुठल्याच बाबतीत काहीच बदल करायचा प्रयत्न केला नाही. पवहारी बाबा तर रामकृष्णांपेक्षाही जास्त एकांतवासी आणि स्वमग्न दिसल्यामुळे त्यांना तो प्रश्न विचारणे विवेकानंदांना जास्त सयुक्तिक वाटले असावे. बाबांनी त्यांना उत्तर असे दिले की, 'बाहेर गेल्याशियाय, इकडे तिकडे हिंडल्याशिवाय इतरांना मदत करताच येत नाही असे विवेकानंदांना का वाटते? शरीराला मध्ये न आणता एक सशक्त मन इतर मनांना मदत करू शकत नाही का?'

विवेकानंदांना त्यांच्या प्रश्नाला याहून चांगले उत्तर मिळाले नसते. योगी, आध्यात्मिक गुरू यांच्या परंपरेत विवेकानंद या संन्याशाचे स्थान अत्यानंदाच्या उत्तेजित अवस्थेत राहणारे रामकृष्ण परमहंस आणि अलौकिक मौन पाळणारे, विवेकानंदांनंतरच्या काळातील (१८७९-१९५०) महान योगी रमण महर्षी या दोघांच्या मधले आहे. रमण महर्षी पवहारी बाबांपेक्षाही जास्त एकांतवासी, अलिप्त होते. त्यांच्या उत्तरायुष्यात ते जेथे वास करीत असत त्या तामिळनाडूमधील अरुणाचल पर्वतावर अगणित लोक त्यांच्या दर्शनासाठी, भेटीसाठी येत असत, पण ते मात्र स्वतः अरुणाचल सोडून कोठेही गेले नाहीत. ते स्वतः होताहोईतो मौन बाळगूनच असत. उलट त्यांचे हे गूढ मौनच त्यांच्या अनुयायांना स्वतःच्या अंतरात खोल शिरून आत्मशोध घेण्यास, स्वतःच्या प्रश्नांना स्वतःच उत्तरे शोधण्यास उद्युक्त करीत असे, प्रेरित करीत असे.

विवेकानंद या दोन आध्यात्मिक प्रवाहांच्या मधल्या प्रवाहाचे प्रतिनिधित्व करतात. ते सर्वसामान्यांसारखे होते, पण तरीही योगी होते. त्यांना कधी रामकृष्णांसारखी उत्तेजित अत्यानंदाची साक्षात्कारी अवस्थाही प्राप्त झाली नाही आणि त्यांनी कधी मौनाचा परमानंदही उपभोगला नाही. मन एकाग्र करून तीव्र अशी ध्यानधारणा करण्याच्या योगप्रक्रियेला 'राजयोग' अशी संज्ञा आहे. विवेकानंद या राजयोगात अतिशय निपुण होते आणि त्याचेच पुरस्कर्ते होते. त्यांचा बराच काळ अशा ध्यानधारणेत जायचा. तो सोडून इतर सर्व काळ ते प्रामुख्याने परम ज्ञानी, उद्‌बोधक हिंदुत्व, परम सत्य सांगणारे वेद आणि उपनिषदे अशा विषयांवर बोलत असत. ते त्या विषयांचे प्रचारक होते, त्या विषयांची तुतारी जगभर वाजवणारे समर्थ, कट्टर प्रवक्ते होते. त्यांचे वैशिष्ट्य हे होते की, ते हिंदुत्वाची प्राचीन परंपरा, वेद-उपनिषदांतील चिरंतन सत्य यांची आधुनिक जीवनाशी सुलभ अशी सांगड घालून दाखवीत.

विवेकानंद जगापासून कधीच दूर राहिले नाहीत, त्यांनी जगाला कधी टाळले नाही आणि जगानेही त्यांना कधी दूर ठेवले नाही, दुर्लक्षिले नाही. त्यांचे जीवन एका सर्वसंग परित्यागी योग्याने, संन्याशाने आजूबाजूच्या जगात बदल घडवून आणण्यासाठी केलेल्या संघर्षाची साक्ष देते. रामकृष्ण परमहंसांनी त्यांच्या या शिष्याला स्वतः ध्यानधारणेत मग्न राहून, समाधिसुखाचा, साक्षात्काराच्या परमानंदाचा अननुभूत अनुभव घेण्याचा स्वार्थीपणा करू दिला नाही. 'केवळ ध्यानधारणा करून भागणार नाही, तुला हे जग बदलायचे आहे', असेच त्यांनी विवेकानंदांच्या मनावर बिंबवले.

या त्यांच्या असाधारण कार्याने, त्या कार्याच्या व्याप्तीने, ते कार्य करीत असताना त्यांनी केलेली साहसे, गाठलेली उंची यांमुळे विवेकानंद आजही त्यांचे असाधारण असे स्थान टिकवून आहेत. ते जर केवळ एकांतवासी, गूढवादी योगी राहिले असते तर आजही जाणवणारी त्यांची गरज उरली नसती. पण ते सहेतुकपणे 'जीवन जगले' आणि म्हणूनच ते आजच्या जगाशीही संबंधित वाटतात, आजही परिणामकारक, प्रभावशाली ठरतात. तेही तसेच म्हणतात,

> 'जेव्हा माझ्या गुरूंनी देह ठेवला (रामकृष्ण परमहंसांचा देहान्त झाला) तेव्हा आम्ही जगात स्वत:ची काहीही ओळख नसलेले, निर्धन असे त्यांचे दहा-बारा तरुण शिष्य मागे उरलो होतो. आमच्या विरुद्ध आम्हाला मुळापासून उखडून फेकून देण्यासाठी झगडणाऱ्या शेकडो बलिष्ठ संस्था होत्या. पण रामकृष्ण परमहंसांनी आम्हाला एक मौलिक देणगी दिली होती – तीव्र इच्छा – आपल्या कोशात न राहता जीवन जगण्याची, केवळ स्वत:शीच बोलत न बसता जगासमोर व्यक्त होण्याची तीव्र इच्छा... त्यांनी आम्हाला शिकवले की संख्या, सत्ता, बळ, संपत्ती, शिक्षण, वक्तृत्व यांपैकी काहीही या जगात अभिभावी होणारे नाही, वरचढ ठरणारे नाही – टिकून राहील, श्रेष्ठ ठरेल ते पावित्र्य, शुद्धता, जीवन जगण्याची तीव्र इच्छा, एका शब्दात सांगायचे तर 'अनुभूती'.'

या पुस्तकात याआधी मी विवेकानंदांविषयी मांडलेला एक मुद्दा तुमच्या लक्षात असेल – त्यांना आपण त्यांच्याभोवतीच्या परिस्थितीसकट, सामाजिक वातावरणासकट आणि मुख्य म्हणजे त्यावरील त्यांच्या वैचारिक दृष्टिकोनातून समजून घेतले पाहिजे. त्या दृष्टीने मला असे वाटते की, त्यांनी आयुष्यात केलेल्या अनेक संघर्षांपैकी ते जे शहरी, सभ्य, सुसंस्कृत आणि संपन्न, सुखसोयींनी भरलेले आयुष्य जगत होते त्यापासून दूर जाऊन एका मुक्त भटक्याचे आयुष्य जगण्यासाठी त्यांनी जो संघर्ष केला तो जरा कमी समजावून घेतलेला संघर्ष आहे. शहरातील जीवनाचा त्याग करून लहान लहान गावाखेड्यांत जाणे हा त्यांच्यासाठी केवळ भौगोलिक बदल नव्हता, सभोवतालच्या दृश्यांमधील फरक नव्हता, तो आंतरिक जाणिवेतला बदल होता. हे स्थलांतर, त्यातून देशाच्या अंतरंगाचा शोध घेण्याची प्रक्रिया काही कमी महत्त्वाची, कमी मौल्यवान नव्हती. खरोखरच तो प्रवास, तो प्रयास, तो शोध हा त्यांच्या मनाचा, त्यांच्या विचारांचा आध्यात्मिक आणि बौद्धिक विस्तार होता – त्यांची उंची, खोली आणि व्याप्ती वाढवणारा अनुभव होता.

'भूक ही धर्मापेक्षा अधिक सामर्थ्यवान असते', 'रिकाम्यापोटी धर्म सुचत नाही', यांसारख्या रामकृष्णांच्या शिकवणुकींचा प्रत्यक्ष प्रत्यय त्यांना या प्रवासाने आणून दिला, त्या शिकवणुकीचे खरेपण, महत्त्व पटवून दिले. प्रवासादरम्यान त्यांना अशी वार्ता समजली की, कलकत्ता शहरात एक माणूस केवळ भुकेमुळे मरण पावला होता. त्या वेळी शोकाकुल होऊन त्यांनी स्वत:लाच प्रश्न केला, 'काय केले आम्ही? स्वत:ला देवाची माणसे समजणाऱ्या आम्हा संन्याशांनी अशा लोकांसाठी, सामान्यांसाठी काय केले?'

सर्व प्रकारच्या लोकांमध्ये मिसळल्याने, वास्तवाची समज आल्यामुळे विवेकानंद काही गोष्टी ठामपणे बोलूही शकले आणि लोकांची मने योग्य दिशेला वळवूही शकले.

> 'आपले आयुष्य दुसऱ्यांच्या सेवेसाठी देऊ शकणारे तुमच्यापैकी कोणीच नाही का? वेदान्ताचा अभ्यास, ध्यानधारणा या गोष्टी भविष्यासाठी राखून ठेवा आणि या क्षणी आयुष्य दुसऱ्यांच्या सेवेसाठी अर्पण करा. तसे केलेत तरच मला खात्री पटेल की, तुमचे माझ्याकडे येणे व्यर्थ जात नाही.'

या प्रवासात त्यांना परमेश्वरही नव्याने समजला. त्यांच्या मनात घर करून बसलेले (जात, स्त्रिया इत्यादीविषयींचे) पूर्वग्रह मोडून पडले, ईश्वर या संकल्पनेचे खरे पूर्ण ज्ञान झाले. ते लिहितात,

> 'मी ज्या ईश्वरावर श्रद्धा ठेवतो - सर्व आत्म्यांमध्ये वास करणारा, सर्वांत दुष्ट, सर्वांत जास्त दुःखांनी गांजलेला, सर्वांत गरीब-निर्धन अशांच्या रूपातील ईश्वर - त्याची जर मला पूजा करता आली तर मला पुनःपुन्हा जन्म मिळाला तरी चालेल, हजार दुःखे सहन करावी लागली तरी चालतील.'

जे संन्यासी होण्याने झाले नव्हते ते प्रवासाने केले - त्यांच्यामधले उरलेसुरले मध्यमवर्गीय - खरे म्हणजे उच्च-मध्यम वर्गीय - संस्कारही गळून पडले. अशी एक सत्यतेविषयी जरा शंका असलेली गोष्ट सांगतात की, विवेकानंद त्यांच्या प्रवासात जेव्हा भारताच्या दक्षिण टोकावर - कन्याकुमारीला - पोहोचले तेव्हा त्या टोकावर उभे राहून विशाल, अथांग सागराकडे पाहताना त्यांची दृष्टी सागरात काही अंतरावर असलेल्या एका खडकावर पडली आणि त्यांना मनातून प्रकर्षाने असे वाटू लागले की, आपण त्या मद्रासच्या किनाऱ्यापासून ४०० मीटर्सवरील बेटावर गेलेच पाहिजे. तोच खडक 'विवेकानंद रॉक' म्हणून आज प्रसिद्धी पावलेला आहे.

> ते खूप दमलेले होते, पण खिशात कपर्दिकही नव्हती त्यामुळे बोटीचे पैसे देणे काही शक्य नव्हते. तेव्हा त्या यात्रेतील अखेरच्या टोकापर्यंत, त्या खडकावर जाण्याच्या ईर्षेने त्यांनी सरळ समुद्रात उडी घेतली आणि शार्क माशांचा धोका असूनही ते पोहत तेथपर्यंत गेले.

त्या खडकावर बसून त्यांनी ध्यान केले. त्या जागी, त्याच ध्यानावस्थेत त्यांनी त्यांचा संदेश जगभरात पसरविण्याचा निर्णय घेतला.

> 'हीच वेळ योग्य आहे. आपल्या प्राचीन ऋषींच्या ज्ञानाला गती आली पाहिजे, चालना मिळाली पाहिजे. त्याच्या कोशातून बाहेर आले पाहिजे.'

मियामी विद्यापीठातील प्राध्यापक एडवार्डो एलीना यांनी (अर्जेंटिनातील साम्यवादी क्रांतिकारी) चे गव्हेरा याच्या प्रवासकथेवरील, २०१० साली प्रसिद्ध झालेल्या

पुस्तकात (चेज ट्रॅव्हल्स, द मेकिंग ऑफ ए रेव्होल्युशनरी इन १९५०ज् लॅटिन अमेरिका) एक निबंध लिहिला आहे. त्यात त्याने म्हटले आहे : 'प्रवासाच्या प्रारंभीचा क्षण, वेगळ्या शब्दांत सांगायचे तर त्या क्षणी त्याच्यासमोर उपलब्ध असलेल्या सर्व शक्यता आणि ज्या परिस्थितीवरील प्रतिक्रिया म्हणून त्याने प्रवास करण्याचा ठरवले ती परिस्थिती तपासून पाहायला पाहिजे.' एक प्रवासी म्हणून विवेकानंदांना जाणून घेण्यासाठी, त्यांच्या प्रवासातील अनुभवांमधून आजही भरपूर शिकण्यासाठी एडवार्डो एलीनाचीच सूचना अमलात आणणे योग्य ठरेल. विवेकानंदांच्या गमनाचा क्षण, ज्या परिस्थितीत ते प्रवासासाठी बाहेर पडले ती परिस्थिती या गोष्टी तुमच्या- आमच्या बाबतीतल्यासारख्याच म्हणजे आजच्यासारख्याच असू शकतील. शिवाय, देशात अनेक गोष्टी पुन्हा पूर्वपदावर न आणता इतक्या बदलल्या असल्या तरीही काही गोष्टी त्या वेळेसारख्याच आहेत. म्हणूनच बाह्य प्रवास करता करता आपल्या अंतरात प्रवास करण्याची, आपल्या 'आतला' शोध घेण्याची कल्पना खरोखरच आजही तितकीच प्रभावी, परिणामकारक आहे.

विवेकानंद आपल्याला या गोष्टीची आठवण करून देतात की, 'स्वत:मध्ये स्वत:चा शोध घेण्यासाठी, तुमचे जगातील स्थान काय आहे हे मनोमन समजून घेण्यासाठी आणि ते प्राप्त करून घेण्यासाठी आदी शंकराचार्यांसारखे एकदा घर सोडावेच लागते.

विवेकानंदांनी प्रवासाला सुरुवात केली तो काळ भारतीय इतिहासातील फार वैशिष्ट्यपूर्ण काळ होता. ब्रिटिश सत्तेविरुद्धच्या (त्या वेळच्या ईस्ट इंडिया कंपनीविरुद्धच्या) १८५७ सालच्या स्वातंत्र्ययुद्धाला जेमतेम तीन दशके उलटली होती. ईस्ट इंडिया कंपनीच्या हाती सत्ता असताना (१७५७-१८५७) भारतीयांचे सरासरी आर्थिक उत्पन्न १७ टक्क्यांनी कमी झालेले होते. त्यानंतरच्या ब्रिटिश साम्राज्याच्या सत्ताकाळात ते १० टक्क्यांनी वर गेले होते; परंतु अठराव्या शतकाच्या सुरुवातीच्या काळात जेव्हा 'भारत हा जगातील सर्वांत अग्रेसर औद्योगिक देश होता' त्या मानाने ते वाढीव उत्पन्नही फारच कमी होते. अठराव्या शतकाच्या सुरुवातीला भारताचा जीडीपी - ग्रॉस डोमेस्टिक प्रॉडक्ट - भारतातील स्थूल एतद्देशीय उत्पादन - जगातील एकूण उत्पादनाच्या २२.६ टक्के होते. १८२० साली ते १६ टक्क्यांवर उतरले होते (त्या वेळी भारताची लोकसंख्याही जगाच्या लोकसंख्येच्या सुमारे १६ टक्केच होती). १९०० साल उजाडले तेव्हा ती टक्केवारी आणखी कमी होऊन एक आकडी संख्येवर पोहोचली होती. १८९६-१८९७ या वर्षांत भारतात देशाच्या इतिहासातील सर्वांत भीषण दुष्काळ पडला होता. त्याने सुमारे पन्नास लाख लोकांचा बळी घेतला होता आणि दहा कोटी लोकांची आयुष्ये उद्ध्वस्त केली होती. १६८०च्या दशकात ईस्ट इंडिया कंपनीची सुती कापडाची निर्यात २२१,५०० वरून ७०७,००० वर पोहोचली होती. अठराव्या शतकाच्या सुरुवातीला जगातील विणलेल्या कापडाच्या एकूण उत्पादनापैकी २५ टक्के उत्पादन भारतात होत होते. तेच १८९६ साली भारतातील कापडगिरण्या भारतातील

कापडाची गरजही भागवू शकत नव्हत्या. त्या गिरण्यांचे एकूण उत्पादन देशाच्या एकूण गरजेच्या केवळ आठ टक्केच होते. मग उरलेली कापडाची गरज कोण भागवत होते? तर इंग्लंडमधील कापड गिरण्या!

अशा रीतीने निराशेने, चिंतेने ग्रासलेल्या, बहुतेक भागांत गरिबीने त्रासलेल्या देशात विवेकानंदांनी त्यांचा प्रवास सुरू केला होता. त्यांच्या या भ्रमणाच्या सुमारे दहा वर्षे आधी, १८७५ सालच्या मे-जून महिन्यांत महाराष्ट्रातील शेतकऱ्यांनी वाढती गरिबी, कर्जबाजारी आणि शेतीतून काहीच उत्पन्न न मिळण्याची स्थिती या सगळ्यांच्या विरोधात उठाव केला होता. या अशा विरोधी आवाज उठवण्यामागची कारणे काय होती आणि ज्या प्रदेशातून विवेकानंद प्रवास करणार होते त्या प्रदेशाचे चित्र त्या वेळी काय होते – कारण त्यावेळी संपूर्ण देशच प्रामुख्याने ग्रामीण होता – हे आपण यापुढील काही परिच्छेदांतून पाहणार आहोत. या विद्रोहाचे वारे महाराष्ट्रातील पुणे जिल्ह्याचा काही भाग आणि सातारा आणि नगर या जिल्ह्यांत पसरले होते. सावकारांच्या सततच्या जुलुमांमुळे, पिळवणुकीमुळे आणि विशेषत: त्या धनकोंनी कर्जाच्या कागदपत्रांचा वापर करून शेतकऱ्यांना कायमचेच वेठबिगार बनवून टाकले होते त्यामुळे शेतकरीवर्ग कमालीचा चिडला होता. त्यांनी ते कर्जाचे कागदपत्र नष्ट करण्याचे प्रयत्न केले होते. हा उठाव 'डेक्कन रायट्स' या नावाने नोंदला गेला होता.

> १८७५ सालचे दंगे : थोडक्यात सांगायचे तर, त्या दंग्यांचे मूळ शेतजमिनीच्या बाबतीत शेतकऱ्यांच्या झालेल्या हालात होते. १८१९ ते १८२१च्या दरम्यान हा भाग ब्रिटिशांच्या ताब्यात गेला. त्यांनी तेथील 'रयती'चे – शेतकऱ्यांच्या आर्थिक क्षमतेचे केलेले अंदाज चुकीचे होते – नको इतके फुगवले गेले होते. या मूल्यनिर्धारणाचे फार भीषण दुष्परिणाम म्हणून शेतकऱ्यांवर पुढील वीस वर्षे असह्य आर्थिक ओझे पडले. एका वरिष्ठ ब्रिटिश अधिकाऱ्याने हे प्रामाणिकपणे कबूलही केले की, अति मूल्यधारणामुळे 'देशातील शेतीच्या क्षेत्रातील भांडवलाला गळतीच लागली.' त्यामुळेच प्रत्यक्ष शेती करणारा शेतकरीवर्ग गरिबीच्या खोल गर्तेत ढकलला गेला.

जाणकारांचे असे म्हणणे आहे की, ब्रिटिशांच्या आगमनामुळे स्थानिक कृषी समाजात फूट पडली. शेतकरी आणि सावकार यांच्यामधील सलोख्याचे संबंध बिघडले. या क्षेत्रातील सर्व दोषांसकट एक गोष्ट कबूल केलीच पाहिजे की, त्यात एक प्रकारचे सामाजिक सामंजस्य होते आणि त्यातूनच कर्ज, त्याचे हप्ते, व्याजाची वसुली या सगळ्यांची एक उभयपक्षी मान्य असलेली घडी बसलेली होती. ब्रिटिश आले, त्यांनी सरकारी महसूल आणला, त्याच्या वसुलीची 'रयतवारी'ची पद्धत आणली आणि खेड्यापाड्यांतील धान्य पिकवणारे 'कुणबी' आणि सावकारी करणारे 'वाणी' यांच्यामधील सामाजिक सामंजस्य पार बिघडून गेले.

याबद्दल थोडक्यात, पण स्पष्टपणे दिलेले स्पष्टीकरण मी १९६५ साली प्रसिद्ध झालेल्या एका संशोधनपर निबंधात वाचले. त्यातील काही परिच्छेद येथे उद्धृत करीत आहे :

> अगदी सुरुवातीपासून खेड्यात भाडेपद्धतीची सर्व जबाबदारी 'कुणबी' घेत असत. 'रयतवारी'ची पद्धत आली आणि खेड्यातील एकीच धोक्यात आली. तिच्यामुळे तेथील पैसे उधार देण्याघेण्याची जुनी पद्धत बदलून नवीन आली. नव्या सरकारच्या नव्या नियमांनी शहरातील 'सावकार' आणि खेड्यातील 'वाणी' यांच्यात फार मोठी तफावत पडली. आधी वाणी हा खेड्यातील समाजाचा सदस्य होता. न्याय आणि व्यवस्थापन यांची जबाबदारी त्याच्याकडे होती. तो दुकानदारही होता आणि पैसे उधार देणाराही. त्याचे भांडवल अगदीच सीमित असे. तो कुणबी लोकांना आगाऊ पैसे द्यायचा किंवा धान्य कर्जाऊ द्यायचा. खेड्यात कुणबी भरपूर आणि वाणी एकटा, अशी परिस्थिती असायची. त्यामुळे बऱ्याच बाबतींत तो कुणब्यांवर अवलंबून असायचा, त्याचे स्वतःचे आणि त्याच्या मालमत्तेचे रक्षणकर्तेही तेच असायचे. त्यामुळे तो खेड्यात कधीच मग्रूरीने वागायचा नाही, धाकदपटशा दाखवायचा नाही.
>
> शहरातील सावकाराची गोष्ट वेगळी होती. एक तर त्याचा आर्थिक व्यवहार फार मोठ्या प्रमाणावर असे आणि खेड्यातील समाज आणि तो यांच्यात फरकही खूप असे, अंतरही जास्त असे. तो थेट धान्य पिकवणाऱ्यांशी व्यवहार न करता, महसूल देणे व घेणे सोपे पडावे म्हणून तो पूर्ण खेड्याच्याच नावे कर्ज द्यायचा. त्यामुळे खेड्यात जे काही जास्तीचे उत्पन्न येई त्यावर या सावकाराचीच मालकी असायची. पण तरीसुद्धा तो खेड्याच्या व्यवहारात फारसा गुंतायचा नाही कारण तशा जवळच्या संबंधात त्याची उच्च जात, त्याचे उच्च स्थान मध्ये यायचे. त्याचमुळे १८२७ साली जेव्हा बाँबे गव्हर्नमेंटने खेड्यातील लोकांवरील कर्जाचा भार कमी करण्यासाठी जेव्हा सावकारांना कर्जाच्या बदल्यात जमिनीची मालकी देऊ केली तेव्हा सावकारांनी ती नाकारून थेट शेतीच्या कामात स्वतःला गुंतवून घेण्याचे टाळले. परंतु 'रयतवारी' पद्धत सुरू केल्यामुळे खेड्याला कर्जपुरवठा करण्याच्या बाबतीतल सावकारांची भूमिका बदलली. नव्या पद्धतीत जमिनीवरील कर भरण्याची जबाबदारी प्रत्येकावर वैयक्तिकरीत्या आल्याने प्रत्येक शेतकरी स्वतंत्रपणे कर्ज मागत असे. सावकारांना आधीसारखे पूर्ण खेड्याच्या नावे कर्ज देता येत नसे. आधी जो खेड्याचा प्रमुख, म्हणजे 'पटेल' असायचा त्याच्याशीच सावकार संबंध ठेवून असायचे, ते बंद झाले. सावकाराला वैयक्तिक पातळीवर अनेक जणांशी संबंध ठेवणे अवघड पडत असल्याने त्याने साहजिकच त्याचा जातभाई म्हणजे खेड्यातला वाणी, त्याला मध्ये घेणे पसंत केले. त्यामुळे वाण्याचे त्याच्या खेड्याबाहेरच्या जातवाल्यांशी संबंध वाढले आणि त्याला त्याची नवी भूमिका पार पाडण्यात सावकाराचाही वाढता पाठिंबा मिळू लागला. परिणाम असा होऊ लागला की, वाणी आणि

> कुणबी यांच्यातला सलोखा कमी झाला, कलहाचे प्रसंग वाढले. ब्रिटिशांची सत्ता आल्यानंतरच्या दशकात देशाच्या दक्षिण भागातील खेड्यात कुणबी आणि वाणी यांच्यातील शत्रुत्व वाढतच गेले.
>
> त्यात ब्रिटिशांनी जी नवी न्यायालये स्थापन केली त्यामुळे तर हे शत्रुत्व शिगेला पोहोचले. या न्यायालयांनी कुणब्यांचे न्यायविषयक अधिकार तर छिनावलेच, पण त्यांच्या धोरणांमध्ये 'सामाजिक समता' आणली आणि त्याचा फायदाही कुणब्यांपेक्षा वाण्यांनाच अधिक मिळू लागला.

खरोखर काय घडत होते? त्यांच्या आवतीभोवती विवेकानंदांना काय पाहायला लागत होते? कलकत्ता शहरातील एका संपन्न कुटुंबातला मुलगा एक दरिद्री संन्यासी बनला होता आणि त्याला त्याच्या प्रदीर्घ आणि खडतर प्रवासात देशात - विशेषत: ग्रामीण भागात - खोलवर घुसलेल्या गरिबीचे दर्शन घडत होते. शेकडो वर्षे मुसलमान सत्ताधीशांच्या अमलाखाली घुसमटलेला देश, आपले पाय रोवीत असलेल्या एका नव्या परदेशी - ब्रिटिश - राजसत्तेचा, एका नव्या संस्कृतीचा अनुभव घेत होता. असेही म्हणता येईल की, विवेकानंद ज्या देशाच्या आत्म्याचे दर्शन घ्यायला निघाले होते तो देशाचा आत्माच फार मोठ्या बदलातून चालला होता. ज्या देशातील लोकांच्या उपजीविकेचे मुख्य साधन शेती हे होते, त्या शेतीचा चेहरामोहराच बदलून गेला होता. नवे धनको, नवे कर, नवे कायदे, नवे करार आणि या सर्वांवर नियंत्रण ठेवणारे निराळ्या जगातले, सर्वस्वी अनोळखी संस्कृतीतले - शेकडो वर्षांपूर्वी उत्तरेकडून आक्रमण करून देश पादाक्रांत करणाऱ्या यवनसेनेइतकेच परके, अपरिचित - राज्यकर्ते.

कृषिक्षेत्रातील कर्जे, उधारी यांविषयीच्या ब्रिटिशांच्या नव्या धोरणांमुळे स्थानिक सावकारांना ब्रिटिशांचे साहाय्य मिळत असलेल्या व्यापाऱ्यांकडून मिळणारे भांडवल वापरून अशा योजना आखता येत असत ज्यामुळे त्यांना शेतजमिनी, जमीनमालक, शेतकामगार यांच्यावर अधिक सत्ता गाजवता येत असे. या योजना शेतकऱ्यांच्या दृष्टीने फारच जाचक, निष्ठूर अशा होत्या. त्यांचे वर्णन 'कर्जदाराचे दिवाळे काढून त्याला भुकेकंगाल करून गुलाम बनवणाऱ्या योजना' असे केले जाते.

या नव्या पद्धतींच्या विरोधात उभे राहून भारतीयांना जाग आणून, त्यांची मने घुसळून, त्यांना खऱ्याची जाणीव करून देण्याचे काम करणारी काही क्रांतिकारी व्यक्तिमत्त्वेही त्याच काळात उदयाला येत होती त्यांचा उल्लेख या ठिकाणी केलाच पाहिजे. त्यांतील एक होते, वासुदेव बळवंत फडके. शेतकऱ्यांची अत्यंत कठीण अवस्था पाहून चिडलेल्या या क्रांतिकारकाने १८७९ साली ब्रिटिश राजसत्तेविरुद्ध सशस्त्र लढा दिला. या फडक्यांना 'मांग' या अस्पृश्य जमातीतील समाजसुधारक आणि उत्तम कुस्तीगीर असलेल्या लहुजी वस्ताद साळवे यांनी कुस्तीचे शिक्षण दिले होते. मागासलेल्या, अस्पृश्य जमातीतील लोकांना स्वातंत्र्यलढ्यात कसे आणायचे हेही त्यांनी फडक्यांना शिकवले होते. फडक्यांनी ब्रिटिशांवर बरेच सशस्त्र हल्ले केले, दरोडे घातले. सरकारने त्यांना पकडून देणाऱ्यास

बक्षीस जाहीर केले तेव्हा फडक्यांनी त्याला चोख प्रत्युत्तर दिले ते त्या वेळच्या बॉम्बेच्या गव्हर्नरना, फक्त पकडून देणाऱ्यासाठीच नव्हे तर, वसाहतवादी सरकारातील प्रत्येक ब्रिटिश माणसाला मारून टाकणाऱ्यासाठीही बक्षिसे जाहीर करून! आधुनिक बंगाली साहित्याचे प्रवर्तक म्हणून गणले जाणारे लेखक बंकिमचंद्र चट्टोपाध्याय यांनी – ते विवेकानंदांचे समकालीन होते – 'आनंदमठ' नावाची एक कादंबरी लिहिली आहे. त्यात ब्रिटिश राजवटीविरुद्ध लढा देणाऱ्या काही संन्यासी योद्ध्यांची कहाणी रंगवली आहे. त्या कादंबरीत बंकिमचंद्रांनी वासुदेव बळवंत फडक्यांच्या काही पराक्रमांना थोडे काल्पनिक रूप देऊन त्यांचा वापर केला आहे. हा क्रांतिकारक विश्वासघाताने ब्रिटिशांच्या हाती सापडला. त्याला अटक करण्यात आली, त्याच्यावर खटला चालवला गेला, त्याला दूर येमेनमधील एडन या जागी असलेल्या तुरुंगात पाठवले गेले. त्या तुरुंगातून पळून जाण्याचा त्या धाडसी क्रांतिकारकाने प्रयत्न केला, त्याला पुन्हा कैद करण्यात आले, मग तुरुंगात त्याने आमरण उपोषण केले आणि त्यातच त्याचा अंत झाला.

याच काळात महादेव गोविंद रानडे हे एक ज्ञानी विचारवंत व समाजसुधारक भारतभर हिंडून ब्रिटिश आपल्या देशाच्या आर्थिक संपत्तीला कशी गळती लावीत आहेत हे त्यांच्या भाषणांमधून लोकांना सांगत होते. हेच रानडे भारतातील पहिला राजकीय पक्ष 'इंडियन नॅशनल काँग्रेस' स्थापन करणाऱ्या सदस्यांपैकी एक होते.

अशा रीतीने त्यांच्या प्रवासात विवेकानंदांनी गरिबीच्या आगीत होरपळणारी जनता बघितली, निरर्थक कर्मकांडांत अपेक्षेपलीकडे अडकलेला धर्म पाहिला तसेच परकीय सत्तेविरुद्धच्या नव्या मोहिमेने निर्माण केलेली खळबळही अनुभवली. बंगालमधील पहिल्या वर्गातील सनदी वकील व्योमेशचंद्र बॅनर्जी हे इंडियन नॅशनल काँग्रेसचे पहिले अध्यक्ष झाले. इंग्लंडमधील निवडणुक लढवणारे जे दोन भारतीय होते त्याच व्योमेशचंद्र एक होते (दुसरे भारतीय दादाभाई नवरोजी होते.)

एक विशेष गोष्ट अशी की, 'इंडियन नॅशनल काँग्रेस पार्टी'ची स्थापना ॲलन ऑक्टेव्हियन ह्युम नावाच्या एका इंग्लिश माणसाने केली होती आणि तो 'दी थिऑसॉफिकल सोसायटी'चा सभासद होता. ही सोसायटी एक अतिशय विक्षिप्त अशी आंतरराष्ट्रीय स्तरावरील आध्यात्मिक संस्था आहे. जगभरातील विभिन्न धर्मपंथांमधील प्रभावशाली तत्त्वे कोणताही धर्मपंथ न मानणाऱ्या सत्यशोधकांच्या गटाने या सोसायटीच्या छत्राखाली एकत्र आणली आहेत.

आजही या सोसायटीच्या संकेतस्थळावर सोसायटीची खालील उद्दिष्टे सांगितलेली आहेत :

> थिऑसॉफी हे ज्यांच्यावर कोणीही आपला खास हक्क सांगू शकत नाही अशा, सर्व धर्मांच्या मुळाशी असलेल्या 'सत्यां'चे एकत्रीकरण आहे, जीवन सुगम, सुबोध बनवणारे तत्त्वज्ञान आहे, जीवन उत्क्रांत करण्याचा मार्ग दाखवणाऱ्या

> न्याय व प्रेम या दोन तत्त्वांचे प्रात्यक्षिक आहे. ते जन्म-मृत्यूच्या अनंत फेऱ्यांत पुन:पुन्हा येणाऱ्या मृत्यूला त्याचे गौणस्थान दाखवते आणि अधिक परिपूर्ण, तेजस्वी अस्तित्वाचे दरवाजे उघडून देते. ते तत्त्वज्ञान आत्माविषयक शास्त्र पुन्हा एकदा जगासमोर उलगडून दाखवते आणि माणसाला या सत्याचे स्मरण करून देते की, 'तो म्हणजे आत्मा आहे, त्याचे शरीर व मन हे त्या आत्म्याचे सेवक आहेत'. ते तत्त्वज्ञान सर्व धर्मग्रंथांचे, धर्मसिद्धान्तांचे दडलेले अर्थ उघड करते, जे अर्थ अंत:प्रेरणेने याआधीच समजलेले होते त्यांचे सत्याच्या निकषावर मूल्यमापन करून समर्थन करते.

तुम्हाला असे वाटेल की, या सगळ्यांचा विवेकानंदांचे वेद व उपनिषदे यांतील ज्ञानाच्या मुळाशी असलेल्या, संपूर्ण मानवजातीसाठी समान असणाऱ्या 'शाश्वत सत्या'विषयीचे जे विचार होते त्यांच्याशी बराच संबंध असेल. पण तसे नव्हते. थिऑसाफिस्ट्स आणि विवेकानंद यांच्यात बरीच मतभिन्नता होती. पण तरीही त्या काळात भारतीय समाजात 'ब्राह्मो समाज', 'आर्य समाज' आणि थिऑसॉफिस्ट्स या सर्वांनी मिळून चालवलेल्या, 'निओ हिंदुइझम' या नावाने ओळखल्या जाणाऱ्या आंदोलन मोहिमेचे विवेकानंदही एक भाग समजले जात होते. काही काळाने मात्र सर्व धर्मांच्या मूलतत्त्वांचा पुनर्शोध घेणे, भरपूर ओढाताण असलेल्या धर्माधर्मांतील विभिन्न तत्त्वांचे एकत्रीकरण करणे ही उद्दिष्टे ठेवून उभारलेल्या त्याच आंदोलनाचे ते अध्वर्यू गणले जाऊ लागले.

विवेकानंदांच्या सर्वसमावेशक वेदान्ताची तत्त्वे आणि थिऑसॉफिस्ट्सनी स्वीकारलेली तत्त्वे यांत काही प्रमाणात साम्य असूनही त्या थिऑसॉफिस्ट्सनी कायम विवेकानंदांना विरोधच केलेला दिसतो.

> जसजसे जास्तीतजास्त अमेरिकन लोक विवेकानंदांच्या जिवंत वेदान्ताचा खुल्या मनाने स्वीकार करू लागले तसतसे अमेरिकन थिऑसॉफिस्ट्स त्यांच्यावर जास्त तुटून पडू लागले, टीका करू लागले.

विवेकानंद पहिल्यांदा अमेरिकेत पोहोचले तेव्हा त्यांच्याकडचे पैसे संपून गेले होते. ज्यासाठी ते आले होते त्या आंतरराष्ट्रीय सर्वधर्म परिषदेच्या ठिकाणी पोहोचण्याची आशाही उरली नव्हती. म्हणून त्यांनी त्यांच्या मद्रास येथील मित्रांना पैसे पाठवायची विनंती करणारे पत्र लिहिले. विवेकानंदांनी लिहून ठेवले आहे, 'ही गोष्ट कशी कोणास ठाऊक, थिऑसॉफिस्ट्सच्या कानांवर गेली. तेव्हा त्यांच्यापैकी एका महाभागाने मला पत्र पाठवले, जे आजही माझ्याजवळ आहे. त्यात त्याने लिहिले होते, 'परमेश्वराने आपणा सर्वांवर कृपा केली आहे, आता सैतान मरून जाणार आहे!''

'निओ हिंदुइझम' या नावाने ओळखल्या जाणाऱ्या चळवळी आणि विवेकानंद यांच्यात फरक तरी काय होता? याचे उत्तर विवेकानंदांनीच थिऑसॉफिस्ट चळवळीचे प्रमुख

केंद्र असलेल्या मद्रास येथे केलेल्या एका भाषणातून मिळते. त्यावेळी तो तरुण संन्यासी त्यांच्या अनुयायांची फळी बळकट करण्याच्या प्रयत्नात होता. विवेकानंद म्हणतात :

> 'सोसायटीने भारतासाठी काही बहुमूल्य कार्य केले आहे यात काहीच प्रत्यवाय नाही. पण ती गोष्ट कबूल करणे आणि त्या सासेायटीचे सदस्यत्व पत्करणे या दोन निरनिराळ्या गोष्टी आहेत. आदर असणे, चांगले मत असणे, प्रेम असणे हे ठीक आहे, पण कोणतेही विश्लेषण न करता, तर्कावर घासून न घेता, गुण-दोष विवेचन न करता एखाद्याचे सगळे म्हणणे पचनी पाडून घेणे हे न जमणारे आहे. मी जे काही इंग्लंड, अमेरिकेत थोडेफार काम केले आहे त्यात मला थिऑसॉफिस्ट्सनी मदत केली असे वृत्त सर्वत्र पसरलेले - पसरवलेले - आहे. परंतु मला तुम्हाला हे स्पष्टच सांगायला हवे की, हे धादांत खोटे आहे, संपूर्ण चुकीचे आहे. मतस्वातंत्र्य, भिन्न मतांविषयीही आदर, सहिष्णू वृत्ती या गोष्टी चांगल्याच गोष्टी आहेत, त्यांचा बोलबालाही केला जातो, पण प्रत्यक्षात मात्र चित्र निराळे दिसते. लोक काय करतात? ते जे म्हणतील त्याच्याशी सहमत असतील, त्यावर पूर्ण विश्वास दाखवतील अशा लोकांबद्दलच फक्त आदर, सहानुभूती वगैरे दाखवतात, पण जर कोणी असहमती दाखवली, निराळे मत नोंदवले तर मग तो आदर, सहानुभूती कुठल्या कुठे जाते! आणखी एक प्रकार असतो. काही लोकांची वैयक्तिक मते असतात, स्वार्थी हेतू असतात. एखाद्या देशात त्यांना विरोध झाला, मोडता घातला गेला की त्यांचा आगभडका उडतो, सगळा तिरस्कार उफाळून वर येतो, काय करू आणि काय नको असे होऊन जाते. भारतीय जर स्वत: स्वत:च्या मनाची शुद्धी करून घेत असतील तर ख्रिश्चन मिशनऱ्यांचे त्यात काय नुकसान होते? हिंदू जर स्वत: स्वत:च्यात सुधारणा घडवून आणत असतील तर त्यात ब्राह्मो समाज किंवा इतर सुधारकांचे काय बिघडते? त्यांनी येथे चाललेल्या मोहिमांच्या विरोधात का उभे राहावे? त्यांनी त्याचे एवढे शत्रुत्व का करावे? का?... मी विचारतो, का? असे दिसते की त्यांचा तिरस्कार, त्यांचा द्वेष यांना इतका कडवटपणा आला आहे की हे का, कसे हे प्रश्न त्यांना कोणी विचारूच शकत नाही. चार वर्षांपूर्वी जेव्हा एक गरीब, अज्ञात, मित्रहीन असा संन्यासी म्हणून मी सातासमुद्रांपलीकडच्या अमेरिकेत पोहोचलो तेव्हा तेथे कोणीही माझ्या ओळखीचे नव्हते. त्या स्थितीत मी या थिऑसॉफिकल सोसायटीच्या नेत्यांना फोन केला. ते अमेरिकन आहेत, भारताविषयी प्रेम बाळगणारे आहेत तर मला तिथल्या कोणाच्यातरी नावाने एखादे परिचयपत्र तरी देतील अशी माझी अपेक्षा होती. त्यांनी मला फोनवर विचारले, 'तुम्ही सोसायटीचे सदस्य व्हाल का?' मी 'नाही' म्हणालो. त्यांना मी सांगितले की, त्यांच्या सोसायटीच्या बऱ्याच तत्त्वांवर माझी श्रद्धा नाही. मी विचारले की, अशा स्थितीत मी सोसायटीचे सदस्यत्व स्वीकारणे कसे शक्य आहे? तेव्हा ते म्हणाले, 'तसे असेल तर माफ करा, मीही तुमच्यासाठी काहीच करू शकत नाही.''

त्यांचे भारतभ्रमण सुरू असताना त्यांनी फक्त चांगले स्नेही, मित्रच मिळवले असे नाही काही कट्टर शत्रूही मिळवले. हिंदू, हिंदूखेरीज इतर धर्मीय, थिऑसॉफिस्ट्ससारखे नवविचारी – न्यू एज – अशा सर्व प्रकारच्या लोकांच्या दृष्टीने ते अडचणीचा विषय होते.

आपला देश, देशातील जनता कोणत्या कठीण परिस्थितीतून – ऐहिकदृष्ट्या आणि भावनिकदृष्ट्याही – चालली आहे हे विवेकानंदांना त्यांच्या प्रवासादरम्यान लक्षात आले. त्यांनी राजकारणाचाही अनुभव घेतला आणि लोक कसे फसवले, नागवले जात होते हेही पाहिले. कदाचित, याच प्रवासात त्यांना याचीही जाणीव झाली असावी की, ते एका अशा असाधारण आणि कोलाहलाच्या, प्रचंड गोंधळाच्या युगात जगत आहेत की, त्यांचा असाधारण, अलौकिक असा संदेश जनतेपर्यंत पोहोचवण्याची त्यांच्यावरील जबाबदारी अधिकच वाढलेली आहे, ते काम अत्यंत महत्त्वाचे झाले आहे. त्या कामातील सर्व धोके, सर्व आव्हाने यांनी त्यांचा जोम व जोर जास्तच वाढला असावा आणि त्या जोमात त्यांनी त्या कामाविषयीच्या चिंता व भीती यांच्यावरही मात केली असावी. विवेकानंद हे त्यांच्या काळासाठीच घडवलेले व्यक्तिमत्त्व होते यात काही शंकाच नाही. भारतात ज्या वेळी नवजागरणाची, प्रबोधनाची पहाट झालेली होती त्याच वेळी एक प्रबोधनकार, एक नवनिर्माताही जागा झाला होता.

त्यांच्या प्रवासात विवेकानंदांना आणखी एका, जरा विचित्र गोष्टीची जाणीव होऊ लागली होती की, त्यांना त्यांच्या देशात जे कार्य करायचे आहे त्यासाठी त्यांना आधी पाश्चिमात्यांची मने जिंकणे आवश्यक आहे. आपला देश स्वतंत्र नाही – राजकीयदृष्ट्या तर नाहीच, वैचारिकदृष्ट्याही नाही, मानसिकदृष्ट्याही नाही, भारतीयांचा आत्माही स्वतंत्र नाही – हे त्यांना समजून चुकले होते.

> 'माझ्यात प्रचंड बळ संचारले आहे, जणू काही मी भडकाच उडवून देणार आहे. माझ्यात किती विविध प्रकारचे सामर्थ्य आहे! असे वाटते आहे की, मी संपूर्ण जगात क्रांती घडवून आणणार आहे!'

त्यांना जे सापडले होते ते, त्यांना जो साक्षात्कार झाला होता तो जगासमोर मांडायला त्यांना तसाच मोठा आणि खुला मंच हवा होता. त्यानंतर मग त्यांचाही देश त्यांचे ऐकेल हे त्यांना पूर्ण माहीत होते. भारतभ्रमणाच्या अखेरीस त्यांनी त्यांच्या संन्यासी सहकाऱ्यांना सांगितले,

'मी आता भारतभर फिरलो आहे. पण माझ्या बंधूंनो, मी जे पाहिले ते अत्यंत दुःखदायक, यातनादायक आहे. माझ्या देशबांधवांचे दारिद्र्य, त्यांचे क्लेश, हाल, त्यांची दुर्दशा पाहून मला माझे अश्रू आवरत नाहीत. माझी अशी पक्की खात्री झाली आहे की, त्यांचे दारिद्र्य दूर केल्याशिवाय, त्यांची या हालातून सुटका केल्याशिवाय त्यांना धर्मोपदेश करणे हे व्यर्थ आहे. या माझ्या देशातील गरीब बांधवांना संकटांमधून मुक्त करण्याचे मार्ग शोधण्यासाठी मी आता अमेरिकेला चाललो आहे.'

# ५

# आंतरराष्ट्रीयवादी

सर्व धर्मांचा अभ्यास करणारा अमेरिकन विद्वान, 'द वर्ल्ड्स रिलिजन्स' या ग्रंथाचा लेखक हस्टन स्मिथ लिहितो,

> 'माल्कम मगरीज याने त्याच्या पंचाहत्तराव्या वाढदिवशी 'मॅचेस्टर गार्डियन'च्या संपादकपदावरून जागतिक घटनांचे सिंहावलोकन करीत असताना असा निष्कर्ष काढला की, एकपक्षीय, एकछत्रीय राजसत्तेची पूर्ण शक्ती एकवटूनही रशियाला 'रशियन ऑर्थोडॉक्स चर्च' नष्ट करता आले नाही ही विसाव्या शतकातील सर्वांत महत्त्वाची घटना होय.'

माओ झेडाँग याच्या नेतृत्वाखाली चीनमध्ये झालेल्या सांस्कृतिक क्रांतीतही प्रत्येक दिवशी सांस्कृतिक आणि आध्यात्मिक मूल्यांचा नाश झाला, समाजातील स्थान, मानसन्मान, प्रतिष्ठा लयाला गेल्या, कारकिर्दी संपुष्टात आल्या, पण रशियासारखाच चीनमध्येही धार्मिक श्रद्धेला धक्का पोहोचला नाही. स्मिथ म्हणतो, 'पीपल्स रिपब्लिक ऑफ चायनात धर्माचा आदर राखण्याच्या बाबतीतही तसेच म्हणता येईल, क्रांतीनंतरही कन्फ्युशिअसचीच नैतिक तत्त्वप्रणाली पुन्हा शाळांमधून शिकवली जाऊ लागली.'

सर्वधर्म परिषदेतील विवेकानंदांचा संदेशही त्याच धर्तीवर होता,

> इतिहासपूर्व काळापासून चालत आलेले तीन धर्म आज जगात दिसतात – हिंदुइझम, झोरोस्ट्रियनिझम आणि ज्युडाइझम. या तीनही धर्मांनी जबरदस्त धक्के सहन केले आहेत आणि ते पचवून त्यांनी त्यांचे अस्तित्व टिकवून ठेवून त्यांच्यामधील आंतरिक शक्तीच सिद्ध केलेली आहे. परंतु जसे ज्युडाइझमला ख्रिश्चियानिटीला सामावून घेता आले नाही आणि त्यामुळे त्याच्या जन्मस्थानातूनही सर्वांवर विजय मिळवणाऱ्या मुलीकडून त्याला घालवून देण्यात आले तसेच त्यांच्या धर्माची महानता वर्णन करायला आता काही अगदी थोडेच पारशी उरले आहेत. भारतात पंथांमागून पंथ उदयाला

> आले, त्यांनी वेदधर्माला पायापासून हालवले असे वाटले, पण भूकंप झाला की, जसे काही काळ समुद्रकिनाऱ्यावरील पाणी मागे सरते तसाच तो वेदधर्मही जरासा ओसरल्यासारखा झाला आणि भूकंप शमताच समुद्राचे पाणी जसे आधीपेक्षा कित्येक पटींनी जास्त जोरात उसळते तसे त्या पंथांचा अल्पकालीन कोलाहल शांत होताच ते सगळे पंथ त्या सर्वसमावेशक वेदधर्मात शोषले गेले, सामावले गेले आणि तोच मूलभूत, महान धर्म अबाधित राहिला, उलट शतश: व्यापक झाला.

बंगालमध्ये जी नवजागरणाची लाट आली तिने पाश्चिमात्यांच्या तार्किकतेचा, तत्त्वज्ञानाचा प्रकाश भारतात आणला आणि भारतीयांच्या, हिंदूंच्या मनांमधील प्राचीन श्रद्धा, विचार यांवर आलेली सावली दूर केली, बसलेली धूळ झटकून टाकली. तोच त्या नवजागरण मोहिमेचा सर्वांत महत्त्वाचा हेतू होता. विवेकानंद हे त्या नवजागरणाने जागृत झालेल्यांपैकी होते. आंतरराष्ट्रीयत्व, विविध संस्कृती, तत्त्वज्ञान यांचा अर्थपूर्ण संगम घडवून आणणे हा त्या नवजागरण चळवळीचा पाया होता असेही म्हणता येईल.

> विवेकानंद पाश्चिमात्य देशांत गेले तेव्हा राहणे, प्रवास करणे, खाणेपिणे असल्या व्यावहारिक गोष्टींच्या सोयींबद्दल त्यांच्या मनात धास्ती होती, भीती होती त्यापेक्षा कितीतरी पटीने अधिक तेथील नव्याचा उत्साह होता. तेथील दृश्यांमध्येसुद्धा ते हरवून जात होते, त्यांचा आनंद घेत होते.

'(न्यू यॉर्क) हे शहर अतिशय स्वच्छ शहर आहे. पाच मिनिटांत प्रत्येकाला काळवंडून टाकणाऱ्या काळ्या धुराचा तेथे मागमूसही नाही. येथील ऑपेरातले संगीत मला नक्कीच आवडले असते. एक दिवस मी बारनमची सर्कस बघायला गेलो होतो. ती फारच भव्य आणि वेधक आहे यात काही शंकाच नाही.'

पण त्याबरोबरच तेथील लोकांवर काही 'शालजोडीतले'ही शेरेही मारत होते,

> 'न्यू यॉर्कचे रहिवासी बोस्टनमधल्या लोकांइतके बुद्धिमान नाहीत, पण मला वाटते ते फार प्रामाणिक, सच्चे आहेत. प्रत्येकाचा फायदा कसा उठवायचा हे बोस्टनवासीयांना चांगलेच समजते. मला खात्री आहे ते कशातही कधीही अडकत नसतील! त्यांच्या मुठीतून वाळूसुद्धा सरकत नसेल!'

विवेकानंद अमेरिकेला गेले तेव्हा भारत ब्रिटिश वसाहतवाद्यांच्या अमलाखाली, पारतंत्र्यात होता. अमेरिकेने मात्र वसाहतवाद्यांच्या सापळ्यातून यशस्वीपणे सुटका करून घेऊन त्यांच्यासमोरील एकेका समस्येला तोंड देऊन ती सोडवायचे प्रयत्न सुरू केले होते. ही परिस्थिती आणि न्यू यॉर्कच्या रहिवाशांच्या सर्वसमावेशक, वैश्विक

दृष्टिकोनानेच विवेकानंदांच्या मनात परंतत्र राष्ट्राचे नागरिक असूनही अमेरिकेला भेट देण्याचा आत्मविश्वास पैदा केला असावा.

'हिंदू अमेरिकन फाउंडेशन'चे डायरेक्टर ऑफ एज्युकेशन अॅन्ड करिक्युलम रिफॉर्म या विभागाचे डायरेक्टर मुरली बालाजी यांनी लिहिले आहे,

> '...परंतु विवेकानंदांनी अमेरिकेतील जातीय अन्यायांसंबंधी जे विचार मांडले त्याला मात्र कधीच पुरेसा न्याय, तेथील लोकांकडून हवा तितका प्रतिसाद मिळाला नाही. त्यांच्या अमेरिकेतील वास्तव्यात ते पूर्व किनाऱ्यावरही राहिले आणि मध्य-पश्चिम भागातही. तेथे त्यांना काळ्या-गोऱ्यांमधील भेद, कृष्णवर्णीयांवर होणारा अन्याय यांचे प्रत्यक्ष दर्शन घडले. त्या गोष्टीला असलेला त्यांचा आक्षेप, कडवा विरोध त्यांनी टेनेसीमधून जाणाऱ्या एका आगगाडीतून प्रवास करताना 'फक्त गोऱ्यांसाठी' अशी पाटी लावून ठेवलेल्या राखीव डब्यात बसायला नकार देऊन त्याऐवजी 'आफ्रिकन अमेरिकन्स'साठी राखून ठेवलेल्या डब्यातून प्रवास करून नोंदवला. ज्या देशात लाखो नागरिकांना केवळ त्यांच्या वर्णामुळे मूलभूत अधिकारही नाकारण्यात येत होते त्याच देशात एक 'खास पाहुणा' म्हणून - गौरवर्णीय नसूनही - त्यांना मात्र निराळी वागणूक दिली जात होती यातील विरोधाभास त्यांना चांगलाच जाणवला.'

बालाजी यांनी असे म्हटले आहे की, ज्या देशात शतकानुशतके या ना त्या प्रकारे जातिभेद, वर्णभेद, दास्य, गुलामी हे प्रकार सुरूच होते अशा देशातून आलेल्या विवेकानंदांनी अमेरिकेतील कृष्णवर्णीयांविषयी १८९७ साली जे विधान केले त्यावरून त्यांची भविष्यकाळाविषयीची अभ्यासपूर्ण समज दिसून येते. ते म्हणाले होते, 'वर्णभेद नष्ट झाल्यानंतरची कृष्णवर्णीयांची स्थिती ही आधीपेक्षा वाईट आहे. आता तर त्यांना कोणीच त्राता राहिलेला नाही!'

बालाजींनी लिहिले आहे,

> 'दक्षिणेकडील कृष्णवर्णीयांना कोणतेही कायदेशीर स्थान नाही आणि त्यांची स्थिती 'नागरिकत्वाच्या हक्कांपासून वंचित असलेले रहिवासी' अशीच आहे.'

बालाजी हे लक्षात आणून देतात की, या मुद्द्यावरील विवेकानंदांचे विचार, मते ही नीट समजून घेतली गेलेली नव्हती तरीही आफ्रो-अमेरिकनांच्या आघाडीच्या नेत्यांपैकी एक डब्ल्यू.ई.बी.डू बॉइस यांना मात्र विवेकानंदांना नेमके काय म्हणायचे होते ते पूर्णतया समजले होते. ते दोघे कधी एकमेकांना भेटले नाहीत; परंतु लाला लजपत राय यांच्यासारख्या भारतीय राष्ट्रवादी नेत्याशी केलेल्या पत्रव्यवहारात डू बॉइस

यांनी विवेकानंद या भारतीय संन्याशाविषयीचे मत कळवले आहे, त्या संन्याशाच्या विचारांवर भाष्यही केले आहे.

बालाजी म्हणतात,

> ‘१९२० साली न्यू यॉर्कजवळील हार्लेम येथे ‘न्यू नीग्रो मुव्हमेंट’ या नावाने झालेल्या नवजागरण चळवळीपासून ते दुसरे महायुद्ध यांच्यामधल्या काळात डू बॉइस यांचा जो जगाविषयीचा दृष्टिकोन तयार झाला त्याचा पाया त्यांचे विवेकानंदांवरील भाष्य आणि त्यांचा लाला लजपत राय, रवींद्रनाथ टागोर यांच्यासारख्या विचारवंत, नेत्यांबरोबरचा पत्रव्यवहार हाच होता.’

विवेकानंदांच्या अमेरिकेतील आणि अन्य पाश्चिमात्य देशांतील वास्तव्यात अगदी सुरुवातीला त्यांना सर्व प्रकारचे साहाय्य – आर्थिकसुद्धा – करणाऱ्या स्त्रियाच होत्या. आणि या भारतीय संन्याशाने नेहमीच स्त्रियांचा, त्याच्या हक्कांचा जोरदार पुरस्कार केला. ते इझाबेल मॅककाइंडली यांना १८९५ साली पत्रात लिहितात,

> ‘माझे याआधीचे भाषण पुरुषांना फारसे रुचले नाही; परंतु स्त्रियांना मात्र खूपच आवडले. तुम्हाला माहीतच आहे की, हे ब्रुकलीन स्त्रीहक्कांविरुद्धच्या मोहिमेचे केंद्रच आहे. तेथेच उभे राहून मी जेव्हा त्यांना सांगितले की, स्त्रियांना सर्व हक्क मिळालेच पाहिजेत, त्यांची ती योग्यता आहेच – तेव्हा अर्थातच ते त्यांना आवडले नाही. काही हरकत नाही, स्त्रिया मात्र हर्षोत्फुल्ल झाल्या होत्या.’

विवेकानंदांच्या बाबतीत हे सगळे असे चांगले, व्यवस्थित झाले याची दोन कारणे होती, असे इतिहासकार ऑमेरी डी रीॲनकॉट म्हणतात : एक तर विवेकानंद शांत, स्थिर, उदार मनोवृत्तीचे होते, त्यांचा दृष्टिकोन विशाल होता, त्यांच्यामध्ये सर्वांना समजून घेण्याची क्षमता होती आणि दुसरे अमेरिकेतील लोक त्यांचे म्हणणे ऐकून घेण्याइतके मोठ्या मनाचे होते, ऐकून घ्यायला तयार होते. हा संन्यासी त्याच्या मातृभूमीवरही सहजपणे योग्य ती टीका करीत होता आणि त्याच्या उदार मनाच्या अमेरिकन यजमानांचे दोषही दाखवीत होता!

> विवेकानंदांची बुद्धी कुशाग्र होती, तितकीच ती तल्लख होती. ते जसे पाश्चिमात्य ख्रिश्चनांच्या दांभिकतेचे वाभाडे काढायला मागेपुढे पाहायचे नाहीत त्याहून पाश्चिमात्यांनी बाणवून घेतलेल्या सामाजिक एकतेचा दाखला देऊन भारतावरही टीका करायलाही एका पायावर तयार असायचे.

या संन्याशाने ब्रिटन आणि युरोपचा दौरा करून सर्वांची मने जिंकली,

> हृदयात स्थान मिळवले तसेच त्याला युरोपच्या प्रवासात नवी अमेरिका आणि जुने युरोप यांच्यातील फरकही अनुभवायला मिळाला. रोम व ग्रीसचे आधुनिक रूप, युरोपची जुनी जपलेली संस्कृती, युरोपिअन्सच्या बुद्धिमत्तेची उच्च पातळी, त्यांचा अधिक परिपक्व असा दृष्टिकोन, तेथे भेटलेले पौर्वात्यवादी. विवेकानंदांना अमेरिकेपेक्षा युरोप अधिक जवळचा वाटला. हटवादी व्यवहारी ब्रिटिशांपेक्षा काही बुद्धिमान, शास्त्रीय दृष्टिकोनाचे, समविचारी जर्मन त्यांना भावले. त्या काळातील सर्वश्रेष्ठ पौर्वात्य विद्वान मॅक्स मुलर यांच्याबरोबरची त्यांची ऐतिहासिक भेट खूपच स्फूर्तिदायक, उत्साहवर्धक ठरली.

त्याच प्रवासात त्यांना सर्वांत जास्त भक्त व अनुयायी मिळाले.

त्यांचे विचार, कल्पना यांचे इतके चांगले स्वागत व्हावे, त्यांचा मनापासून स्वीकार व्हावा असे त्या सुमारास अमेरिकेत काय घडले होते?

> सर्वधर्म परिषदेनंतर अमेरिकेतील चर्चमध्ये क्षोभ माजला होता, धर्माचे पुनरुत्थान हा विषय ऐरणीवर आला होता. धर्मगुरूंना कधी नव्हे इतके यश मिळू लागले होते. शेकड्यांनी लोक प्रार्थना करण्यासाठी जमत होते, हजारो लोक पवित्र जीवन जगण्याची शपथ घेत होते. 'रिपब्लिक' या नियतकालिकाच्या ९ जानेवारी १८९४च्या अंकात असे जाहीर करण्यात आले होते की, 'न्यू यॉर्क आणि ब्रुकलीनमध्ये धर्माची फार मोठी लाट आली आहे!' एका बाजूला आर्थिक मंदीची लाट आणि त्याच वेळी ही धर्माची लाट. परिषदेचा परिणाम म्हणून ख्रिश्चन धर्माला अचानक आलेल्या उधाणाचा भार धर्मगुरूंवर पडू लागला होता. परंतु मेरी लुइस बर्क (सिस्टर गार्गी या नावाने प्रसिद्धी पावलेली विवेकानंदांची शिष्या व त्यांच्या पाश्चिमात्य देशातील कार्याविषयीच्या पुस्तकांची लेखिका) हिच्या मते, अत्यंत उच्च दर्जाची आध्यात्मिक शक्ती ज्यांच्यामध्ये वास करीत होती ते स्वामी विवेकानंद हेही या धर्माच्या उसळलेल्या लाटेला कारणीभूत होते.

इतिहासकार ऑमेरी डी रीऑनकॉट हे मेरी लुइस बर्क यांच्याशी सहमती व्यक्त करतात,

> 'विवेकानंदांचा संदेश योग्य रीतीने स्वीकारण्यासाठी पाश्चिमात्य जगातील इतर कोणत्याही देशापेक्षा अमेरिका अधिक परिपक्व होती. 'क्लासिकल डेज' किंवा 'क्लासिकल इरा' म्हणून प्रसिद्ध असलेल्या काळात जसे रोम हे धर्म आणि धार्मिक बाबी याबाबतींत प्राचीन संस्कृतीला धरून बसलेल्या ग्रीस आणि आधुनिक युरोप यांच्या तुलनेत अधिक प्रगतिशील होते तसेच विवेकानंदांच्या अमेरिका भेटीच्या काळात अमेरिका होते. अमेरिकेच्या दृष्टीने त्या गोष्टी मूलत:च जास्त आवश्यक आणि महत्त्वाच्या होत्या. इमर्सन, थोरो,

> वॉल्ट व्हिटमन आणि विल्यम जेम्स यांनी नवनव्या धार्मिक कल्पनांचे स्वागत करायला तयार केलेल्या अमेरिकेत त्या क्षेत्रातील महत्त्वपूर्ण व्यक्तिमत्त्वांचेही स्वागत अमेरिकन जनता जोरदार करीत होती, जनतेत त्यांच्या विचारांना समजवून घेण्याची क्षमताही होती. ऐतिहासिक अधोगतीच्या उंबऱ्यावर उभ्या असलेल्या युरोपच्या मानाने अमेरिकेत धार्मिक संशयवादाची लागण खूपच कमी प्रमाणात झालेली होती.'

'विवेकानंद मातृभूमीच्या दोषांवर जितक्या सहजपणे योग्य आणि कडक टीका करीत तेवढीच त्यांच्या अमेरिकन यजमानांच्या दांभिकतेवरही करीत आणि त्यामुळेच त्यांनी अमेरिकन श्रोत्यांना प्रभावीत केले होते.' हे जे रीऑनकॉट यांचे मत होते ते त्यांच्या – विवेकानंदांच्या – लिखाणातून – विशेषत: ज्या एका पत्रात ते पाश्चिमात्य स्त्रिया आणि त्यानंतर भारतातील स्त्रियांविषयी लिहितात त्या पत्रात अगदी उघड दिसून येते :

> 'या देशातील स्त्रियांसारख्या स्त्रिया जगात इतरत्र कोठेच नाहीत. शुद्ध, स्वतंत्र, स्वावलंबी आणि अगदी दयाळू मनाच्या! या स्त्रियाच या देशाच्या जीवनदायिनी आहेत, देशाच्या आत्मा आहेत. ज्ञान आणि संस्कृती दोन्ही त्यांच्यामध्येच केंद्रित झालेले आहे. 'याश्री: स्वयंसुकृतिनांभवनेषु' – पुण्यवान कुटुंबातील आद्य भाग्यदेवता (चंडी) – हे वचन या देशातील स्त्रियांनाच लागू पडते आणि 'अलक्ष्मी:पापात्मनां' – पापी कुटुंबातील अभाग्यदेवता – हे आपल्याकडील स्त्रियांना. जरा विचार करा – अरे देवा! अमेरिकेतील स्त्रियांकडे पाहून मी तर आश्चर्यचकितच नाही तर अवाक होतो. 'त्वंश्रीस्त्वमीश्वरीत्वंही:' – तू भाग्याची देवी आहेस, सर्वश्रेष्ठ देवी आहेस, तशीच नम्रतेचीही देवी आहेस – किंवा 'यादेवीसर्वभूतेषुशक्तिरूपेणसंस्थिता' – तू सर्वांच्या ठायी शक्तिरूपाने वास करणारी देवी आहेस – हे सगळे गुणवर्णन इथल्याच स्त्रियांचे असू शकते. बर्फासारख्या शुभ्र नि शुद्ध मनाच्या हजारो स्त्रिया या देशात आहेत. – आणि आपल्याकडे बघा! स्त्रिया विशीही गाठायच्या आधी माता बनतात! हे असे का ते मला आता स्पष्ट कळते आहे. 'यत्र नार्यस्तु पूज्यन्ते रमन्ते तत्र देवता:' – जेथे स्त्रियांना पूजनीय मानले जाते तेथेच परमेश्वर वास करतो – असे मनू म्हणतो. आपण महापापी आहोत आणि त्याचे कारण आपण स्त्रियांना तुच्छ लेखतो, त्यांना 'घृणास्पद कीटक' समजतो, 'नरकाचे द्वार' म्हणून त्यांची निंदा करतो. परमेश्वरा! या देशात आणि आपल्या देशात स्वर्ग आणि नरकाइतका फरक आहे! 'यथातथ्यतोऽर्थान्व्यदध्यात्' – परमेश्वर भक्ताच्या गुणवत्तेनुसार त्याच्या भेटीचे मोल ठरवतो. (इशोपनिषद – ८) निरर्थक बडबड करून त्याला फसवता येते का? भगवंत म्हणतात, 'त्वंस्त्रिबंपुमानसित्वंकुमारउतवाकुमारी – नारी तूच आहेस, नरही तूच आहेस आणि तूच पुत्र आणि तूच पुत्रीही आहेस.' (श्वेताश्वतरोपनिषद) आणि इकडे

> आपण तिला 'दूरमपसररेचण्डाल' – अस्पृश्यासारखे वागवून 'दूर हो' म्हणून फर्मावतो. 'केनैषानिर्मितानारी–मोहिनी' – 'कोणी या जादूगारणीला निर्माण केली?' असा हाकारा करतो. माझ्या बंधूंनो, उच्च जातीयांनी नीच जातीयांच्या चालवलेल्या छळाचे काय काय नमुने मी दक्षिणेकडे पाहिले आहेत! आणि पवित्र देवळांच्याच आवारात चाललेले 'बाखनेलियन' (मदिरेचा ग्रीक देव बॅखस याच्या नावाने साजऱ्या होणाऱ्या) उत्सवातील उच्छृंखल चाळेही पाहिले आहेत. जो गरिबांची दुःखे हरण करीत नाही, जो काही मानवांनाच देवपण बहाल करतो त्याला काय धर्म म्हणायचे? तुम्हाला वाटते की आपला धर्म नावाला जागतो? आपला धर्म म्हणजे निव्वळ अस्पृश्यता, नसता सोवळेपणा आहे! बस्स, सारखे – 'मला शिवू नको....मी पवित्र आहे, माझ्यावर तुझी सावलीही पाडू नको....'! असा देश ज्याचे नेते, अर्ध्वयू गेली दोन हजार वर्षे उजव्या हाताने जेवावे की डाव्या हाताने, पाणी उजवीकडून डावीकडे फिरवायचे की डावीकडून उजवीकडे, असल्या निरर्थक विषयांवर कोरडी चर्चा करीत बसले आहेत. 'कालःसुप्तेषुजागर्तिकालोहिदुरतिक्रमः' – बाकी सर्व जण निद्राधीन असतात तेव्हा फक्त काळ जागा असतो, काळ अजय आहे, अभेद्य आहे. त्याच्या डोळ्यांत धूळ कोण फेकतो आहे ते तो चांगलेच जाणतो!'

याच भरात, अशाच शब्दांत विवेकानंद भारतातील दोषांवर, वाईट चालीरीतींवर आसूड ओढतात आणि त्याच वेळी अमेरिकेतील स्त्रियांना मिळणारी मोकळीक, दिले जाणारे स्वातंत्र्य यांची प्रशंसाही करतात. विवेकानंद आदर्शवादी होते आणि त्यांच्याकडे कवित्व होते. स्त्रियांविषयीच्या एका भाषणात ते हे समजावून सांगतात की, भारतात माता ही आदर्श स्त्री मानली जाते – पण त्यांच्या मतानुसार पश्चिमेकडच्याप्रमाणे पत्नीला तो मान मिळाला पाहिजे.

हे सगळे आज जुनाट वळणाचे वाटेल, पण स्वतः विवेकानंदच असे म्हणतात की, ते तुमच्यासमोर आदर्श ठेवण्याचा प्रयत्न करीत आहेत. प्रत्येक देशात स्त्री आणि पुरुष हे जाणता वा अजाणता एका आदर्शाचेच पालन करीत असतात. प्रत्येक व्यक्ती ही त्या आदर्शाचे मूर्त स्वरूप असते, बाह्य अभिव्यक्ती असते. अशा व्यक्तींचा समुदाय म्हणजे एक देश असतो आणि तो देशही एका महान आदर्शाचे प्रतिनिधित्व करीत असतो, त्या आदर्शाच्या दिशेने वाटचाल करीत असतो आणि म्हणूनच देश समजावून घ्यायचा असेल तर प्रथम त्याचा आदर्श समजून घेतला पाहिजे हे गृहीत पूर्णपणे योग्य आहे, बरोबर आहे कारण कुठलाच देश त्याच्याबद्दलचे मत त्याच्या आदर्शाखेरीज अन्य कोणत्याही प्रामाण्याचा निकष लावून करण्यास नकार देतो, तसे मत तो मान्य करीत नाही.

एक आदर्शवादी म्हणून विवेकानंद असे म्हणतात की, प्रत्येकाची ज्यावर श्रद्धा आहे तोच त्याचा आदर्श असतो. उदाहरणार्थ, भारतात देवतांना 'माता' ही उपाधी लावली जाते. रामकृष्ण परमहंसही काली या देवतेला कालिमाता किंवा नुसते माता असेच संबोधीत असत. हे स्त्रियांचे मोठेपण सांगून झाल्यानंतर ते स्त्रियांना शिक्षणाच्या असलेल्या नितांत गरजेविषयी बोलतात. ते म्हणतात की 'मी उच्च शिक्षणाला चालना मिळत असल्याची प्रशंसाच करतो.' पण त्याचबरोबर ते या गोष्टीकडे लक्ष वेधतात की :

> 'आज ऑक्सफर्ड, केंब्रिज ही विद्यापीठे जशी स्त्रियांना प्रवेश देत नाहीत तशीच हार्वर्ड व येल हीही देत नाहीत ही एक आश्चर्यकारक, पण सत्य गोष्ट आहे. याउलट कलकत्ता विद्यापीठाची दारे मात्र वीस वर्षांपूर्वीपासून स्त्रियांसाठी खुली आहेत (हे त्यांचे वक्तव्य १९०० सालातील आहे. १९२० सालापर्यंत ऑक्सफर्ड विद्यापीठात स्त्रियांना मॅट्रिक्युलेटही होता यायचे नाही, विद्यापीठातही प्रवेश मिळायचा नाही). मला आठवते आहे, ज्या वर्षी मी पदवी प्राप्त केली त्या वर्षी स्त्रियांनीही त्याच अभ्यासक्रमात पुरुष विद्यार्थ्यांइतक्याच दर्जाचे यश संपादन केले होते.'

१९८४ साली त्यांना डेट्रॉईट येथे असा प्रश्न विचारण्यात आला होता की, 'भारतातील लोक मुली जन्माला आल्या तर त्यांना मगरीच्या तोंडात फेकून का देतात?' त्यांनी उपरोधिकपणे उत्तर दिले, "मुलींचे मांस मऊ असते, मगरींसारख्या जलचरांना सहजी चावता येते म्हणून देत असावेत!"

दास्यविमोचन याविषयीच्या त्यांच्या कल्पनांमुळे विवेकानंदांना रशियातही भरपूर प्रशंसक लाभले. रशियातील भारताविषयीचे अभ्यासक रोस्टिलाव रीबाकॉव्ह यांनी असे म्हटले आहे की, जगप्रसिद्ध रशियन लेखक लिओ टॉलस्टॉय हेसुद्धा विवेकानंदांच्या विचारांनी प्रभावित झाले होते. रीबाकॉव्ह लिहितात,

> 'मी नुकताच यस्नाया पोलियाना या लिओ टॉलस्टॉय यांच्या निवासस्थानी गेलो होतो. कलकत्त्याच्या संन्याशाचा सामर्थ्यशाली आवाज ब्रिटिश वृत्तपत्रांच्या माध्यमातून लिओ टॉलस्टॉय यांच्यापर्यंत पोहोचला होता. त्या वृत्तपत्रात विवेकानंदांविषयी वाचताना त्यांच्या मनात अशी काही खळबळ उडवून दिली होती की, ते काही काळ पुढे वाचूच शकले नाहीत! ते त्यांच्या शयनगृहात गेले आणि संपूर्ण रात्र त्यांनी विवेकानंदांची पुस्तके वाचण्यात घालवली. त्यांनी त्यांच्या डायरीत असे लिहून ठेवले आहे की, 'मी पुन्हा एकदा विवेकानंद वाचत होतो आणि मला पुन्हा एकदा हे प्रकर्षाने प्रतीत होत होते की, त्यांच्या आणि माझ्या विचारांमध्ये किती समानता आहे!'

> विवेकानंदांच्या धर्माचे सार आहे लोकसेवा, लोककल्याण. ते म्हणतात, 'जो धर्म विधवांचे अश्रू पुसू शकत नाही, अनाथांच्या तोंडी घास भरवू शकत नाही त्या धर्मावर, त्या परमेश्वरावर माझा विश्वासच नाही'. त्यांच्या श्रद्धेचा केंद्रबिंदू आहे माणूस. जे काही आहे ते सगळे माणसांसाठी, माणसांच्या भल्यासाठी. त्यांचे विचार आणि मॅक्झिम गॉर्की याची 'माणूस हे एकच नाव खरे वाटते!' – 'माणूस या एकाच नावात सत्य निनादते' ही वचने यांचे सूर किती जुळतात नाही?

विवेकानंदांच्या पाश्चिमात्य देशांच्या दौऱ्याच्या उद्देशाविषयी एक गोष्ट लक्षात येते ती ही की, ते एकाच वेळी अनेक गोष्टी साध्य करण्याचा प्रयत्न करीत होते. पाश्चिमात्य विज्ञान, तंत्रज्ञान, आर्थिक व राजकीय सामर्थ्य यांच्या प्रभावाखाली असणाऱ्या त्या जगासमोर परकीय सत्तेच्या अमलाखाली भरडल्या जाणाऱ्या त्यांच्या देशाच्या महानतेची स्तोत्रे गाणे, त्यावर प्रवचने देणे शक्य नाही, रास्त नाही याची त्यांना पूर्ण जाणीव होती हेही समजते.

ते स्वतः त्यांच्या देशात सामाजिक सुधारणांचा आग्रह धरत होते, त्यासाठी प्रयत्नांची पराकाष्ठा करीत होते तरीही एका गोष्टीबद्दल त्यांना खात्री होती आणि तो मुद्दा त्यांना जोरदारपणे मांडायचा होता की, त्यांचा देश तत्त्वज्ञानविषयक गोष्टीत इतका संपन्न, इतका श्रीमंत होता की, त्यापुढे त्याचे भौतिक दारिद्र्य, त्याचे मागासलेपण हे सगळे नगण्य होते आणि त्या क्षेत्रात तो अतिशय मौलिक असे योगदान देण्यास समर्थ होता. त्यांच्या एका अनुयायाला लिहिलेल्या पत्रात ते म्हणतात,

> 'माझ्या देशाची बाजू जोरदारपणे मांडण्याचे धाडस माझ्यात आहे आणि तेथील लोकांनी एका हिंदूकडून कधीच अपेक्षित न केलेल्या कितीतरी गोष्टी मी त्यांना दिल्या आहेत. मी जशास तसे या न्यायाने त्यांना त्यांचे मुद्दल सव्याज परत करतो आहे आणि तेही चक्रवाढ व्याजाने!'

'द वंडर दॅट इज इंडिया' या पुस्तकाचे लेखक, भारत देशाचे अभ्यासक ए.एल.बाशम यांनी म्हटले आहे, 'भारताबाहेर जाऊन आपला व आपल्या देशाचा ठसा परदेशवासीयांवर उमटवणारे विवेकानंद हे गेल्या हजार वर्षांच्या काळातील पहिले धार्मिक गुरू आहेत.' तर इंग्लिश तत्त्वज्ञ सी.ई.एम.जोड यांनी या संन्याशाच्या कार्याला 'पूर्वेचा प्रतिहल्ला' असे म्हटले आहे.

विवेकानंदांचा हेतू केवळ राजकीय नव्हता, ते धर्माधर्मांत, पंथापंथांत सुसंवाद निर्माण करायचे प्रयत्न करताना दिसतात. त्यांचे गुरू रामकृष्ण परमहंस हे अनेक धर्मपंथांनी प्रभावित झालेले होते, त्यांवर श्रद्धा ठेवणारे होते. त्यांच्या या शिष्याने गुरूंचा हा मौलिक अनुभव जगासमोर ठेवला.

लंडन येथे १८९६ साली दिलेल्या एका मुलाखतीत ते म्हणतात,

> 'सर्व धर्मांतील प्रवास हा सत्याकडून सत्याकडेच - खालच्या पातळीवरील सत्यापासून अत्युच्च पातळीवरील सत्याकडे - परम सत्याकडे असतो, तो कधी चुकीपासून, असत्यापासून सुरू होत नाही. जगन्निर्मात्याच्या सर्व निर्मितींमध्ये एकरूपता आहे, विविधता आहे ती मनांमध्ये. अस्तित्वात असते ते एकच, संत त्याला विविध नावे देतात. मला असे म्हणायचे आहे की, प्रत्येकाचा लहान सत्याकडून महान सत्याकडे असा प्रवास सुरू असतो. जे धर्म त्या महान सत्याचा चुकीचा अर्थ लावतात ते धर्म वाईट होतात. या सत्याचे ज्ञान, त्याचे आकलन हे हळूहळू होते. अगदी सैतानाची भक्ती, त्याचे पूजन हेसुद्धा चिरंतन सत्य असलेल्या अविकारी, अक्षय ब्रह्माच्या सर्वस्वी चुकीच्या लावलेल्या, विकृत अशा अर्थाचा परिणाम आहे. ही टोकाची अवस्था म्हटली तर अर्थ लावण्याच्या चुकांच्या पातळीनुसार धर्मपंथांच्या अधल्या मधल्या अवस्था आहेत. धर्माचे कोणतेच रूप स्वरूप असे नाही ज्यात परम सत्याचा संपूर्ण साक्षात्कार घडतो.'

विवेकानंद निराळे, विशेष का आहेत? कारण अनेक खोलवर घट्ट बसलेल्या पूर्वग्रहांना आव्हान द्यायला ते जराही घाबरत नाहीत, कचरत नाहीत आणि ते आव्हान देण्याचे सामर्थ्य त्यांच्यामध्ये आहे. त्यांना 'इमिटेशन ऑफ ख्राइस्ट' हे पुस्तक अतिशय आवडत होते. 'मी जर नाझारेथच्या जीझसच्या काळात पॅलेस्टाइनमध्ये राहत असतो तर मी त्या महापुरुषाचे पदकमल माझ्या अश्रूंनी नाही, तर माझ्या हृदयातील रक्ताने धुतले असते' असे ते जाहीररीत्या कबूल करायचे. पण त्याच वेळी ख्रिश्चन धर्मप्रचारकांनी चालवलेल्या हिंदूंच्या धर्मांतराच्या मोहिमेवर ते जाहीररीत्या कडाडून टीकाही करायचे, त्याचा जोरदार निषेध व विरोध करायचे. सर्वधर्म परिषदेत त्यांची प्रशंसा झाल्यानंतरही त्यांनी त्यांची ही मते मांडलीच :

> 'माझ्या मते, या सर्वधर्म परिषदेचा उद्देश जगासमोर 'नास्तिकतेचा शो' करणे हा होता परंतु असं बघायला मिळाले की नास्तिक वरचढ ठरले आणि ह्याला पूर्णतः ख्रिश्चन शो बनविला. तेव्हा ख्रिश्चनांच्या दृष्टीने ही परिषद अयशस्वीच ठरलेली आहे असेच म्हणावे लागेल, कारण या परिषदेचे निमंत्रक असलेल्या रोमन कॅथॉलिक्स लोकांनी पॅरिस येथील अशाच प्रकारच्या परिषदेसंबंधी बोलणी सुरू झाल्यावर त्या परिषदेला एकसारखा विरोध करायला सुरुवात केली आहे. परंतु भारत आणि भारतीय तत्त्वज्ञान, भारतीय विचार यांच्यासाठी मात्र ही परिषद कमालीची यशस्वी ठरली आहे. या परिषदेने वेदान्ताची लाट जगभरात पसरायला फार मोठी मदत झाली आहे. या परिषदेच्या फलिताने

> अमेरिकन लोक – अर्थात धर्मांध पुरुष व स्त्री धर्मगुरूंचा अपवाद वगळून – खूपच खूश झाले आहेत.'

एका मुलाखतकाराच्या प्रश्नाला उत्तर देताना विवेकानंद म्हणाले,

> 'ख्रिश्चन लोकांनीसुद्धा वेदान्त समजून घेतला नाही तर त्यांना 'न्यू टेस्टामेंट' नीट समजणार नाही! सर्व धर्मांची तार्किक उपपत्ती वेदान्तात आहे. वेदान्ताशिवाय प्रत्येक धर्म ही केवळ अंधश्रद्धा असते, वेदान्ताचा स्पर्श झाला की धर्म धर्म बनतो.'

हे शब्द एखाद्या स्वत:ला फारच श्रेष्ठ समजणाऱ्याचे वाटतात का? या प्रश्नाचे उत्तर देण्याआधी एका निराळ्या प्रश्नाचा विचार करावा लागेल : 'वेदान्त म्हणजे काय?'

इंग्लिश लेखक ख्रिस्तोफर इशरवुड म्हणतो,

> 'वेदान्ताच्या तत्त्वज्ञानाच्या मुळाशी जाऊन बघितले की तीन तत्त्वे दिसतात. एक, माणूस हा परमेश्वराचे रूप आहे. दोन, ही एकरूपता समजून घेणे हा मानवी जीवनाचा हेतू आहे आणि तीन, सर्व धर्म खरे तर मूलत: एकमेकांशी सहमतच आहेत.'

एकदा का वेदान्ताचा खरा अर्थ समजला की, मग श्रेष्ठत्वाची भावनाच नाहीशी होते. कारण एकमेकांशी सहमत असलेल्यांच्यात श्रेष्ठ–कनिष्ठ असा भेदभाव असेलच कसा?

वेदान्तावर, वेदान्ताच्या या मूलार्थावर विवेकानंदांची पूर्ण श्रद्धा असल्यामुळेच ते धर्मांतराच्या कडव्या विरोधात होते. त्यांच्या जपानच्या दौऱ्यानंतर 'जपान्यांसारखे देशभक्त आणि कलासक्त लोक जगाने आजवर पाहिलेलेच नाहीत' असे उद्गार जसे त्यांनी काढले तसेच त्यांना जेव्हा असे विचारले की, 'मग भारताने जपानचा कित्ता गिरवावा का?' त्याला मात्र त्यांनी ठाम नकार दिला. ते म्हणाले, 'भारत जसा आहे तसेच त्याने राहावे. संगीतात जसा एक मुख्य स्वर असतो तसाच प्रत्येक देशाचाही एक मुख्य स्वर असतो, एक मध्यवर्ती विषय असतो.' विवेकानंद म्हणतात, 'भारताच्या संगीताचा मुख्य स्वर अध्यात्म आहे, आणि अध्यात्माचे सार वेदान्त आहे.'

विवेकानंदांची अन्य धर्मीयांशी – विशेषत: ख्रिश्चन व इस्लाम धर्मीयांशी – खास संबंध होते. त्याचे परीक्षण आपण शेवटच्या प्रकरणात करणारच आहोत, पण येथे या संन्याशाची धर्मांतरावर टीका करण्याची आणि त्याच वेळी बहुतत्त्ववादाची शिकवण देण्याची जी असामान्य अशी क्षमता होती तिचा आढावा घेऊ या.

पाश्चिमात्य धर्म असे मानतात की, सृष्टीची निर्मिती त्या निर्मात्याद्वारे (ईश्वर) 'काहीही नाही'मधून केली गेली आहे जो विश्वापेक्षा वेगळा आहे. स्वामीजी सांगतात की ते विश्व ईश्वर आहे जो स्व-स्वरूप धारण करतो...

आपण पाहतो की, वैश्विक ऊर्जेची वेगवेगळी रूपं, जसं तत्त्व, विचार, बल, बुद्धी इत्यादी ही सर्व त्याच वैश्विक ज्ञानाचे किंवा यानंतर आपण ज्याला ईश्वर म्हणणार आहोत त्याचेच स्वरूप आहे. जे जे काही तुम्हाला दिसते, ऐकू येते, जाणवते ते ते, हे सगळे विश्वच ही त्या ईश्वराची निर्मिती आहे. अधिक काटेकारपणे सांगायचे तर ते सगळे ईश्वराचे प्रक्षेपण आहे आणि अगदी अचूक पद्धतीने सांगायचे तर ते सगळे प्रत्यक्ष ईश्वरच आहे. तो ईश्वरच सूर्य आणि तारे बनून आकाशात चमकतो, ही पृथ्वीमाता तोच आहे, महासागरही तोच आहे. तोच पर्जन्यही आहे आणि पवनही. श्वासावाटे आत जाणारी हवाही तोच आहे, शरीरातील ऊर्जाही तोच आहे. बोलणेही तोच, बोलणाराही तोच आणि ऐकणाराही तोच. ज्या मंचावर मी उभा राहून मी बोलतो आहे तो मंचही तोच आणि तुमचे चेहरे ज्याच्यामुळे मला दिसत आहेत तो प्रकाशही तोच. सर्व काही तोच आहे. हे जगही तोच आणि जगाचा हेतूही तोच. सूक्ष्म अशा पेशीतही एका बाजूने तोच शिरतो आणि तोच दुसऱ्या बाजूने निघून पुन्हा त्याच्या ईश्वररूपात प्रकट होतो. तोच सर्वांत लहान होऊन अणू बनतो आणि मग हळूहळू त्याचे रूप उलगडत जाते आणि तो पुन्हा 'स्व'रूपात विलीन होतो. हेच या विश्वाचे रहस्य आहे. तूच पुरुष, तूच स्त्री; तारुण्याच्या तोऱ्यात चालणारा बलशाली जवानही तूच आणि कुबड्या घेऊन लटपटत चालणारा वृद्धकपीही तूच. हे परमेश्वरा, तूच सर्वत्र भरून उरला आहेस. या विश्वाचे हे एकच स्पष्टीकरण मानवी बुद्धीला पटणारे आहे. एका वाक्यात सांगायचे तर - आपण सर्व जण त्याच्यातूनच जन्माला येतो, त्याच्यातच जीवन जगतो आणि त्याच्याकडेच परत जाऊन त्याच्यातच विलीन होतो.

विवेकानंद परस्परविरोधी कल्पनांच्या सहअस्तित्वाने चिंतित होत नसत, त्यांचा एकमेकांशी संबंध जोडू शकत, इतकेच नव्हे तर एका गटाच्या कल्पनेबद्दल दुसऱ्या, विरोधी गटाशीदेखील सहजपणे चर्चा करू शकत. पौर्वात्य आणि पाश्चिमात्य दोघांशीही संभाषण साधू शकत, संबंध जोडू शकत.

स्वामीजी कोणत्याही गोष्टीचे साकल्याने तात्त्विक विश्लेषण करीत तेव्हा ते 'कन्स्ट्रक्टिव्ह डायलेक्टिकल मेथड'चा - 'विधायक तर्कशुद्ध पद्धती'चा - वापर करीत. ते पुढील दोन उलट विचारप्रतिपादनातील महत्त्वाचे मुद्दे विचारात घेत - पूर्व(भारत)-पश्चिम, प्राचीन परंपरा-आधुनिकता, द्वैतवाद-अद्वैतवाद, आध्यात्मिक ज्ञान-शास्त्रीय ज्ञान, धार्मिकता-धर्मनिरपेक्षता, राजयोग-कर्मयोग, ज्ञानयोग-भक्तियोग आणि तर्क-भावना. दोन्ही बाजूंमधील चांगल्या

> गोष्टी ज्यामुळे एकसंध होतील अशा प्रकारे ते त्यांचा समन्वय घडवून आणीत असत. परंपरागत विचार करणाऱ्यांवर ते कधीच टीका करीत नसत, ते त्यांच्या विचारांना, कल्पनांना व्यापक आणि आधुनिक जगात राहणाऱ्या लोकांनाही समजतील, अर्थपूर्ण ठरतील असे रूप देत असत.

त्यांची ही पद्धत कार्ल मार्क्स याच्या 'भांडवलशाहीच्या जागी श्रमिकांची मक्तेदारी आणणाऱ्या संघर्षात्मक, विनाशक विश्लेषण पद्धती'पेक्षा खूपच निराळी होती.

याचमुळे विवेकानंदांकडे 'सूक्ष्म पातळीऐवजी स्थूल पातळीवर, व्यापक दृष्टिकोनातून आणि मोठ्या मनाने विचार करणारे श्रेष्ठ सिद्धान्तवादी' म्हणून पाहिले जाते.

बंगालमधील नवजागरण बहरात येत असताना त्यात भाग घेऊन, त्याला प्रोत्साहन, सहकार्य देऊन ब्रिटिशांनी भारतीयांना वश करण्याची जी क्लृप्ती योजली होती त्याला विवेकानंदांचे हे खास 'हिंदू' उत्तर होते.

विवेकानंदांना पाश्चिमात्त्य देशांत जे यश मिळाले त्यात त्यांनी विज्ञानाचा अतिशय उत्साहाने केलेला मनमोकळा स्वीकार ही गोष्ट फार महत्त्वाची ठरली. अमेरिकेतील पेनसिल्व्हेनिया विद्यापीठातील भारतीय तत्त्वज्ञानाचे प्राध्यापक विलहेम हालफॅस लिहितात,

> 'विवेकानंद व त्यांचे अनुयायी यांना वेदान्त व्यवहार्य ठरू शकेल याची खात्री तर होतीच, पण जर वेदान्ताच्या शक्य त्या सर्व शक्ती, क्षमता जगासमोर यायला हव्या असतील तर 'वेदान्त व्यवहार्य ठरू शकतो' हे सिद्ध व्हायलाच पाहिजे हेही त्यांना उमगलेले होते. ज्यात सर्व धर्म, विविध तत्त्वप्रणाली, मतप्रणाली एकत्र आलेल्या आहेत, ज्याच्या मुळाशी अद्वैत तत्त्व आहे तो वेदान्तच फक्त परामानसशास्त्राला बळकट पायाही पुरवू शकतो आणि त्याचबरोबर नैतिक मूल्यांच्या मागण्यांचा प्रेरकही ठरू शकतो हे त्यांना चांगलेच माहीत होते.'

वेदान्ताच्या निवडीत आश्चर्य वाटण्यासारखे काहीच नव्हते. जी एकमेव हिंदू तत्त्वप्रणाली सर्वसमावेशक होती आणि जिच्या बळावर ते पाश्चिमात्त्य देशांत प्रभाव पाडू शकतील अशी तत्त्वप्रणाली फक्त वेदान्तातच होती. ज्या समाजातील, संस्कृतीतील लोकांना विवेकानंद त्यांच्या कल्पना, त्यांचे विचार यांनी प्रभावित करणार होते तो समाज, ती संस्कृती त्या वेळी खूपच शक्तिशाली होते, पण तितकेच अर्वाचीनही होते आणि त्यामुळे त्यांच्या त्या 'प्रभावकार्या'त त्यांना वेदान्ताच्या प्राचीनतेचा चांगला उपयोग झाला.

'परमेश्वर एकच आहे, तो सर्वशक्तिमान वगैरे काही नाही, तो अन्य कोणत्याही उपायांनी नाही तर वैयक्तिक अनुभवातूनच समजून घ्यावा लागतो', या ब्राह्मो समाजाच्या शिकवणुकीनेच विवेकानंद तत्त्वज्ञानाशी सर्वांत प्रथम परिचित झाले होते. 'स्वामी विवेकानंद इन द वेस्ट' या सहा खंडांच्या विवेकानंदांच्या चरित्राच्या लेखिका मेरी लुइस बर्क लिहितात,

> 'विवेकानंदांनी पाश्चिमात्यांना काय शिकवले हे जर मला नीट कळले असेल तर ते हे की, त्यांच्या शिकवणीच्या केंद्रस्थानी 'आत्मा' होता आणि त्यांनी 'मानव म्हणजे शरीर नव्हे मनही नव्हे, केवळ शुद्ध व अनंत असा आत्मा' हे तत्त्व त्यांच्या मनावर बिंबवले.'

'जो वेदान्त मी तुम्हाला जगायला सांगतो त्या वेदान्ताचे तुमच्या विज्ञानाशी मुळीच भांडण नाही, तो वेदान्त त्या विज्ञानाची तत्त्वेच तंतोतंत पाळतो.' हे पाश्चिमात्यांना समजावून सांगणारे विवेकानंद हे पहिलेच भारतीय होते :

> 'एखाद्याने दगड वर फेकला तर तो जेव्हा खाली येतो तेव्हा कोणीतरी भूत पिशाच्च त्या दगडाला खाली ओढते अशी पूर्वापार समजूत चालत आली होती. अशा अनेक अगदी नैसर्गिकरीत्या घडणाऱ्या क्रियांचे कर्तेपण लोकांनी अनैसर्गिक गोष्टींकडे दिलेले आढळत होते. भूत दगड खाली ओढते ही क्रिया नव्हतीच, ते नैसर्गिक क्रियेला बाहेरून जोडलेले स्पष्टीकरण होते. परंतु त्याचेच दुसरे स्पष्टीकरण – 'गुरुत्वाकर्षण' – हे बाह्य स्पष्टीकरण नव्हते, ते त्या दगडाचे अंतर्भूत लक्षणच होते. आधुनिक विज्ञानात हीच विचारांची दिशा दिसते. एका शब्दात सांगायचे तर आधुनिक विज्ञानाचा हाच अर्थ आहे की, घडणाऱ्या गोष्टींची स्पष्टीकरणे त्या गोष्टीतच असतात, जगात जे काही चालते, घडते त्यांचा अर्थ लावायला, कारणमीमांसा करायला कोणत्याही बाह्य, काल्पनिक गोष्टींची अगर अस्तित्वांची गरज नसते. रसायनशास्त्रज्ञाला एखाद्या रासायनिक प्रक्रियेचे स्पष्टीकरण द्यायला एखाद्या भुताला, पिशाच्चाला किंवा तसल्या कोणत्याच गूढ शक्तींना मध्ये आणावे लागत नाही. जे रसायनशास्त्रज्ञाचे तेच पदार्थविज्ञानशास्त्रज्ञाचे आणि तेच कोणत्याही विषयातील संशोधकाचे वा अभ्यासकाचे. हा जो विज्ञानाचा विशेष आहे तोच मला धर्माच्या बाबतीतही लागू करायचा आहे. आज धर्मांना अशा कुबड्याची गरज भासते आणि म्हणूनच ते मोडून पडतात.'

विवेकानंदांना वेदान्ताच्या मूलतत्त्वांची जी सखोल समज आली होती तीच त्यांच्या दृष्टिकोनाचा पाया होती.

> शितावरून भाताची परीक्षा होते. चिखलाच्या एखाद्या छोट्याशा गोळ्यावरून जगातील चिखलाचे स्वरूप आपल्या लक्षात येऊ शकते. वाळूच्या एका कणाचे गमक समजले तर संपूर्ण विश्वाचे रहस्य माहीत होते. सर्व गोष्टींचा आदी आणि अंत जवळजवळ सारखाच असतो. ग्रहताऱ्यांचे हे अफाट विश्व एका लहानशा तेजोमय तारकासमूहातून उत्पन्न झाले आहे आणि त्यातच ते पुन्हा विलीन होऊन जाणार आहे. यातून आपल्याला काय शिकायला मिळते?

जे दृश्य स्वरूप असते, स्थूल रूपात दिसते तो परिणाम असतो, सूक्ष्म रूप हे त्याचे कारण – त्याचे मूळ असते. सर्व तत्त्वज्ञानांचा प्रणेता असलेल्या कपिल ऋषींनी हजारो वर्षांपूर्वीच हे दाखवून दिले आहे की, नाश म्हणजे मूळ रूपाकडे परतून जाणे होय. हे इथे असलेले टेबल जर आपण तोडून मोडून टाकले तर ते त्याच्या मूळ रूपाकडे, जे अनेक कण एकत्र येऊन त्यांचे हे टेबल बनले आहे, जे कण हे टेबल बनायला कारण झाले आहेत, त्या मूळ कणरूपात पोहोचेल. मनुष्य मृत्यू पावतो तेव्हा मानवी शरीर ज्या मूलद्रव्यांचे बनलेले असते त्याच द्रव्यरूपात परिवर्तित होते. पृथ्वीही तिच्या अंती ती ज्या घटकांची बनली आहे त्याच घटकात विलीन होईल. यालाच 'नाश', 'नष्ट होणे' म्हणजेच 'मुळाकडे परतणे' म्हणतात. म्हणजेच आपल्या असे लक्षात येईल की, जे परिणामस्वरूप दिसते ते आणि त्याचे मूळ रूप ही दोनही सारखीच असतात, त्यांच्यात फरक नसतो. फक्त त्यांचे स्वरूप निराळे असते. हा ग्लास – हा त्याच्या मूळ घटकांचे परिणामस्वरूप आहे म्हणजेच तो त्याचे मूळ घटकच आहे, फक्त तो त्या घटकांच्या एका विशेष रूपात साकारलेला आहे. 'काच' नावाचे द्रव्य काही प्रमाणात आणि तयार करणाऱ्याच्या हातांतले सामर्थ्य हे दोन मूळ घटक एकत्र येऊन त्यातून हा ग्लास हा दृश्य, अंतिम परिणाम साकारलेला आहे. या ग्लासमध्ये काच या मूलद्रव्याचे कण आहेत, ते सर्व एकत्र चिकटून राहण्याची शक्ती आहे आणि कणांना ग्लासचा आकार देणाऱ्या हातांमधील शक्ती व कसबही आहे. या कणांत चिकटून राहण्याची शक्ती नसती तर कण एकत्र होऊन त्यांनी हा आकार धारण केलाच नसता, ते सुटेच राहिले असते. हा येथे दिसणारा ग्लास म्हणजे या सर्वांचे एकत्रित, एका विशिष्ट आकारातील आविष्करण आहे. हा जर फुटला तर त्यातील चिकटून राहण्याची शक्ती पुन्हा तिच्या मूल रूपात जाईल आणि काचेचे तुकडे त्यांना पुन्हा नवा आकार दिला जाईपर्यंत तसेच राहतील.

अशा रीतीने मूल रूप – कारण – आणि अंतिम स्वरूप – परिणाम – हे दोनही समानच असतात. अंतिम परिणाम हे मूळ रूपाचे जरा स्थूल असे प्रतिरूप असते. यानंतर आपल्याला या गोष्टीचे ज्ञान होऊ लागते की, आपण आपल्या आजूबाजूला जे विविध आकार पाहतो, ज्यांना आपण वनस्पती, प्राणी, मानव अशा नावांनी ओळखतो ते सतत नाश पावत असतात आणि पुन्हा निर्माण होत असतात. एक बी असते, तिच्यापासून झाड तयार होते, ते झाड बिया निर्माण करते, त्या एकेका बीमधून एकेक झाड निर्माण होते आणि हे चक्र असेच अखंड काळ सुरूच राहते, त्याला अंतच नसतो. पाण्याचे थेंब डोंगर–टेकड्यांवरून खाली येतात, प्रवास करीत सागराला जाऊन मिळतात, सागराच्या पाण्याची वाफ होते, डोंगर–टेकड्यांच्याही वर पोहोचते, पुन्हा पाण्याचे थेंब आणि ते पुन्हा सागराला जाऊन मिळते. जे

जे आपण बघतो, ऐकतो, स्पर्श करतो, अनुभवतो, अगदी ज्याची कल्पना करतो तेसुद्धा, असेच निर्मिती व नाश आणि पुन्हा निर्मिती या चक्रात फिरत असते. आपल्या ज्ञानाच्या, जाणिवेच्या, अनुभवाच्या कक्षांमध्ये जे जे येते त्या सर्वांचे, या विश्वनिर्मितीच्या कक्षात जे जे येते त्या सगळ्याचे, मानवी शरीरातील श्वासोच्छ्वासारखे लयीत, निरंतर, त्याचे त्याचे निराळे, आदी-अंताचे, पतन-उत्थापनाचे चक्र सुरूच असते. एक लाट निर्माण होते, वर उसळते, पुन्हा खाली बसते, पुन्हा वर येते. समुद्राच्या प्रत्येक लाटेत एक पोकळी असते आणि प्रत्येक पोकळीत एक लाट. विश्वातील सारखेपणामुळे हाच नियम संपूर्ण विश्वाला लागू झालाच पाहिजे. या विश्वाकडे त्याची कारणं, सूर्य, चंद्र, तारे आणि पृथ्वी, शरीर व मन या रूपांत पाहायला हवे. तसेच या विश्वामध्ये सर्वकाही आपल्या सूक्ष्म कारणांत परत जाईल, विलीन होईल, नष्ट होऊन त्या रूपात जाईल, जिथे ते होते. तरीही ते सूक्ष्म रूपात, कारणांच्या रूपात राहतील. या सूक्ष्म रूपांद्वारे ते पुन्हा एकदा नवीन पृथ्वी, सूर्य, चंद्र आणि तारे यांच्या रूपात प्रकट होतील.

या चक्राविषयी आणखी एक गोष्ट जाणून घेतली पाहिजे. झाडावर बी तयार होते, ती खाली पडते, पण तिचे झाड काही लगेच होत नाही. काही काळ काहीच घडत नाही असे वाटते, खरे तर अगदी सूक्ष्म अशी, न दिसणारी, न लक्षात येणारी प्रक्रिया सुरू असते. 'बी'ला काही काळ जमिनीखाली राहावे लागते. तेथे तिचे तुकडे होतात, तिचे विघटन होते आणि त्या विघटनातून पुन्हा घटन होते, निर्मिती, नवनिर्मिती, पुनर्निर्मिती होते. अगदी सुरुवातीला या विश्वालाही अशाच सूक्ष्म, अदृश्य, निराकार रूपात राहावे लागते, ज्या स्थितीला 'अराजकता' असे म्हणतात. त्यातून मग त्याचे नवे रूप प्रक्षेपित होते. हा जो काळ असतो - सूक्ष्म स्थितीत जाणे, त्याच स्थितीत काही काळ राहणे आणि मग प्रक्षेपित होणे - त्या काळाला संस्कृतमध्ये 'कल्प' असे म्हणतात. यानंतर एक महत्त्वाचा प्रश्न, विशेषत: या आधुनिक काळात, निर्माण होतो. आपण पाहिले की सूक्ष्म रूपे हळूहळू निर्माण होतात, नंतर ती संथ गतीने मोठी होतात. आपण हेही पाहिले की, कारण आणि परिणाम सारखेच असतात, परिणाम हा फक्त कारणापेक्षा निराळ्या रूपात वा स्वरूपात असतो. म्हणजेच हे विश्वही शून्यातून निर्माण झाले नसणार. कारणाशिवाय परिणाम घडतच नाही आणि कारण हे परिणामाचेच निराळे रूप असते.

मग, हे विश्व कशातून निर्माण झाले? त्याच्या आधीच्या सूक्ष्म विश्वातून. मानव कशापासून निर्माण झाला? आधीच्या सूक्ष्म रूपातून. हे झाड कशातून निर्माण झाले? हे संपूर्ण झाड ज्या एका सूक्ष्म बीमध्ये होते त्या बीपासून हे झाड निर्माण झाले. त्या बीमधून बाहेर आले आणि त्याने एक रूप धारण केले. तसेच हे संपूर्ण विश्व ज्या एका अत्यंत सूक्ष्म रूपात साठवलेले होते त्या सूक्ष्म

रूपातूनच निर्माण झाले. आत्ता ते आपल्यासमोर दृश्य रूपात आहे, परंतु ते काही काळाने पुन्हा त्याच्या सूक्ष्म रूपात जाईल आणि योग्य वेळी प्रकट केले जाईल. आपल्याला असे दिसते की, सूक्ष्म रूप बाहेर येते, हळूहळू मोठे होते, मोठे होत होत त्याच्या अंतिम मर्यादेपर्यंत पोहोचते आणि जेव्हा त्याची सीमा गाठते तेव्हा पुन्हा तसेच हळूहळू लहान लहान होत जाते. हे सूक्ष्म रूपात येणे, त्यातील घटकांची रचना बदलत बदलत मोठे होत जाणे या प्रक्रियेलाच आधुनिक काळात 'उत्क्रांती' असे म्हटले जाते. आणि हे उत्क्रांती तत्त्व खरे आहे, अगदी पूर्णतया खरे आहे. हे तत्त्व मानणाऱ्या उत्क्रांतिवाद्यांशी कोणीच बुद्धिनिष्ठ, तर्कनिष्ठ वाद घालणार नाही, भांडणार नाही. पण आपल्याला आणखी एक गोष्ट शिकून घेणे गरजेचे आहे, आणखी एक पाऊल पुढे टाकणे जरुरी आहे. ते कोणते? प्रत्येक उत्क्रांतीच्या आधी एक निवर्तन घडत असते. बी ही झाडाची जननी असते; परंतु बीचा जनक एक झाडच असतो. बी हे पुढे मोठ्या होणाऱ्या झाडाचे सूक्ष्म रूप असते आणि दुसरे एक झाड हे त्या बीचे आधीचे मोठे रूप असते. ते झाड त्या बीमध्ये सूक्ष्म रूपात असते. हे जे आत्ता दृश्य स्वरूपातील विश्व आहे ते याआधी विशाल अंतरिक्षात सूक्ष्म रूपात होते. एक जी सूक्ष्म पेशी असते आणि जी एक माणूस बनते तिच्यात तो माणूस आधीपासून असतोच आणि तोच तिच्यातून 'उत्क्रांत' होतो. हे ज्ञान आपल्याला असले, हे तत्त्व आपल्याला पूर्ण कळलेले असले की, मग आपले उत्क्रांतिवाद्यांशी कधीच भांडण होणार नाही. कारण त्यांनी एकदा ही निवर्तनाची पायरी स्वीकारली की ते धर्माचा नाश करण्याऐवजी ते धर्माचे फार मोठे समर्थक बनतील.

अशा रीतीने आपण हे पाहिले की, काहीही शून्यातून निर्माण होत नाही. प्रत्येक गोष्ट ही अनंतात अस्तित्वात असतेच आणि ती अनंतात अस्तित्वात राहणारच. फक्त सूक्ष्म रूपातून मोठ्या रूपात, पोकळीतून लाटेत, प्रकट होणार. हे निवर्तन आणि विकसन निसर्गात सर्वत्रच सुरू असते. एका सूक्ष्म जीवाच्या रूपात प्रकट झालेले जीवन एका पूर्ण मानवरूपात परिणत होते. ही उत्क्रांतीसुद्धा कशाचेतरी निवर्तनच असली पाहिजे. प्रश्न हा आहे की निवर्तन कशाचे? ते सूक्ष्म रूप कोणत्या मोठ्या रूपाचे? - सर्वव्यापी परमेश्वराचे. आता उत्क्रांतिवादी म्हणतील की ही परमेश्वराची कल्पना चुकीची आहे. का? कारण परमेश्वर बुद्धिमान असतो आणि आपल्याला उत्क्रांतीच्या बऱ्याच पुढच्या स्थितीमध्ये ती बुद्धिमत्ता दिसू लागते. उच्च जातीचे प्राणी आणि मनुष्य यांच्याकडेच बुद्धिमत्ता असलेली दिसते. ही बुद्धिमत्ता सजीवांमध्ये यायला, तिचे दर्शन घडायला कोट्यवधी वर्षांचा काळ लोटला आहे. वर समजावून सांगितलेल्या सिद्धान्तांच्या निकषांवर उत्क्रांतिवाद्यांचा हा आक्षेप काही टिकू शकणार नाही. बीजामधून वृक्ष उगवतो आणि पुन्हा बीजरूपातच उरतो. म्हणजेच आदी व अंत एकच असतात.

विवेकानंद उत्क्रांतिवादाचा स्वीकार सहजपणे करू शकले कारण त्यांनी 'परमेश्वराने हे जग आणि मनुष्य निर्माण केले' या चौकटीत स्वत:ला अडकवून घेतले नाही. या विश्वाच्या मानवाच्या निर्मितीला सुरुवात होण्याच्याही आधी अंतरिक्षात जे काही होते ते आणि या विश्वाच्या अंतानंतर जे अंतरिक्षात उरणार ते – हे दोन्ही परमेश्वरच आहे – असे ते म्हणतात. परमेश्वर हा सर्वव्यापी, सर्वज्ञानी आणि सर्वशक्तिमान असल्यामुळे परमेश्वरस्वरूप नाही असे काहीच नाही त्यामुळे ही विश्वनिर्मिती हा परमेश्वराचाच (किंवा 'परम सत्या'चा असे म्हणा हवे तर) दृश्य आविष्कार म्हणता येईल.

> उत्क्रांतीचा अर्थ असा आहे की, एकाच प्रकारच्या गोष्टीची पुनरुत्पत्ती होत असते आणि अंतिम परिणाम हे मूळ कारणाचेच केवळ एक भिन्न रूप असते, अंतिम परिणामाच्या रूपाच्या सर्व शक्यता मूळ रूपात असतातच, ही संपूर्ण विश्वनिर्मिती ही खरे तर नवनिर्मिती नसून मूळ रूपात घडून आलेली उत्क्रांती आहे.

क्वांटम फिजिक्सच्या – 'भाग भौतिकशास्त्रा'च्या – प्रयोगातून सर्व गोष्टींमधील परस्परसंबंध, त्यातील अंगभूत एकता, एकत्र येण्याचे गुणधर्म या सर्व गोष्टींचे शोध लागण्यापूर्वीच विवेकानंदांनी म्हटले आहे,

> 'मी जेव्हा ज्ञान म्हणतो तेव्हा मला आत्ता आपल्याजवळ असलेले ज्ञान अभिप्रेत नाही तर उत्क्रांतीच्या स्थितीमधून जात असताना माणसात अथवा अन्य प्राणिमात्रांच्यात ज्याचे 'उत्क्रांत' असे दर्शन घडले आहे त्याबद्दल मी बोलतो आहे. मला जर हे सांगण्याची परवानगी असेल, तर मी असे म्हणेन की त्या ज्ञानाचे सार म्हणजे, अंतिम सत्य, अगदी जाणिवेच्या पलीकडेही असणारे सत्य. विश्वात आपल्याला जाणवणाऱ्या गोष्टींची आवश्यक एकता म्हणजे ज्ञान. माझ्या मते, आधुनिक विज्ञान जर काही सिद्ध करायचा प्रयत्न करीत असेल तर ते हेच आहे की, आपण सर्व जण एकच आहोत – आपली शरीरेही सारखीच आहेत, मनेही आणि आत्मेही.

विवेकानंदांसारख्या विचारवंताने निकोला टेस्ला याच्यासारख्या वैज्ञानिकालाही का प्रभावित केले होते हे यावरून तुमच्या लक्षात येईल.

हिंदुधर्म व विचार या विषयातील अधिकारी, विद्वान मकरंद परांजपे आणि सुकल्याण सेनगुप्ता यांनी असे लिहिले आहे की, विवेकानंदांच्या लिखाणामधून व्यक्त झालेले त्यांचे या विश्वाच्या जडणघडणीविषयीचे विचार आधुनिक तत्त्ववेत्ते जॉन व्हीलर आणि मार्टिन रीस यांच्या विचारांशी लक्षणीयरीत्या मिळतेजुळते आहेत – विशेषत: या जगाच्या अंताविषयीची 'बिग क्रंच' ही कल्पना किंवा अंतरिक्षात एकच विश्व नसून अनेक आहेत ही 'मल्टिव्हर्स' ही संकल्पना. या गोष्टीचे महत्त्व किती आहे हे वेगळे

सांगायला नको की हे विचार विवेकानंदांनी महान वैज्ञानिक अल्बर्ट आइनस्टाईन याचे पदार्थविज्ञानाच्या वा भौतिकशास्त्राच्या नव्या जगाची मुहूर्तमेढ रचणारे संशोधन जगासमोर येण्याच्या दहा वर्षे आधी – १८९५ साली – जाहीररीत्या मांडलेले होते.

विवेकानंदांच्या पश्चिमेच्या दौऱ्यातील एक अत्यंत महत्त्वपूर्ण घटना होती त्यांची आणि सर्व धर्मांचा व भारताचा अभ्यासक, जर्मन तत्त्ववेत्ता मॅक्स मुलर यांची भेट. त्याचे 'छोटेसे घर' आणि 'घरासमोरची सुंदर बाग' विवेकानंदांना फारच आवडली होती. मॅक्स मुलर हे रामकृष्ण परमहंस यांचे प्रशंसक होते त्यामुळे विवेकानंदांना त्यांच्याविषयी अधिकच आत्मीयता वाटत होती. (मॅक्स मुलर यांनी रामकृष्ण परमहंस यांच्यावर 'नाइन्टीन्थ सेंचुरी' नावाच्या एका मासिकात लेख लिहिला होता आणि योग्य व पुरेशी माहिती मिळाल्यास त्यांना रामकृष्णांबद्दल आणखीही बरेच – त्यांचे चरित्रसुद्धा – लिहायची इच्छा होती.)

विवेकानंदांनी मॅक्स मुलर यांना 'वेदान्तवादींचा वेदान्तवादी' या शब्दांत गौरविले आहे. त्यांनी म्हटले आहे, 'या महान व्यक्तीला भारताविषयी किती अमाप प्रेम आहे! त्यांच्या एकशतांश तरी प्रेम मला माझ्या मातृभूमीविषयी वाटावे अशी मी इच्छा व्यक्त करतो.'

असे जरी असले तरीसुद्धा एका मुद्द्यावर विवेकानंदांचा मॅक्स मुलर यांच्याशी तीव्र मतभेद होता. मॅक्स मुलर यांनी 'प्राचीन काळी इंडो-इराणियन वंशांच्या, गोऱ्या त्वचेच्या लोकांनी भारतावर आक्रमण केले होते आणि सिंधू नदीच्या खोऱ्यातील संस्कृतीवर ताबा मिळवला होता' असे प्रतिपादन करणारा 'आर्यन इन्व्हेजन थिअरी' या नावाने प्रसिद्ध केलेला सिद्धान्त मांडला होता. पुढे हा सिद्धान्त खोटा असल्याचे सप्रमाण सिद्ध झाले. परंतु अधिकृतरीत्या तसे होण्याच्या एकशेवीस वर्षे आधीच विवेकानंदांनी लिहून ठेवले आहे की,

> 'कोणत्यातरी परकीय भूमीतून येऊन कोणा आर्यांनी भारतावर अचानक हल्ला करून तेथील मूळ रहिवाशांच्या जमिनी बळकावून, त्यांचे निर्दालन करून तेथे वास्तव्य केले होते असे जे तुमचे युरोपिअन पंडित म्हणतात तो निव्वळ वेडेपणा आहे आणि त्याहूनही अचंबित करणारे आहे आमच्या भारतीय विद्वानांनीही त्याला माना डोलावणे आणि तोच मूर्खपणा, तीच चुकीची माहिती आमच्या पुढल्या पिढीपर्यंतही पोहोचवणे! छे! हे सगळेच फारच वाईट आहे!!'

मॅक्स मुलर यांचे भारताविषयी प्रेम, त्यांचे महान कार्य याविषयी विवेकानंदांना आदर होता, पण तरीही ते असे म्हणायला जराही कचरले नाहीत.

> अर्थातच, याचा अर्थ असा होत नाही की, ते (मॅक्स मुलर) त्यांच्या बऱ्याच लिखाणामधून जे काही म्हणतात ते सगळेच आपण मान्य केले पाहिजे, त्याच्याशी सहमती दर्शवली पाहिजे. असा विनापवाद स्वीकार अशक्यच आहे. परंतु हे काही जरी असले तरी एक गोष्ट ही एक निर्विवाद असे सत्य आहे की, मॅक्स मुलर यांनी आपल्या पूर्वजांनी निर्माण करून ठेवलेले जे महान साहित्य आहे त्याचे जतन, त्याचे उत्तम रसग्रहण आणि त्याचा जगभरात प्रचार हे कार्य इतर कोणीही केले असेल त्याच्या हजार पट जास्त प्रमाणात केलेले आहे. हे एवढे कार्य होऊ शकते अशी शक्यता आपल्या भारतीयांपैकीही कोणाला कधी वाटली नसेल. आणखी महत्त्वाची गोष्ट ही की, हे कार्य त्यांनी अत्यंत आदराने, जिवाभावाने, हृदय ओतून, प्रेमाने केले आहे.

पाश्चिमात्य देशांतील विवेकानंद मला कसे दिसले हे अगदी थोडक्यात सांगायचे तर मी म्हणेन – ते हे असे स्पष्टवक्ते, निर्भीड, चुकीला चूक म्हणून टीका करणारे, अधिक्षेपी वागणुकीचा विरोध करणारे, पण अन्यथा प्रेमाची ऊब देणारे, माया लावणारे महंत दिसले. ज्या संन्याशाने एकीकडे 'मेमॉयर्स ऑफ युरोपिअन ट्रॅव्हल' या नावाने, अनेक जगप्रवाशांची, विशेषत: पाश्चिमात्यांची, दृष्टीच पार बदलून टाकणारी डायरी लिहिली आणि दुसरीकडे आपल्या मातृभूमीची खरी ओळख व्हावी म्हणून संपूर्ण भारतभरही प्रवास केला त्याला 'आंतरराष्ट्रवादी' नाही म्हणायचे तर काय म्हणायचे?

या स्वामींची आणखी एक गोष्ट फारच मजेशीर आणि मनाला भावून जाणारी आहे की, ते केवळ 'पूर्वेकडील जग व पाश्चिमात्य जग यांमधील विचारांची, संस्कृतींची देवघेव' हा गंभीर विषयच घेऊन बसले नाहीत तर रोजच्या जीवनातील साध्या, बारीकसारीक गोष्टींतही त्यांनी मनापासून रस घेतला. पाश्चिमात्य लोक रोज स्नान करीत नाहीत – या गोष्टीचाही ते ऊहापोह करतात.

> 'हिंदू जेवढे शरीराने स्वच्छ असतात तेवढे जगात कुठलेच अन्य देशवासी नसतात. हिंदू सढळ हाताने पाणी वापरतात. काही अपवाद सोडले तर बहुतेक अन्य सर्वच देशांत पाण्यात बुडी मारून अंघोळ करणे ही गोष्ट जवळजवळ अशक्यच! भारताशी संबंध आल्यानंतर इंग्रजांनी त्यांच्या देशाचीही तसल्या स्नानपद्धतीशी ओळख करून दिली. पाश्चिमात्य जेव्हा अंघोळ करतात – तीही आठवड्यातून एकदा – तेव्हाच फक्त अंतर्वस्त्रे बदलतात! अर्थात, अलीकडे ज्यांच्याकडे सोय असते ते रोज स्नान करायला लागले आहेत आणि त्यात अमेरिकनांचा नंबर बराच वरचा लागतो. जर्मन लोक आठवड्यातून एकदा स्नान करतात, फ्रेंच आणि इतर काही देशवासी फारच क्वचित करतात. आता स्पेन, इटली हे तसे गरम हवेचे देश, पण तरीही तेथेही स्नान फारच कमी वेळा केले जाते. कल्पना करा, ते लोक भरपूर लसूण खातात, रात्रंदिवस

घामेजतात आणि तरीसुद्धा अंघोळ करीत नाहीत! माणसांचे तर सोडाच, भुतेसुद्धा त्यांच्यापासून दूर पळतील!!'

लोकांच्या बोलण्याच्या शैलीकडेही त्यांचे लक्ष असायचे,

> 'इंग्लिश आणि अमेरिकन लोक बायकांशी बोलताना फार सावध, सतर्क असतात. साधे 'आपले पाय' या विषयावरसुद्धा ते धड बोलू शकत नाहीत. फ्रेंच मात्र बोलण्यात आपल्यासारखे अघळपघळ असतात. जर्मन आणि रशियन लोक तर कोणाहीसमोर अशिष्ट, अश्लील भाषा वापरतात.'

आणि हो, विवेकानंदांसारखा अतुलनीय संन्यासीसुद्धा पॅरिस नगरीच्या प्रेमात पडला होता! 'उभ्या जगात कोणत्याच शहराची तुलना सध्याच्या पॅरिस शहराशी होऊ शकणार नाही!'

हेही वाचा,

> 'युरोप समजून घ्यायचा असेल तर तो पाश्चिमात्य जगातील सर्व श्रेष्ठतम गोष्टींचे मूल स्रोत असलेल्या फ्रान्स या देशाच्या माध्यमातूनच घ्यायला हवा. आज जगावर राज्य करणारी सर्वश्रेष्ठ सत्ता आहे ती म्हणजे युरोप आणि त्या युरोपचे केंद्रस्थान आहे पॅरिस. युरोपिअन संस्कृतीचे माहेरघर! पाश्चिमात्य नीतिमत्ता असो, शिष्टाचार असोत, काही प्रथा, रिवाज असोत, बऱ्यावाइटाचे मानक असोत – प्रत्येक गोष्ट ही पॅरिसमध्येच विकसित होऊन परिपक्व होते. हे पॅरिस म्हणजे एक महासागर आहे आणि त्यात अनेक मौल्यवान रत्ने, मोती, पोवळी आहेत. चीनमधील काही भागाचा अपवाद सोडला तर फ्रान्सइतका सुंदर देश मी जगभरात दुसरा कोणताही पाहिला नाही!'

# ६

# राष्ट्रवादी समाजवादी

विवेकानंदांच्या जीवनातील सर्वांत मोठे राजकीय सत्य हे होते की, ते ज्या देशाचे होते तो देश वसाहतवाद्यांच्या अमलाखाली होता. त्यामुळे त्यांना तशा परतंत्र देशात त्यांच्याभोवती डोके वर काढणाऱ्या राष्ट्रीयतेविषयी काय वाटत असेल? स्वतंत्र भारताबद्दलची त्यांची काय कल्पना असेल?

या प्रश्नाचे उत्तर सर्वांत प्रथम एका गमतीदार प्रसंगात दिले गेले. तो प्रसंग मेरी लुइस बर्क हिने तिच्या लिखाणात समाविष्ट केलेला आहे. विवेकानंदांना सर्वधर्म परिषदेत भाग घ्यायला मिळाला यात हार्वर्ड विद्यापिठातील प्राध्यापक जॉन हेन्री राईट यांचा फार महत्त्वपूर्ण सहभाग होता. प्राध्यापक राईट यांची पत्नी मेरी टॅपन राईट ही विवेकानंदांची प्रमुख अनुयायी बनली होती. तिने केलेल्या नोंदींमधून मेरी लुइस बर्कला त्या प्रसंगाबद्दल कळले. तो प्रसंग विवेकानंद अमेरिकेत न्यू इंग्लंड या भागातील ॲनिस्क्वम नावाच्या एका लहान खेड्यात राहत होते तेथे एका रात्री जेवणानंतरच्या गप्पात घडला. तो प्रसंग असा वर्णन केलेला आहे :

> 'विवेकानंद त्यांच्या सुरेल आवाजात म्हणाले, 'हे आत्ता आत्ता चारशे वर्षंही झाली नसतील, हे इंग्लिश लोक इतक्या थोडा काळ आधीपर्यंत पार रानटी होते. इंग्लिश बायकांच्या अंगावर किडे वळवळत असायचे. त्यांच्या अंगाला दुर्गंध येत असायचा, तो झाकायला त्या कसलेतरी सुगंधी द्रव्य चोपडायच्या. फारच भयंकर! आत्ता आत्ता ते त्या रानटीपणातून जरा जरा बाहेर यायला लागले आहेत.'

तो प्रकार ऐकून श्रोत्यांना धक्काच बसला. त्यांच्यापैकी एक जण म्हणालाही, "छे छे, हे खरे नाही. याला पाचशे वर्षे सहज होऊन गेली असतील!"

विवेकानंद म्हणाले,

> "मग? मी म्हणालो नाही का चारशे वर्षांपूर्वी म्हणून? अहो, माणसाचा पुरातन काळ बघताना शंभर वर्षांनी काय फरक पडणार आहे? खरंच, ते फार

> फार रानटी अवस्थेत होते. आधीच प्रचंड थंडी. ते राहत होते त्या उत्तरेकडल्या हवेत जगायला आवश्यक असणाऱ्या गोष्टीसुद्धा मिळायच्या नाहीत, पण हाव तर अनावर. त्यामुळे ते हिंस्र बनले होते. डोक्यात फक्त कोणालातरी मारून टाकायचे हिंसक विचार... त्यांचा धर्म कुठे होता? तोंडाने त्या विधात्याचे नाव घ्यायचे, बरोबरच्या लोकांवर प्रेम असल्याचा दावा करायचे. ते सुधारले, सुसंस्कृत बनले - कशामुळे? - त्यांच्या ख्रिश्चन असण्यामुळे? - मुळीच नाही. त्यांच्या परमेश्वरामुळे नाही, तर त्यांच्या वखवखत्या भुकेमुळे! प्रेम, बंधुभाव हे शब्द फक्त त्यांच्या ओठांवर. आत हृदयात? केवळ दुष्टपणा... तोंडाने म्हणणार, 'हे बंधु, मी तुझ्यावर प्रेम करतो' ... आणि हाताने कायम त्याचा गळा कापणार! त्यांचे हात रक्ताने माखून लाल लाल झाले आहेत!''

न्यू इंग्लंडच्या झोपाळू श्रोत्यांसाठी तो एक नाट्यमय आविष्कार होता!

विवेकानंदांसंबंधीच्या उपलब्ध माहितीत हा प्रसंग फारसा प्रसिद्ध नाही. पण त्यांच्या राष्ट्रीयत्वाविषयीचे लेख, भाषणे, काही गंभीर विचार यांपेक्षा या काहीशा गमतीदार, उपहासपूर्ण आणि नाट्याचा थोडा अतिरेक असणाऱ्या कथेतून विवेकानंदांच्या राष्ट्रप्रेमाने, राष्ट्रवादाने धगधगणाऱ्या मनाचे दर्शन घडते, त्यांच्या मनातली सल, खोलवर दडलेले विचार जाणवतात. मी हा प्रसंग पुन्हा पुन्हा वाचला आणि मिसेस राईट यांच्या अडखळत्या भाषेतून, स्वामींच्या नाट्यातून, त्यांच्या तिखट उपहासातून मला त्यांच्या मनात मायदेशाच्या दयनीय अवस्थेविषयी केवढे अपार दु:ख असू शकेल, नव्हे होतेच, ते पूर्णपणे समजले. अनिर्बंध स्वातंत्र्य उपभोगणाऱ्या देशात प्रवास करीत असताना त्यांच्या संवेदनाशील मनाला त्यांच्या परतंत्र स्वगृहाच्या हलाखीच्या परिस्थितीची जाणीव किती क्लेश देत असेल हे कळले. थोड्या विनोदी पद्धतीने वर्णन केला असला तरी हा प्रसंग मला स्वामींच्या स्वराष्ट्राविषयीच्या, राष्ट्रवादाबद्दलच्या भावनांचे (rawness?) दर्शन घडवणारा एक फार प्रभावशाली प्रसंग वाटला.

त्या संध्याकाळी ते तेवढ्यावर थांबले नाहीत.

> स्वामी म्हणाले, ''परंतु परमेश्वराचा निर्णय त्यांच्यावर येऊन आदळला. परमेश्वर म्हणाला, 'हा माझा कोप आहे, मी भरपाई करीन' आणि मग म्हणाला, 'सर्वनाशाचा क्षण आला आहे.' असे किती आहेत आपले ख्रिश्चन्स? जगाच्या लोकसंख्येच्या एक तृतीयांशही नाहीत! तेच चिनी लोक पहा! कोट्यवधी आहेत. ते ईश्वराचा बदला आहेत ज्याच्याशी तुमचा सामना होईल. परत एकदा हूणांचे आक्रमण होईल.'' नंतर जरासे हसून स्वामी म्हणाले, ''ते युरोप पादाक्रांत करून टाकतील, काहीही टिकणार नाही, पुरुष, स्त्रिया, मुले - सगळे सगळे नाश पावतील आणि पुन्हा एकदा अंधाराचे साम्राज्य पसरेल!''

मिसेस राईट यांनी लिहिले आहे, 'त्या क्षणी विवेकानंदांचा आवाज अवर्णनीय असा दु:खी, दयनीय झाला आणि मग अचानक आपले दु:ख बाजूला सारत, आवाजात बेपर्वाई आणीत ते म्हणाले, 'छे! मला काही नाही त्याचे!! त्यातून अधिक चांगले जग निर्माण होईल आणि ते लवकरच अस्तित्वात येईल. ईश्वराचा बदला, लवकरच तो घेतला जाईल.'

कोणीतरी विचारले, ''लवकर म्हणजे कधी?''

ते म्हणाले, ''कदाचित हजार वर्षे.'' लोकांना जरा दिलासा मिळाला.

यातील विनोद बहुधा मिसेस राईट यांच्या लक्षात आला नसावा कारण त्या पुढे लिहितात, 'म्हणजे अजून बराच अवकाश होता' या विचाराने सगळ्यांनी सुटकेचा नि:श्वास सोडला.'

> स्वामी म्हणाले, '' ईश्वर बदला घेईल आणि तो तुम्हाला धर्मांमध्ये दिसणार नाही, राजकारणात दिसणार नाही, पण तो तुम्हाला इतिहासात दिसेल आणि जसा तो आजवर आला आणि गेला तसाच पुन्हा एकदा जाईल. तुम्ही जर लोकांचा छळ केलात तर तुम्हालाही त्रास भोगावे लागतील. आम्ही सध्या आमच्या भारतात ईश्वराचा कोप भोगतो आहोत. पहा जरा या गोष्टींकडे – त्यांना संपत्ती मिळावी म्हणून त्यांनी आमच्या देशातील गरिबांना लुटले, नाडले, त्या गरिबांचे आर्त रुदन त्यांना ऐकू आले नाही. जेव्हा लोक रोजच्या भाकरीला मोताद झाले होते तेव्हा ते सोन्याचांदीचे घास खात होते, आणि हे मुसलमान आले आणि त्यांनी निष्पापांच्या कत्तली केल्या, त्यांना मारून टाकले आणि त्यांच्यावर अंमल गाजवला. भारतावर गेल्या कित्येक वर्षांत अगणित आणि वारंवार आक्रमणे झाली, आणि त्यातले सर्वांत अलीकडचे पण सर्वांत भयंकर होते ते इंग्लिश लोकांचे आक्रमण. पहा माझ्या भारताकडे – हिंदुंचे काय उरलेले दिसते? सर्वत्र एकाहून एक सुंदर, आश्चर्यजनक देवालये. मुसलमानांचे? अप्रतिम राजवाडे. आणि इंग्लिश लोकांचे? काहीच नाही! फक्त फुटलेल्या ब्रँडीच्या बाटल्यांचे ढीग! परमेश्वराने माझ्या माणसांवर दया दाखवली नाही कारण त्यांच्याजवळच दया उरली नव्हती. त्यांच्या क्रौर्याने त्यांनी जनतेचे अध:पतन करून ठेवले होते, लोकांना अप्रतिष्ठित करून ठेवले होते आणि जेव्हा त्यांना गरज भासली तेव्हा सामान्य माणसाजवळ जराही शक्ती उरली नव्हती. ज्यांचा परमेश्वराच्या त्वेषावर (Vengeance) वर विश्वास नसेल त्यांचा (Vengeance of history) – त्वेषाचा इतिहास जो सूड उगवतो त्यावरही नसेल! त्याची झळ इंग्लिश लोकांनाही लागेल, तोवर त्यांनी आम्हाला पायाखाली तुडवले असेल, त्यांनी त्यांच्या सुखाची तहान भागवण्यासाठी आमच्या रक्ताचा अखेरचा थेंब शोषून घेतला असेल,

> आमच्याकडून आमच्या संपत्तीतला पैसा न् पैसा लुटून नेला असेल आणि आमची जनता गावाखेड्यांत उपासतापास सोसत असेल.

पण हा संन्यासी ज्या 'बदल्या'बद्दल बोलत होता तो कसा जाणार होता? कोण त्याविरुद्ध लढणार होते? इंग्रजांचे पारिपत्य कोण करणार होते? परमेश्वर तरी त्याचा सूड कसा उगवणार होता? याबद्दल विवेकानंदांच्या लिखाण-भाषणातूनच त्यांनी केलेले भाकीत इतके अलीकडचे वाटते की जणू ते आत्ता आत्ताच केले असावे :

> ...आणि तो सूड चिनी माणूस उगवणार आहे, तो त्यांच्यावर आक्रमण करणार आहे : आज जर चीन इंग्रजांविरुद्ध उठला आणि त्याने त्यांना समुद्रात ढकलून देऊन त्यांना द्यायलाच हवी असलेली शिक्षा दिली तर तो योग्य असा न्यायच ठरेल.

मला असे सुचवायचे नाही की, विवेकानंद नोस्ट्राडामससारखे भविष्यवेत्ते होते आणि त्यांना त्याच वेळी चीनचा उदय आणि त्याचा प्रभाव यांचा अंदाज आला होता, मला एवढेच दाखवायचे आहे की, त्यांनी इतिहासाची नाडी अचूक ओळखली होती, त्यांनी केलेल्या प्रचंड प्रवासात त्यांनी जगाच्या इतिहासाच्या अनेक छटा, अनेक पैलू यांचे काळजीपूर्वक व अभ्यासपूर्ण निरीक्षण केले होते आणि त्याच्या बळावर त्यांना भारताला स्वातंत्र्य मिळण्याच्याही कितीतरी अगोदरच जगात भविष्यात घडून येणाऱ्या बदलांची अचूक चाहूल लागली होती. त्या वेळी त्यांच्या भोवतालच्या परिस्थितीत काही बदल घडून येण्याचे कोणतेही संकेत मिळत नव्हते, चिन्हे दिसत नव्हती पण तरीही त्यापलीकडचे पाहण्याची, भविष्याच्या अगदी सूक्ष्म, पुसटशा खुणा ओळखण्याची सूक्ष्म दृष्टी, क्षमता त्यांच्याजवळ होती. तोवर इतिहासात अनेक देशांचे उदय आणि अस्त झालेले होते, एका योग्याला त्याने काय फरक पडतो? पण ही गोष्ट हे दाखवून देते की, पारतंत्र्याचे जोखड मानेवर वागवणाऱ्या देशातील योग्याला नक्कीच पडतो! अशी मते, असे इशारे आपल्या भाषणांमधून, लिखाणातून देणाऱ्या या योग्याच्या '१८९६ सालच्या इंग्लंडमधील वास्तव्यात ब्रिटिश सरकारने त्यांच्यावर 'नजर' ठेवली होती' आणि ते जेव्हा अलमोऱ्याला होते तेव्हा तेथील पोलीसही त्यांच्यावर लक्ष ठेवून होते.

विवेकानंदांचे राष्ट्रप्रेम, त्यांची राष्ट्रीय भावना समजून घेण्याची सुरुवात करताना हा प्रसंग फार अर्थपूर्ण व महत्त्वपूर्ण ठरतो. एक संन्यासी म्हणून विवेकानंदांना विशेषत्वाने जाणीव झाली ती भारतातील लोकांच्या मानसिकतेत खोलवर रुजलेल्या आध्यात्मिक वृत्तीची. त्यामुळे त्यांच्यातील राष्ट्रीय वृत्तीचा उगम धर्मातून झालेला दिसतो आणि राष्ट्राभिमान, देशाची प्रतिष्ठा आणि देशाच्या संरक्षणाची जबाबदारी यांचा त्या सखोल आध्यात्मिक वृत्तीतून. त्यांची प्रत्येक कृती-उक्ती दैवी, परमेश्वरी वाटते. त्यामुळेच त्यांच्या राष्ट्रभावनेतही तोच परमेश्वरी अंश प्रत्ययास येतो.

'बोस्टन इव्हिनिंग ट्रान्स्क्रिप्ट'ने त्यांच्या ५ एप्रिल १८९४च्या अंकात 'विवेकानंदांनी येथे फार चांगली छाप पाडली / फार मोठा प्रभाव पाडला' अशी बातमी दिली होती. पुढे लिहिले होते, 'ब्रदर विवेकानंद त्यांच्या भारत देशाला जगातील सर्वांत नीतिमान देश मानतात. तो पारतंत्र्यात असूनही स्वत:ची आध्यात्मिक शक्ती टिकवून आहे असे सांगतात.' यातून विवेकानंदांच्या राष्ट्रीयत्वाचा सूर तर स्पष्ट ऐकू येतोच; शिवाय त्यांच्या कार्यातून सतत त्यांच्या देशवासीयांना त्यांचा आळस, सुस्ती झटकून स्वत:ची खरी क्षमता जाणून घेण्याचे, त्यांच्याजवळ असलेल्या वैभवाची जाणीव जागृत करण्याचे ते जे सतत आवाहन करीत असत, कळकळीची विनंती करीत असत तिचेही दर्शन घडते. त्यांचे हे आवाहन 'उठा, जागे व्हा...' या शब्दांत अगणित कॅलेन्डर्स, पोस्टर्स यांवर झळकलेले दिसते. त्याच शब्दांत त्यांनी देशाला नुसती हाक दिली नव्हती, लोकांना खांद्याला धरून हलवले होते. त्यांच्या भाषणांची, लेखांची शीर्षके पहा – 'भारतासाठी कृती योजना', 'आधुनिक भारतासमोरील समस्या आणि तिची उकल', 'भारताला अत्यावश्यक असलेले शिक्षण', 'आपल्यापुढील सामाजिक प्रश्न', 'आपल्यासमोरचे कार्य.' त्यांनी केलेला भारतभराचा प्रवास आणि परदेशांना दिलेल्या भेटी यातून त्यांना याच गोष्टीची अधिकाधिक जाणीव होत गेली, आवश्यकता, निकड लक्षात आली की, त्यांना जर जग बदलायचे असेल तर पहिला बदल त्यांना त्यांच्या मायदेशात घडवून आणायला हवा. हिंदूंचा अमर संदेश जर जगभरात पसरवायचा असेल त्यांच्याभोवतीच्या भारतीयांच्या, हिंदूंच्या आचारविचारातील सुस्ती, निष्क्रियता आणि मत्सर, असूया या हानिकारक भावना त्यांनाच मुळापासून उपटून, निपटून काढायला हव्यात.

विवेकानंद हे आधुनिक भारतातील पहिले आध्यात्मिक संत होते ज्यांनी 'शक्ती'वर सर्वांत जास्त भर दिला. तनमनाच्या शक्तीखेरीज राष्ट्र महान बनूच शकत नाही एवढेच सांगून ते थांबले नाहीत, 'तशा शक्तीशिवाय परमेश्वराचा शोधही अपुरा आहे' असेही ते सांगत राहिले.

१८९४ साली त्यांनी लिहिलेल्या एका पत्रात ते लिहितात,

> 'गेली दहा वर्षे माझे एकच उद्दिष्ट राहिले आहे – संघर्ष, झगडा. मी अजूनही तेच सांगतो, प्रयास करीत रहा, रात्रीचा अंधकार असो वा प्रकाशाचा पहिला किरण – संघर्ष सुरूच ठेवा. माझ्या बालकांनो, घाबरू नका. त्याच्याखाली तुम्ही चेंगरून जाल अशी खोटी भीती मनात बाळगून त्या अनंत तारांकित नभाच्या घुमटाकडे पाहू नका. काही वेळातच तुम्हाला तोच तुमच्या पायाखाली आलेला दिसेल!'

आजही विवेकानंद खरे वाटतात, ज्ञानसंपन्न वाटतात कारण त्यांच्या तत्त्वज्ञानात संन्यसत्व, अलिप्तता असूनही ते तत्त्वज्ञान पूर्णपणे आजचे, आपले, आजच्या ऐहिकवादाशी

जुळणारे आहे. ते जर तसे त्यांच्या काळाशी, आधुनिक विचारांशी जुळवून घेणारे नसते तर त्यांचा 'पैसा अजिबात उपयोगी पडत नाही, नावही नाही आणि प्रसिद्धीही नाही, तुमची विद्वत्ताही कामाची नाही, बस्स, कामी येते ते फक्त तुमच्या हृदयातील प्रेम!' हा, जरा पारलौकिकाकडे झुकणारा, आगळावेगळा संदेश लोकांना निरर्थकच वाटला असता. ते लिहितात,

> 'भौतिक किंवा ऐहिक समाजपद्धतीबद्दल आपण उगीचच वेड्यासारखे बोलतो. 'द्राक्षे आंबट...' त्यातला प्रकार! ही अशी आधुनिक, क्वचित चैनीकडे झुकणारी जीवनपद्धती एका प्रकारे आवश्यक ठरते कारण ती गरिबांना रोजगार देते. पोटाला भाकरी लागते... भाकरी. स्वर्गात जागा देऊन तेथील सुख देणारा परमेश्वर मला नकोच आहे. जो परमेश्वर पोटाला भाकरी देऊ शकत नाही त्या परमेश्वरावर माझा विश्वासच नाही. माझ्या भारताचा विकास झाला पाहिजे, देशातल्या गरिबांच्या पोटात अन्न गेले पाहिजे, शिक्षणाचा सर्वत्र प्रसार झाला पाहिजे आणि धर्माच्या अफूपासून सुटका मिळाली पाहिजे. धर्माचे अवडंबर नष्ट झाले म्हणजे सामाजिक जुलूम थांबतील. हवे आहे प्रत्येकासाठी भरपूर संधी आणि पोटभर अन्न!'

ते कळकळीने सांगत, 'हृदयात आग जागवा, पेटवा, ती सर्वत्र पसरवा काम करा.... काम....काम...'

विवेकानंदांनी राजकारणात प्रत्यक्ष, सक्रिय भाग कधीच घेतला नाही, परंतु त्यांना हे निश्चित माहीत होते की, त्यांचे जे कार्य होते ते राजकीय जाणिवेचा पाया घालू शकते, देशात एका नव्या विचाराची लाट आणू शकते, नव्हे ते तसा पाया घालणारच आहे, ती लाट आणणारच आहे! १८९७ साली परदेशातून परत आल्यावर त्यांनी जाहीरपणे सांगितले,

> 'यापुढील पन्नास वर्षे आपल्या विचारातला, कृतीतला सर्वांत महत्त्वाचा विषय हा आपला महान देश, आपली परम प्रिय भारतमाता असला पाहिजे. आपल्या मातृदेवीखेरीज अन्य सर्व देवदेवता तेवढा काळ आपल्या मनातून बाजूला गेल्या पाहिजेत.'

इतिहासकार जयश्री मुकर्जी म्हणतात, 'विवेकानंद हे कदाचित इतिहासातील एकमेव संन्यासी आहेत ज्यांनी स्वतःच्या देशहिताच्या महान ध्येयासाठी स्वतःच्या धर्माने आत्यंतिक महत्त्व दिलेल्या देवालाही उच्चरवाने मागे सारले.' जयश्री मुकर्जी मायदेशाला माता मानणाऱ्या तीन आधनिक पुरस्कर्त्यांचा उल्लेख करतात – आनंदमठ लिहिणारे (ज्यात 'वंदे मातरम' हे अजरामर राष्ट्रगीत समाविष्ट आहे) बंकिमचंद्र चट्टोपाध्याय, योगी

अरविंद आणि विवेकानंद. अरविंद विवेकानंदांना 'नरसिंह' म्हणतात. जयश्री मुकर्जी म्हणतात, 'भारत वसाहतवाद्यांच्या अमलाखाली असतानाच्या काळात राजकीय क्षेत्रात ज्या व्यक्ती क्रियाशील होत्या - त्यात राजसत्तेविरुद्धच्या क्रांतिकारकाचांही समावेश होता - त्यांच्यासंबंधीचे लिखाण, टेगार्ट रिपोर्ट (१९१७), टिंडाल रिपोर्ट (१९१८), केर रिपोर्ट (१९१७), रोलॅट रिपोर्ट (१९१८) असे काही सरकारी अहवाल आणि भारतातील राष्ट्रवाद्यांना वाहिलेल्या विविध आदरांजली या सगळ्यांतून विवेकानंदांच्या कार्याचा उमटलेला सुस्पष्ट ठसा आणि त्यांच्यापासून भारतीय राष्ट्रवादाला मिळालेली प्रेरणा या दोन गोष्टी प्रकर्षाने लक्षात येतात.'

विवेकानंद स्वतंत्र व्यक्तिमत्त्वाचे होते, सर्जनशील होते, अभिनव होते. ते स्वत:ला 'साम्यवादी, समाजवादी' म्हणवून घेत असत, पण ते अर्थशास्त्र नव्हे तर परमेश्वर जाणून घेण्याचा आग्रह धरीत. साम्यवादाचा जनक कार्ल मार्क्स देव मानीत नव्हता, तेव्हा विवेकानंद मार्क्सवादी नव्हते. जी. बेनॉय कुमार सरकार या समाजशास्त्रज्ञांनी म्हटले आहे, 'विवेकानंद समाजवादी होते परंतु ते मार्क्सिस्ट - साम्यवादी नव्हते, युटोपिअन - आदर्शवादी होते.' खरे तर आपल्या समाजाला 'मुक्त स्पर्धात्मक अर्थव्यवस्था' सर्वांत उपयुक्त आहे हे विवेकानंदांनी पूर्णपणे ओळखले होते. आज दलित समाजवादी नेते चंद्रभान प्रसादही तेच म्हणतात, 'भारतातील जातिव्यवस्था नष्ट करण्याचा एकमेव मार्ग 'मुक्त स्पर्धात्मक अर्थव्यवस्था' हा आहे.'

> विवेकानंद म्हणतात, 'ही जी सध्या खुली स्पर्धा सुरू झाली आहे ना त्यामुळे जातिव्यवस्था कशी वेगाने नाहीशी होते पहाच तुम्ही! आता तिचा नाश करायला धर्माची आवश्यकता नाही. उत्तर भारतात जाऊन पहा, ब्राह्मण दुकानदारही असतो, चांभारही असतो आणि कलालही असतो. हे अगदी कुठेही दिसून येते. आणि असे का? तर - स्पर्धा! आजच्या सरकारी खाक्यात कोणत्याही माणसाला त्याचे पोट भरण्यासाठी काहीही, त्याला जे हवे ते, जे आवडेल ते काम करण्याला कोणताही प्रत्यवाय नाही, कोणतीही आडकाठी नाही. त्यामुळे जोरदार, चुरशीची स्पर्धा होते, हजारो जण त्या स्पर्धेत उतरतात, प्रयत्नांची शर्थ करतात, आणि मग तळाशी राहून गाळातील आयुष्य जगण्याऐवजी त्यांच्या त्यांच्या कुवतीनुसार उच्चतम कोटीला पोहोचतात.'

विवेकानंद याविषयी आग्रही होते की, राष्ट्रवाद हा चांगला प्रखर, जोरदार असला पाहिजे. बाळ गंगाधर टिळक यांनी सुरू केलेल्या शिवाजी महाराजांच्या जन्मोत्सवाचे ते फार मोठे चाहते, प्रशंसक होते. एका वर्षी त्यांनी बंगालमधील उत्सवाचे अध्यक्षपदही भूषविले होते. विवेकानंद लोकमान्य टिळकांना भेटलेले होते, त्यांच्या पुण्याच्या घरी त्यांनी काही काळ मुक्कामही केला होता. अमेरिकेपासून स्फूर्ती घेऊन भारतात स्थापन केल्या गेलेल्या 'इंडियन नॅशनल काँग्रेस'ने सरळ स्वातंत्र्याची घोषणा करावी ही

कल्पनाही त्यांनी उचलून धरली होती. जयश्री मुकर्जी यांनी असेही लिहिले आहे की, 'विवेकानंदांचे धाकटे बंधू भूपेंद्रनाथ दत्त हे लढाईच्या, दहशतवादाच्या मार्गाकडे वळलेले होते. त्यांनीही 'विवेकानंदही ब्रिटिश राजवटीविरुद्ध तशा लढाऊ राष्ट्रवादाच्या मार्गाचे अनुकरण करण्याच्या मताचे पुरस्कर्ते होते' असे म्हटले आहे. खुद्द विवेकानंदांनीही 'बंगालला बॉम्ब – आणि फक्त बॉम्बची गरज आहे' असे विधान केले होतेच. काही संस्थानांना एकत्र आणून त्यांच्याकडून ब्रिटिश सत्तेविरुद्ध उठाव करवून घेण्याचाही विवेकानंदांनी प्रयत्न केला होता हे सिद्ध करणारेही पुरावे उपलब्ध आहेत. त्याही पुढे जाऊन ते हिरम मॅक्झिम नावाच्या एका बॉम्ब तयार करणाऱ्यालाही भेटण्याच्या टोकापर्यंत पोहोचले होते. परंतु विचारांती त्यांचे असे मत झाले की, त्या वेळी अजून आपल्या देशाची ब्रिटिश राज्यसत्तेविरुद्ध सशस्त्र क्रांती करायची तयारी झालेली नव्हती. (१९) 'बागा यतीन' या नावाने प्रसिद्धी पावलेले क्रांतिकारक ज्योतींद्रनाथ मुकर्जी यांना त्यांनी सांगितले होते की, मानवतेच्या आध्यात्मिक विकासासाठी आपल्या देशाला राजकीय स्वातंत्र्य मिळणे अत्यंत गरजेचे आहे.'

या अशा परिस्थितीत विवेकानंदांनी 'रामकृष्ण मिशन'ला कटाक्षाने राजकारणाच्या बाहेर ठेवले होते – आजही मिशन त्याच धोरणावर अढळ आहे. पुढे सिस्टर निवेदिता या काँग्रेस पक्षात खूपच सक्रिय होऊ लागल्या. त्या वेळीही विवेकानंदांनी त्यांना स्वतंत्र राजकीय पक्ष स्थापन न करण्याचा स्पष्ट सल्ला दिला होता. त्यांच्या पट्टशिष्या असलेल्या सिस्टर निवेदितांनी भारतीय राष्ट्रवादात इतका रस घेतला, पक्षकार्यात भाग घेतला हेही स्वामींच्या शिकवणुकीतील शक्तीचेच प्रतीक आहे असेच म्हणता येईल.

भारत ब्रिटिश राजवटीच्या जोखडातून मुक्त व्हावा ही तर विवेकानंदांची इच्छा होतीच, पण त्याहीपेक्षा आधी आणि त्याहीपेक्षा तीव्र इच्छा होती ती 'हिंदूंमध्ये आध्यात्मिक वृत्ती जागृत व्हावी,' ही. त्यांचे जीवनकार्य मुख्यत्वे त्याच इच्छेने प्रेरित होते. भारतातील हिंदू धर्मीयांखेरीज जे अन्य धर्मांचे लोक होते त्यांचा धार्मिक वारसा निराळा असला तरी पायाभूत तत्त्वज्ञान हिंदूंसारखेच होते हे त्यांना पक्के माहीत असल्यामुळे आध्यात्मिक विकास हा संपूर्ण भारतीय समाजाला लाभदायक ठरेल याविषयी त्यांना पूर्ण विश्वास होता आणि त्याच्याही पलीकडे जाऊन, त्यातूनच भारताच्या राजकीय स्वातंत्र्याचाही मार्ग खुला होईल अशीही त्यांची गाढ श्रद्धा होती. त्यामागील त्यांचे तत्त्व हे होते की, लोकांना एकदा आत्म्याच्या मुक्ततेचे महत्त्व समजले की ते लोक त्यानंतर परकीयांच्या दास्यात राहतीलच कसे?

विवेकानंदांनी लिहून ठेवले आहे, 'आशिया खंडात धार्मिक आदर्शच राष्ट्रीय एकात्मता साधू शकतात.'

विक्रमजीत बॅनर्जी यांच्या शब्दात विवेकानंद हे 'पायाभूत परंपरांना हालवणारे परंपरावादी' होते. त्यांच्याभोवती असलेल्या प्रस्थापित प्रघातांमध्ये सातत्याने सुधारणा घडवून आणण्याचा ते प्रयत्न करीत. पण त्यांच्या प्रयत्नांची कक्षा ते प्रघात, त्या

रूढींपुरतीच मर्यादित ठेवीत नसत तर ते प्रघात, रूढी पाळणाऱ्या लोकांनाही त्यात समाविष्ट तर करीत असतच; शिवाय त्यांच्यातील सुधारणांवर अधिक भर देत असत. कारण त्यांचा असाच दृढ विश्वास होता की, लोक सुधारले तरच परंपरा, प्रघात सुधारतील. लोक कसे सुधारू शकतील? त्यांच्या श्रद्धा, त्यांचे तत्त्वज्ञान यांची मूलभूत तत्त्वे नव्याने शोध घेऊन त्यांच्यासमोर ठेवली की ते सुधारतील.

> प्रत्येकाच्या शरीरातून अगणित सूक्ष्म जीवजंतू प्रवास करीत असतात. शरीरात जोवर बळ असते तोवर शरीराला त्याची जाणीवही होत नाही. जेव्हा शरीर क्षीण होते तेव्हा ते जीवजंतू शरीराचा ताबा घेतात आणि रोग पसरवतात. राष्ट्राचेही असेच असते. राष्ट्र शरीराने कमजोर असते तेव्हा सर्व प्रकारचे रोगजंतू राष्ट्राच्या निरनिराळ्या व्यवस्थायंत्रणांमध्ये - राजकीय स्थितीच्या वर्णव्यवस्थेमध्ये (याचा रोख गोऱ्या ब्रिटिशांच्या सत्तेवर आहे), सामाजिक व्यवस्थेमध्ये, शैक्षणिक अथवा बौद्धिक व्यवस्थेमध्ये - घुसतात आणि रोग निर्माण करतात. या रोगांपासून सुटका मिळवायची असेल तर त्या रोगाच्या मुळाशी जाऊन शरीरातील रक्तामधील सर्व अशुद्ध द्रव्ये बाहेर काढून ते पूर्णतया शुद्ध करावे लागते. शरीर धारण करणाऱ्या माणसाला सशक्त करावे लागते, त्याच्या रक्ताचे शुद्धीकरण करावे लागते, शरीर बळकट बनवावे लागते म्हणजे मग तो माणूस रोगजंतूंना विरोध करू शकतो, बाहेरून आत शिरलेले सर्व विषरूप जंतू नाहीसे करू शकतो.

विवेकानंद संन्यासी होते, धार्मिक वृत्तीचे संत होते म्हणूनच ते आपल्या राष्ट्राचे चैतन्य, जोश, शक्ती - नव्हे - राष्ट्राचे संपूर्ण जीवनच धर्मात साठवलेले पाहत होते. आपला देश, त्याचे स्वातंत्र्य, त्याची धोरणे या सगळ्याकडे ते 'अध्यात्मा'च्या भिंगातून बघत होते आणि ती निरीक्षणे करता करता 'अध्यात्मा'ची नवी व्याख्या करीत होते.

> भारतीयांच्या जीवनकार्याचा विषय, भारताच्या चिरंतन गीतांचा भार, त्याच्या स्वभावधर्माचा पाया, त्याच्या अस्तित्वाचा कणा आणि त्याचा मूलहेतू - हे सगळे सगळे मानवजातीचे आध्यात्मिकीकरण आहे. (२३)

पाश्चिमात्यांकडून आपण भारतीय काय काय आणि कसे घेऊ शकतो, शिकू शकतो, त्यातले काय आणि कसे आपल्या परम सत्याच्या श्रेष्ठतम तत्त्वज्ञानात, आपल्या संस्कृतीत व्यवस्थित मिसळून टाकून त्यांचा स्वीकार करू शकतो, ते तत्त्वज्ञान, ती संस्कृती अधिक संपन्न बनवू शकतो हे सांगून त्याचा सर्वांत उत्तम मार्ग - निदान त्यांच्या दृष्टीने सर्वोत्तम असलेला मार्ग - विवेकानंदांनी आपल्याला दाखवला हे त्यांचे सर्वांत महत्त्वाचे कार्य होय. त्या काळात दोन टोके असलेली पौर्वात्य व पाश्चिमात्य विश्व एकत्र आणण्याची विवेकानंदांची असाधारण क्षमता ही त्यांची स्वदेशाविषयीची दृष्टी किती

अत्याधुनिक, किती प्रगत होती आणि किती महत्त्वाची होती हे आजही निर्विवादपणे सिद्ध करते. त्यांचा राष्ट्रवाद उर्वरित जगाला दूर ठेवणारा, संकुचित नव्हता तर त्या जगाला स्वीकारणारा, सामावून घेणारा, अंगीकारणारा, व्यापक होता. त्यांनी स्वातंत्र्य, राजकारण या संकल्पनांचे जगभरातील विविध अर्थ नीट समजावून घेतले आणि त्यातील योग्य, शक्तिशाली संकल्पना भारताच्या प्राचीन, सखोल सांस्कृतिक मूल्यांशी, निष्ठांशी, तत्त्वज्ञानाच्या गुणविशेषांशी जोडून, जुळवून घेतल्या. विवेकानंदांनी त्यांच्या राष्ट्रवादातून आपल्याला जगाकडे वळायला शिकवले, जगाकडून योग्य ते शिकायला, स्वीकारायला शिकवले - पण तेही आपल्या निवडीनुसार, आपल्याला पटेल तेच - यातच त्यांच्या कार्याची महानता आहे.

कारण त्यांची कायम हीच धारणा होती की,

> अज्ञानी, निरक्षर, गरीब, अन्न-वस्त्र-निवारा यांनाही वंचित असलेला भारतीय, उच्च ब्राह्मण, नीच अस्पृश्य - सगळेच माझे बंधू आहेत. या भारतभूमीतील माती हाच माझा स्वर्ग आहे. भारताचे सुख हेच माझे सुख आहे, भारताचे हित तेच माझेही हित आहे.

# निष्कर्ष

# प्रेषित

या पुस्तकाच्या लिखाणाचे काम जसे शेवटाकडे पोहोचू लागले तसे माझ्या वैयक्तिक जीवनातील एक अध्यायही समाप्तीला पोहोचला. माझ्या आईची अशी खंत होती की, तिने मला रामकृष्ण मिशनची संवेदनशील, पण तल्लख व तीव्र बुद्धिवादाची परंपरा दाखवून देण्याची तिच्या बाजूने शिकस्त केलेली होती तरी तिचे पूर्ण आकलन करून घ्यायला मी असमर्थच ठरलो होतो. तिचे मत असे होते की, माझी पुरेशी श्रद्धा नव्हती, माझी भक्तिभावना, आदराची भावना असायला हवी होती तेवढी तीव्र नव्हती. तिला हे माहीत होते की, तिच्याइतकी धार्मिकता, निष्ठा माझ्यात नव्हती, तिला मिशनविषयी जेवढे 'वाटत' होते तेवढे मला 'वाटत' नव्हते! म्हणून तिने त्यासाठी आणखी एक मार्गही चाचपला होता – रामकृष्ण मिशनचे कार्य भक्तिभावाने करणाऱ्या, मिशनलाच समर्पित असलेल्या अशा एका कुटुंबातली एक मुलगीही तिने माझ्यासाठी शोधायचा प्रयत्न केला होता.

मी निराळ्या पद्धतीने विचार करीत होतो. माझे कुटुंब मिशनचे अनुयायी आहे हा केवळ वारसा पुढे चालवण्यापेक्षा वैयक्तिकरीत्या आपल्याला, आपल्या तर्कबुद्धीला मिशन कसे वाटते आहे, आपले रोजचे आयुष्य आणि मिशन यांचा मेळ कसा बसतो आहे हे मी तपासत होतो. मला 'दीक्षा' देताना जो मंत्राचा जप सांगितला होता तो करणेही मी सोडून दिले होते. खरे म्हणजे तो मंत्र माझ्या स्मरणात होता का, याविषयीही माझी खात्री नव्हती. माझे आईवडील मिशनच्या जरा जास्तच जवळ असल्याची प्रतिक्रिया म्हणून की काय, मी मिशनपासून दूर राहायला बघत होतो.

परंतु या विरोधाची, नसत्या विद्रोहाची धार लवकरच बोथट झाली. मी काही मिशनचे भक्त असलेल्या कुटुंबातील मुलीबरोबर लग्न केले नाही; परंतु मी जेव्हा ही वार्ता ऐकली की मिशनमधील एक गणितज्ञ संन्यासी (मिशनमध्ये 'महान महाराज' या नावाने ओळखले जाणारे) महान एम. जे. यांना त्यांच्या गणित विषयातील असाधारण कार्याबद्दल 'इन्फोसिस प्राइझ' मिळाले तेव्हा मी त्यांचे भाषण ऐकण्यासाठी त्या बक्षीस समारंभाला आवजून उपस्थित राहिलो. महान महाराज यांनी गणिताचा अभ्यास कानपूर येथील 'इंडियन इन्स्टिट्यूट ऑफ टेक्नॉलॉजी'मध्ये केलेला होता आणि त्यांना

युनिव्हर्सिटी ऑफ कॅलिफोर्नियाची डॉक्टरेट मिळाली होती. विशेष म्हणजे जी शिष्यवृत्ती मिळालेल्यांपैकी त्रेचाळीस विद्वान नोबेल प्राइझ विजेते होते. त्या सन्माननीय अशा स्लोन फेलोशिपचे ते मानकरीही होते. त्यांनी हायपरबोलिक जिऑमेट्री, जिऑमेट्रिक ग्रुप थिअरी, लो डायमेन्शनल टॉपॉलॉजी आणि कॉम्प्लेक्स जिऑमेट्री या विषयांत फार अपवादात्मक काम केले होते. ते मुंबईत 'टाटा इन्स्टिट्यूट ऑफ फन्डामेन्टल रिसर्च'मध्ये गणित या विषयाचे प्राध्यापक म्हणून काम करीत होते. त्यांनी जेव्हा संन्यासमार्ग स्वीकारला तेव्हा त्यांना 'स्वामी विज्ञानानंद' ही उपाधी मिळाली होती.

'विज्ञान हा माझा धर्म आहे' हे एका मुलाखतीतील त्यांचे वाक्य मला भावून गेले. मी विचार करू लागलो, 'आजच्या या काळातला संन्यासी कसा असला पाहिजे? काय अपेक्षा ठेवू आपण आजच्या संन्याशांकडून? विवेकानंद ज्या जगात संन्यासी म्हणून जगले त्या जगात अगणित बदल झाले आहेत, ते अधिकच गुंतागुंतीचे, जटिल, व्यामिश्र बनले आहे, अशा या जगात राहणाऱ्या परंतु सर्वसंग परित्याग केलेल्या संन्याशाकडून आपण काय अपेक्षा ठेवाव्यात? काय मागण्या कराव्यात?

मी स्वत:लाच हा प्रश्न वारंवार विचारीत राहिलो, 'ज्या जगात आज खरोखरच विरक्तीची, वैराग्यवृत्तीची आवश्यकता आहे पण तो केवळ एक दिखाऊपणा उरला आहे तेथे योग्याची, संन्याशाची काय आवश्यकता आहे? जेव्हा गुरू-शिष्य परंपराच खिळखिळी झाली आहे, जवळजवळ नाश पावली आहे, अशा वेळी कोणी योगी, संन्यासी काही शिकवू शकेल? उपदेश करू शकेल?

संसाराचा, दैनंदिन जीवनाचा त्याग केलेल्या इतिहासातील महान अशा योगी तपस्व्यांनी जग हे माया आहे हे जाणून त्या मायेचा पडदा बाजूस सारून जगाचे खरे रूप जाणून घेण्याची क्षमता प्राप्त करून घेतली होती. आजचे जग गुंतागुंतीने भरलेले आहे, विभाजनवादाने घेरलेले आहे. आपण जे काही म्हणतो ते एकाच वेळी खरे असतेही आणि नसतेही. अशा या जगातील गुंतागुंतीला न घाबरणारा, विभाजनवादाला आव्हान देणारा तो आधुनिक योगी संन्यासी असेल!

पुस्तकाच्या शेवटाला पोहोचलो असताना विवेकानंदांनी त्यांच्या युरोप-प्रवासावर लिहिलेल्या लिखाणाचा काही भाग माझ्या हाती आला. त्यात तो संन्यासी त्या काळातील आधुनिक संन्यासी धर्म, समाज, बोधावस्था यांपैकी कशावरच लिहीत नाही, तो त्याच्या मनाला मोहून टाकणाऱ्या आणि त्याची जिज्ञासा जागृत करणाऱ्या युद्धनौकांविषयी लिहितो आहे. हा उतारा त्यांच्या 'मेमॉयर्स ऑफ युरोपिअन ट्रॅव्हल' या प्रवासातील रोजनिशीवजा लिहिलेल्या पुस्तकातला आहे :

> अमेरिकेमध्ये 'सिव्हिल वॉर' सुरू असताना युनियनिस्ट पार्टीने त्यांच्या एका लाकडी जहाजाच्या बाहेरच्या बाजूंना लोखंडाच्या दांड्याच्या ओळी ठोकून घेतल्या होत्या. शत्रूच्या तोफांचे गोळे त्या लोखंडी दांड्यांना धडकून मागे

जायचे आणि जहाज सुखरूप राहायचे. तेव्हापासून जहाजांच्या बाहेरच्या बाजूंना तशा लोखंडी दांड्या ठोकण्याचा नियमच झाला. त्यामुळे शत्रूचे तोफगोळे लाकडात घुसायचेच नाहीत. इकडे तोफांमध्येही सुधारणा होऊ लागल्या. त्यांचे आकार मोठमोठे होऊ लागले. तसल्या अवजड तोफा तयार होऊ लागल्यावर त्या एका जागेवरून दुसरीकडे हलवणे, त्यात गोळे भरणे आणि तोफा डागणे ही सर्वच कामे करायला हात पुरे पडेनात, त्यासाठी यंत्रे आली. पाचशे लोकांना एक इंचभरही हलवता येणार नाही अशा अगडबंब तोफा ती यंत्रे वर-खाली, समांतर रेषेत, डावीकडे, उजवीकडे सहजी वळवू लागली. गोळा उडवायचे कामही एखाद्या लहान मुलालाही एका बटणाने जमू लागले आणि तेही निमिषार्धात! जहाजांच्या भिंती लोखंडी झाल्या, त्यांची जाडी वाढू लागली. तशा तोफा आणि त्यांचे गोळेही अधिकाधिक शक्तिशाली होऊ लागले, प्रचंड गडगडाट करू लागले. आज युद्धनौका, लढाऊ जहाज म्हणजे लोखंडाच्या भिंतींचा अभेद्य किल्लाच असते आणि तोफा, बंदुका म्हणजे थेट मृत्यूच! एक गोळा मोठ्यातल्या मोठ्या जहाजाच्या ठिकऱ्या उडवून टाकतो. पण नाकिंदरच्या वडिलांनी (एका प्रसिद्ध बंगाली बालकथेचा संदर्भ) कधी स्वप्नातही कल्पना केली नसेल असे, जे सताली टेकडीवर नाही तर डोंगरमाथ्यापर्यंत उंच उसळणाऱ्या सत्तर हजार लाटांवर नर्तन करते असे हे 'नवविवाहितांचे लोहदालन' टॉर्पेडोजना मात्र कमालीचे घाबरते. टॉर्पेडो म्हणजे एक सिगरेटसारखी दिसणारी नळी असते, ती पेटवून सोडली की पाण्याखालून एखाद्या माशासारखी जाते आणि जेव्हा एखाद्या जहाजावर आदळते तेव्हा त्यातील अत्यंत स्फोटक द्रव्यांचा प्रचंड मोठा आवाज होऊन स्फोट होतो, आग लागते, धूर उठतो आणि ते जहाज त्याच्या मूळ रूपात जाऊन पोहोचते - म्हणजे नुसते लोखंडाचे आणि लाकडांचे तुकडे उरतात आणि जहाजावरील माणसे - त्यांचे मांसाचे तुकडे उरतात! या टॉर्पेडोंचा शोध लागल्यापासून सागरी युद्धे फार काळ चालतच नाहीत. एक- दोन चकमकी आणि मग एक तर संपूर्ण विजय नाहीतर मग संपूर्ण पराजय - सर्वनाश! परंतु या 'सर्वनाशी योद्ध्यां'चा शोध लावायच्या आधी त्यांच्यामुळे सागरी युद्धातील एकूण मानवी हत्यांच्या प्रमाणातील वाढीचे जे कोणी, जे काही अंदाज केले असतील ते सर्वस्वी चुकीचे शाबित झाले आहेत.

युद्धनौका, तोफांनी सज्ज असलेल्या चिलखती नौका या विषयातील विवेकानंदांना असलेला रस खरोखरच लक्षणीय आहे. विशेषतः हा एका संन्याशाच्या आवडीचा विषय असावा हे जरा विचित्र, पण विशेष वाटते. याच भागात पुढे ते तोफा-बंदुकांच्या कार्यक्षमतेविषयीही लिहितात,

‘जमिनीवर लढल्या जाणाऱ्या युद्धात जर एका सैन्याकडून शत्रुसैन्यावर तोफा-बंदुकांमधून थोडी जरी गोळ्यांची सरबत्ती झाली आणि नेम बरोबर लागले की दोन मिनिटांच्या आत दोन्ही सैन्यांमधला एक सैनिकही जिवंत उरत नाही. त्याचप्रमाणे युद्धाच्या कारवाईत गुंतलेल्या एका युद्धनौकेवरच्या तोफेतून सोडलेल्या पाचशेपैकी एक जरी गोळा त्याच्या लक्ष्यावर अचूक जाऊन आदळला की दोन्ही बाजूंच्या जहाजांचा मागमूसही उरत नाही. याबाबतीतील एक गमतीची गोष्ट सांगतो. एका बाजूला या तोफा, बंदुका यांची गुणवत्ता दिवसेंदिवस वाढतेच आहे, त्या वजनाला हलक्या होत चालल्या आहेत, त्यांचे पल्ले वाढत आहेत म्हणजे त्यातून सोडलेल्या गोळ्या अधिकाधिक जास्त अंतरापर्यंत पोहोचू लागल्या आहेत, गोळ्या भरायची यंत्रणा सुधारत चालली आहे, गोळ्या सोडण्याचा वेग वाढतो आहे - पण दुसऱ्या बाजूला त्यांचे नेम जास्त जास्त चुकायला लागले आहेत! जुन्या पद्धतीच्या बंदुका इतक्या लांब नळ्यांच्या असतात की दोन-दोन लाकडी स्टँड्सवर ठेवून गोळ्या सोडाव्या लागतात, प्रत्यक्ष आग पेटवून ती त्यात फुंकून गोळ्या पेटवाव्या लागतात. अशा बंदुका वापरणारे बरखजाई आणि आफ्रिदी वंशाचे योद्धे नेमबाजी मात्र अचूक करू शकतात. त्याउलट आता आता जे सैनिक गोळीबाराचे शिक्षण घेतात ते वर वर्णन केलेल्या अनेक सोयी असलेल्या, पण गुंतागुंतीची रचना, यंत्रणा असलेल्या मशीनगन्समधून सहजगत्या एका मिनिटात दीडदीडशे गोळ्यांचा मारा करू शकतात - पण परिणाम काय होतो? नेम लागतच नाही, फक्त सगळा परिसर प्रचंड गरम होतो, बस्स!

हे वाचल्यावर माझे तरी असे मत झाले की, हे असे एका बाजूला आधुनिक तंत्रज्ञान, ते वापरलेली अनेक उत्पादने - शस्त्रास्त्रेसुद्धा - यांत रस घेणारे, त्यात अगदी बुडून जाणारे ज्ञानोत्सुक विद्यार्थी आणि दुसरीकडे त्याच्या निश्चित सामाजिक परिणामांविषयी मात्र अलिप्त राहणारा एक संन्यासी अशा विभागलेल्या व्यक्तिमत्त्वाचा अभ्यास हा विवेकानंदांना समजून घेण्याचा वैशिष्ट्यपूर्ण मार्ग आहे. ते एकाच वेळी ऐहिक आणि पारलौकिक जगात लीलया वावरू शकत होते, एकाच वेळी अर्वाचीन ज्ञानाचे अभ्यासक आणि प्राचीन ज्ञानाचा उपदेशक अशा दोनही भूमिका समर्थपणे वठवू शकत होते. आपल्या सामान्यांसारखे तेही नानाविध विषयांत रस घेणारे होते - फ्रेंच पाकशास्त्रावरील पुस्तके, वास्तुशास्त्र, शस्त्रास्त्रे, तोफा, बंदुका, त्यातल्या गोळ्या - कितीतरी! पण ते निराळे होते ते या सर्वांतूनही वर उठून सहजपणे आणि स्वेच्छेने एक निराळीच उंची गाठण्यात!

ते कोणत्याही मुद्द्यांवर दोन पातळ्यांवर विचार करतात. एक - त्याचे आदर्श स्वरूप काय असायला हवे आणि दुसरी - आत्ताचे त्याचे न्यून-उणिवांसकट तो कसा हाताळता येईल. तसेच ते आपल्याशी दोन पातळ्यांवर बोलतात. त्याचे कारण असे होते की, त्यांच्या गुरूंनी त्यांना सर्वसंग परित्याग करून जगापासून दूर जाण्यापासून रोखले

होते आणि सांप्रत काळच्या सर्व प्रकारच्या गुणावगुणांसकट – अप्रामाणिकपणासारख्या सर्व दुर्गुणांसकट – जगाला स्वीकारून त्यातून चांगले, नीतिमान जग निर्माण करण्याचे असीधारा व्रत त्यांच्यावर सोपवले होते. कोणतीही गोष्ट त्यांच्या आदर्श स्थितीत काय आणि कशी असायला हवी, ते आपल्याला सांगतात. ती त्यांची 'आदर्शवादी' दृष्टी त्यांनी स्वत:साठी आणि जगासाठी उभ्या केलेल्या आदर्शांवर लक्ष केन्द्रित केल्यामुळे तयार झाली होती. ते बोलतात तेव्हा एक विरक्त संन्यासीही आपल्याशी बोलत असतो आणि अन्यायाविरुद्ध चिडणारा, इतिहासाची नोंद घेणारा, त्याचे दाखले देणारा, अन्याय्य गोष्टींना खडे प्रत्युत्तर द्यायला जराही न घाबरणारा, एक तुमच्या–आमच्यातला वाटणारा नेता, मार्गदर्शकही बोलत असतो.

ही त्यांची दुहेरी भूमिका त्यांना 'आधुनिक संन्यासी' ही उचित उपाधी बहाल करते. त्यांच्या शिकवणुकीत पलायनवाद नाही. जगाला, त्यातील गोंधळाला टाळण्याची वृत्ती नाही. दलदलीत उगवलेले कमळ तोडायला ती दलदल पार करून जाण्याची जिद्द आहे.

या त्यांच्यामधील दुहेरी व्यक्तिमत्त्वाबद्दल ते स्वत:ही सजग होते.

> 'परमेश्वराच्या कृपेच्या प्रकाशाचा शोध' यापेक्षा माणसाचे दुसरे कोणतेच शोधकार्य अधिक आवडते नसते. भूतकाळात आणि आत्ताच्या काळातही ईश्वर, आत्मा, माणसाचे प्रारब्ध यांसारख्या गोष्टींवर जेवढे संशोधन, जेवढा अभ्यास झाला आहे तेवढा माणसामध्ये असलेल्या शक्तीवर मात्र झालेला नाही. आपले दैनंदिन कारभार, आपले काम, आपली कर्तव्ये, आपल्या अपेक्षा, महत्त्वाकांक्षा, जीवनातील अनेक लहानमोठे संघर्ष यांमध्ये आपण पूर्णपणे गुंतून गेलो असतानासुद्धा मध्येच एखादा क्षण असा येतो जेव्हा मन थबकते, त्या सगळ्या जंजाळातून बाहेर पडून या लौकिक जगापलीकडच्या कसलातरी वेध घेऊ पाहते. कधी त्याला संवेदनांपलीकडच्या तशा जगाची एखादी झलक दिसतेही आणि परिणाम असा होतो की, मग ते ती हातात पकडण्याचा प्रयत्न करते. हे युगानुयुगे, जगाच्या कोणत्याही कोपऱ्यात, सर्व देशात असेच होत आले आहे. माणसाला नेहमीच 'पलीकडले' शोधण्याची, पाहण्याची, स्वत:चा आवाका वाढवण्याची ऊर्मी असते. ज्याला आपण आत्मविकास म्हणतो, उत्क्रांती म्हणतो ते म्हणजे असा, माणसाचा त्याच्या प्रारब्धाचा, परमेश्वराचा शोधच असतो.

विवेकानंदांना प्रत्येक धर्मात ईश्वरी अंश दिसायचाच, त्याचे श्रेष्ठत्व प्रतीत व्हायचे. मी खाली त्यांच्या ज्या निबंधातील काही भाग उद्धृत केला आहे त्या निबंधाचे नावही 'युनिव्हर्सल रिलिजन : इट्स रियलाझेशन' असेच आहे. परंतु त्यांना हेही कळून चुकले होते की, वास्तव त्यांच्या आदर्शापेक्षा फार दूर आहे. म्हणूनच धर्मांचे अवडंबर माजवल्या जाणाऱ्या, सर्वत्र कलह, संघर्ष सुरू असलेल्या जगात राहताना ते लिहितात,

‘निरनिराळ्या देशांत निरनिराळ्या सामाजिक संस्था, निरनिराळ्या सामाजिक समस्यांविरुद्ध झगडत असतात तसेच जगातील वेगवेगळे धर्म माणसाच्या आध्यात्मिक उन्नतीसाठी संघर्ष करीत असतात. तो झगडा सुरू असताना त्या विविध सामाजिक संस्था आपापसांतही संघर्ष करीत असतात – भांडत असतात – तसेच वेगवेगळे धर्म, आध्यात्मिक संस्थाने हीही सतत एकमेकांशी लढत असतात, वाद घालीत असतात, तंटे करीत असतात. विशिष्ट सामाजिक संस्थांशी निगडित असलेले लोक असा दावा करीत असतात की, जगण्याचा हक्क काय तो फक्त त्यांनाच आहे आणि जितके व जोवर शक्य होईल तोवर तो हक्क ते बजावणारच, मग त्यासाठी दुर्बलांना त्रास सहन करावा लाला तरी चालेल. आपल्याला माहीत आहेच की, अशाच प्रकारचा झगडा सध्या दक्षिण आफ्रिकेमध्ये सुरू आहे. प्रत्येक धार्मिक पंथाने त्यांच्या पद्धतीने जगण्याच्या खास हक्काचा दावा केला आहे. त्यामुळे दोन विरुद्ध चित्रे दिसतात – धर्माइतके अन्य काहीच माणसाला ईश्वराच्या कृपाप्रसादाचा लाभ करून देत नाही आणि त्याच धर्माइतके अन्य काहीच माणसाला भयग्रस्त करीत नाही. प्रेम आणि शांती यांसाठी धर्माइतके मोठे कार्य कोणीच केलेले नाही आणि धर्माइतका द्वेष, चीड आणि तिरस्कारही अन्य कोणी निर्माण केलेला नाही. धर्मांइतका माणसामाणसांमधील बंधुभाव इतर कोणी वाढवला नाही आणि त्यांच्याइतके माणसामाणसांतले शत्रुत्वही कोणी वाढवलेले नाही. धर्मांनीच जगात सर्वांत जास्त धर्मादाय, परोपकारी संस्था, माणसांसाठीच फक्त नव्हेत तर प्राण्यांसाठीही हॉस्पिटल्स उभारलेली आहेत आणि त्याच धर्मांनी जगात सर्वांत जास्त रक्तपातही घडवून आणला आहे. आपल्याला याचीही जाणीव आहे की, जगात असेही लोक आहेत, तत्त्वज्ञ आहेत, विचारवंत आहेत, विद्यार्थी आहेत जे सर्व धर्मांचा तौलनिक अभ्यास करून आपापसांत वाद घालणाऱ्या सर्व विसंवादी धर्म, पंथ यांच्यामध्ये सलोखा, सुसंवाद घडवून आणण्याचा प्रयत्न करीत आहेत. काही अपवादात्मक देशांमध्ये अशा प्रयत्नांना यशही आलेले आहे; परंतु सबंध जगाचा विचार करता ते अपयशीच ठरले आहेत. काही अति प्राचीन काळातील धर्म अशा विचाराने भारलेले आपल्यापर्यंत पोहोचलेले आहेत की, प्रत्येक धर्म, पंथ यांना काही विशिष्ट अर्थ आहे, त्यात काही श्रेष्ठ अशी तत्त्वे, संकल्पना आहेत आणि त्या सर्वांनाच जगात स्थान देऊन त्यांना स्वतंत्रपणे जगू दिले पाहिजे, नांदू दिले पाहिजे, ते जगाच्या कल्याणासाठी आवश्यक आहे. आजही हीच विचारधारा प्रबळ होत आहे आणि ती प्रत्यक्षात आणण्याचे प्रयत्नही सुरू आहेत. आमच्या अपेक्षेइतके ते प्रयत्न अजून कार्यक्षम आणि त्यामुळे यशस्वी होताना दिसत नाहीत आणि हे सांगताना आम्ही निराश होतो, आम्हाला खेद होतो की, ही धर्मांतर्गत भांडणे वाढतच चालली आहेत.

विवेकानंद राजकारणाशी फटकून राहत नाहीत, त्यातही गुंततात (वरील लिखाणातील दक्षिण आफ्रिकेचा संदर्भ पहा) पण त्याबद्दल सतत चिंतनशील राहतात. राजकारणातील ध्रुवीकरणही स्वीकारून पक्षांमधील संवाद वाढवण्याचा प्रयत्न करतात.

विवेकानंद नेहमीच 'पंथवाद्यां'च्या चार कोस पुढे असत. 'प्रत्येक सजीव प्राण्यात परमेश्वराचा वास असतो' या त्यांच्या म्हणण्याचा अर्थ पूर्णपणे समजला तर मग आपापसांत स्पर्धा करणारे निरनिराळ्या धर्मांचे प्रसारक व प्रचारक, महान प्रेषित, अवतार, वेगवेगळे साधनामार्ग हे सर्व अप्रस्तुतच ठरते.

'परमेश्वरविषयक तत्त्वज्ञांनाची जननी म्हणजे वेदान्त' – यावर त्यांचा पूर्ण विश्वास होता ही अगदी खरी गोष्ट आहे. परंतु त्यांनी वेदान्ताकडे 'इतर तत्त्वज्ञांनाचा, धर्मांचा स्पर्धक' या दृष्टिकोनातून कधीच बघितले नाही. 'वेदान्त हा इतर सर्व तत्त्वज्ञानांची तत्त्वे आपल्यामध्ये अंतर्भूत, समाविष्ट करून घेतो, त्यांचा स्वीकार करतो कारण तो स्वत:चे श्रेष्ठत्व सिद्ध करायला जात नाही. वेदान्त हेच मत प्रतिपादन करतो की, 'माणसामधे परमेश्वराचा अखंड वास आहे', 'माणूस हा परमेश्वराचा अंश आहे' याच तत्त्वापर्यंत सर्व तत्त्वज्ञानांना, धर्मांना पोहोचविले आहे. विवेकानंद म्हणतात, ''परमेश्वराचा साक्षात्कार' हेच एकमेव सत्य सर्व धार्मिक तत्त्वज्ञानांची सर्व तत्त्वे, पैलू यांच्यात सामावलेले आहे त्यामुळे त्यांच्यामधील सगळे वाद, मतभेद तेथेच येऊन मिटणार आहेत, त्याच तत्त्वावर त्या सगळ्यांची सहमती होणार आहे.'

अर्थात, विवेकानंदांना काही कोठलेही नेतेपद, धुरीणत्व किंवा वर्चस्व सिद्ध करायचे नव्हते. त्यांना एवढेच म्हणायचे होते की, लोकांनी आपापसांत कितीही भांडणे केली तरी या विश्वाचे, परमेश्वराच्या अस्तित्वाचे अंतिम सत्य हे त्या सर्व क्षुद्र कलहांपासून परे आहे, अटळ व अढळ आहे.

विवेकानंद सतत धर्माविषयी बोलत असत. त्या विषयावरील त्यांच्या भाषणांनी शेकडो पाने भरलेली आहेत. ते केवळ हिंदुधर्माविषयीच बोलत नसत, तर त्यांच्या भाषणात जगभरातील धर्मांचा तुलनात्मक अभ्यास असे. ही गोष्ट विशेषत्वाने लक्षात घेतली पाहिजे की, त्यांचे वैयक्तिक विश्वास, श्रद्धा, सामूहिक धर्म यांविषयीचे विचार अगदी साधे-सरळ आणि त्याबरोबरच त्यातील सूक्ष्म भेद, सर्व बारकावेही दाखवणारे असत. त्यांच्या आजूबाजूला चालणाऱ्या धर्मांच्या, श्रद्धांच्या क्षेत्रातल्या राजकारणाचीही ते वेळोवेळी दखल घेत, परामर्श घेत. त्यांची अशी गाढ व दृढ श्रद्धा होती की, पौर्वात्य तत्त्वज्ञानाचे, खास करून भारताचे सर्वांत मोठे योगदान हे 'सनातन धर्म' आहे आणि तो 'सनातन धर्म'च जीवनाचा 'वैश्विक' मार्गदर्शक ठरू शकतो. आणि म्हणूनच त्यांना केवळ हिंदुधर्मच नाही तर हा 'सनातन धर्म' पुनर्जीवित करायचा होता, त्यात सुधारणा घडवून आणायच्या होत्या, तेच त्यांचे ध्येय होते.

विवेकानंद हिंदुधर्माचे 'सर्वसत्ताधिकारी' / 'सर्वाधिकारी' होते का?' हा एक वादाचा विषय आहे. त्याला बरेच पैलू आहेत. प्राचीन वेद व उपनिषदे यांच्या

अभ्यासानंतर, ते समजून घेतल्यानंतर विवेकानंदांना त्याचे पायाभूत तत्त्व पूर्णतया समजले होते, आणि त्यावरच त्यांची श्रद्धा होती, ते तत्त्व असे की, 'प्रत्येक आत्मा हा परमेश्वराचाच अव्यक्त अंश असतो.' हे माणसातील समानतेचे तत्त्व श्रद्धास्थानी मानीत असलेली व्यक्ती 'सर्वासत्ताधिकारी' असण्याचा खरे तर प्रश्नच उद्‌भवत नाही.

अनेक तत्त्वे, अगदी विरोधीसुद्धा, एकत्र नांदू शकतात हे मान्य असल्यामुळे विवेकानंदांना येशू ख्रिस्त नेहमीच प्रेरित करायचा. मोठ्या प्रमाणावर होणाऱ्या धर्मांतरामागे धर्म नसून भूक आणि नागवणूक हीच प्रमुख कारणे होती हे त्यांना माहीत होते, पण तरीही ख्रिस्ती धर्मप्रचारक करीत असलेल्या धर्मांतराच्या मोहिमेवर ते कडक टीका करायचे. त्यांचे एक विधान नेहमी उद्‌धृत केले जाते, 'भारताला इस्लामचे शरीर आणि वेदान्ताचे मन यांची गरज आहे.' पण त्यात त्यांचा उद्देश इस्लामला कमी लेखण्याचा कदापि नव्हता. धर्मांमधील स्पर्धा त्यांना मान्यच नव्हती. प्रॉफेट मोहम्मद यांच्यासंबंधी दिलेल्या एका भाषणात त्यांनी श्रोत्यांवर प्रभाव पाडणारा प्रश्न विचारला होता, 'ख्रिस्त, मोहम्मद यांचे जीवन, त्यांच्या जीवनाचा हेतू याविषयी प्रश्न विचारणारे आम्ही (या 'आम्ही'मध्ये ते स्वतःचाही समावेश करतात) कोण?' परंतु त्यांना त्या महान प्रेषितांमधील ईश्वरी अंशाविषयी आणि त्यांच्या अवतारकार्याच्या हेतूविषयी कधीच जराही शंका नव्हती, उलट ते मोहम्मदाच्या उपदेशाची प्रशंसाच करायचे.

> तुम्ही विचारत आहात की, 'त्याच्या धर्मात काय चांगले असू शकते?' मी म्हणतो, 'त्यात जर काही चांगले नसते तर तो इतका दीर्घ काळ जिवंतच कसा राहू शकला असता? जे चांगले असते तेच टिकते. जर मोहम्मदांच्या शिकवणुकीत काहीच चांगले नसते तर हा मुसलमान धर्म जगूच कसा शकला असता? त्यात कितीतरी चांगल्या गोष्टी आहेत. मोहम्मदांनी त्यांच्या जगण्यातूनच हे दाखवून दिले आहे की, सर्व मुसलमानांमध्ये समता आणि बंधुभाव पूर्णपणे नांदलाच पाहिजे, त्यात जात, वंश, वर्ण, लिंग हे भेद येताच कामा नयेत. तुर्कस्थानचा सुलतान हा आफ्रिकेच्या बाजारातून एखादा नीग्रो विकत घेऊन त्याला साखळ्यांनी बांधून तुर्कस्थानला घेऊन येतो, पण जर त्या नीग्रोने मुसलमान धर्म स्वीकारला, त्याच्याजवळ उत्तम गुण असले, योग्य त्या क्षमता असल्या तर तो सुलतानाच्या मुलीशी विवाहही करून शकतो! आता याची तुलना या देशात (युनायटेड स्टेट्स ऑफ अमेरिका या देशात) नीग्रो आणि अमेरिकन इंडियन यांना कसे वागवले जाते त्याच्याशी करून बघा. किंवा हिंदू कसे वागतात ते पहा. तुमच्या एखाद्या धर्मप्रचारकाचे बोट जरी चुकून एखाद्या सनातनी हिंदूच्या अन्नाला लागले तरी तो ते अन्न फेकून देतो!'

हे असे बोलताना ते परखडपणे तक्रार करायलाही मुळीच कचरत नाहीत.

> ‘हे मुसलमान वैश्विक बंधुभावाविषयी बोलतात पण खरोखर काय घडते? मुसलमान नसलेला एकही जण का नाही त्या बंधुत्वाच्या नात्याचा भाग बनू शकत? त्याचा गळा का कापला जातो?’
>
> त्यांचे एकच ब्रीदवाक्य – ‘अल्ला एकच आहे आणि मोहम्मद त्याच अल्लाचा प्रेषित आहे.’ बस्स, त्यापलीकडे जे जे काही आहे ते वाईट आहे, गैर आहे, त्याचा नाश झाला पाहिजे, जो या त्यांच्या तत्त्वावर श्रद्धा ठेवत नसेल त्याला, तो कोणीही असो – पुरुष, स्त्री – तिथल्या तिथे मारून टाकला पाहिजे, जे त्यांच्या अल्लाच्या सेवेबाहेरचे असेल ते सगळे ताबडतोब नष्ट करून टाकले पाहिजे, जो ग्रंथ त्यांच्या तत्त्वाखेरीज अन्य काहीही शिकवीत असेल तर तो ग्रंथ जाळूनच टाकला गेला पाहिजे.

धर्म, पंथ, संप्रदाय यांची बंधने, त्यांच्या सीमा विवेकानंदांनी ओलांडलेल्या होत्या म्हणूनच आजही त्यांचे म्हणणे पटते, त्याविषयी आकर्षण वाटते. मुसलमान धर्मीयांमधल्या बंधुभावातही ते पावित्र्य पाहतात. त्यांचा दृष्टिकोन व्यापक, वैश्विक होता, त्यानुसार प्रत्येक आत्म्यामध्ये ईश्वराचा वास होता आणि म्हणूनच यच्चयावत सर्व स्त्रीपुरुषांमध्ये समानता असणे फारच महत्त्वाचे होते. ती समानता हिंदुधर्मात नाही, त्यात भेदभाव आहे हे सांगताना आणि त्या बाबतीत हिंदू व मुसलमान धर्मांची परखड तुलना करताना त्यांनी कधीच भीती वा संकोच बाळगला नाही.

पण ते स्वत: वेदान्तावर विश्वास ठेवणारे, त्याचे अनुयायी असल्याने ते ‘एकच मार्ग, एकच प्रेषित श्रेष्ठ, तोच एकमेव’ या तत्त्वाशी कधीच सहमत झाले नाहीत. त्यांच्या दृष्टीने जगात दोनच प्रकारचे लोक असतात – श्रद्धाळू आणि अश्रद्ध किंवा निष्ठावान आणि बेइमान. जे अश्रद्ध, बेइमान असतात ते क्रूर, विध्वंसक मनोवृत्तीचे असतात. हे त्यांचे मत स्पष्टपणे, जाहीररीत्या मांडायला ते कधीही घाबरत नसत.

त्यांच्यातील अस्सलपणा, त्यांच्यातील सर्जनशीलता यांमुळेच ते आजही खरे वाटतात. त्यांच्या बोलण्यात, शब्दात कोणताही पवित्रा, आग्रही भूमिका नसायची, राजकारण तर कधीच नसायचे. त्यांना जसे दिसायचे, समजायचे, जाणवायचे ते त्यांच्या दृष्टिकोनातून ते सांगायचे. समोर श्रोतृवर्ग कोणता, बोलण्यातील धोके कोणते, परिणाम काय, पणाला काय लागले आहे याचा विचार न करता ते त्यांच्या मतांवर ठाम असायचे, त्यांच्या तत्त्वांशी कधीच तडजोड करायचे नाहीत. ते येशू ख्रिस्ताचा प्रचंड आदर करायचे; परंतु ख्रिस्ती धर्मप्रचारकांवर आणि ते करीत असलेल्या धर्मांतरावर प्रखर टीका करायचे, ते मोहम्मदांचा विलक्षण आदर करायचे, पण इस्लामच्या काही तत्त्वांसंबंधी प्रश्न उपस्थित करायचे. परमेश्वर या विश्वाचा स्वामी आहे, या जगाची मालकी ईश्वराकडे आहे असल्या धार्मिक मतप्रणाली स्वीकारायला ते कायमच नकार देत असत. विवेकानंदांचे गुरू असे सांगायचे की, त्यांना ईश्वराने प्रत्यक्ष दर्शन दिले

आहे, खरे तर ते सतत ईश्वरच पाहत असतात, दुसरे काहीच पाहत नाहीत, त्यांना सर्वत्र तोच दिसतो. असे असताना एक धर्म, एकच प्रेषित ही कल्पना त्यांना कशी मान्य होऊ शकली असती?

आता त्यांचे जाती-वर्ण-वर्गविषयक विचार काय होते ते पाहू या. काही जण म्हणतात की विवेकानंद 'जात-वर्ण-वर्ग' या संकल्पनेचे समर्थन करायचे. ते असे विधान निश्चितपणे करायचे की, शेकडो वर्षे मुसलमान आणि ख्रिश्चन धर्मीयांचे धर्मांतराचे - बरेच वेळा हिंसक - हल्ले सहन करूनही भारतात हिंदुधर्म जिवंत राहिला, तळपत राहिला त्याचे एक महत्त्वाचे कारण हिंदू समाजातील जाती-वर्णव्यवस्था हेच होते. ते धर्मांतराचे कट्टर विरोधक होते. आणि तसे ते एकटेच नव्हते. गांधीही धर्मांतराच्या विरुद्धच होते.

> प्रत्येक देशाचा धर्म दुसऱ्या देशाच्या धर्माइतकाच चांगला आणि महत्त्वाचा असतो. भारतातले धर्म येथील लोकांना पुरेसे आहेत. आम्हाला आमची धार्मिकदृष्टी बदलण्याची गरज नाही.

विवेकानंद हाडाचे अभ्यासू होते. आजूबाजूच्या साहित्यावर त्यांचे लक्ष असायचे. अठराव्या शतकाच्या सुरुवातीला जर्मन धर्मवेत्ता मार्टिन ल्यूथर याच्या तत्त्वांवर आधारित ख्रिश्चन प्रोटेस्टंट पंथाचा एक धर्मगुरू बार्थोलोम्युअस झीजेनबल्ग याने 'ॲबॉमिनेबल हीदेनिझम' या शीर्षकाची एक पुस्तिका संपादित केली होती. त्यात धर्मांतरामागची कारणमीमांसा दिली होती. मूळ तमीळ भाषेत लिहिलेली ही पुस्तिका तामिळनाडू राज्यात वितरित केली गेली होती. त्यात स्थानिक हिंदूंना असे पटवून सांगण्यात आले होते की, त्यांचे जीवन चुकीच्या पायावर उभे आहे. झीजेनबल्ग याने त्यात चूक अथवा अधर्म या अर्थी 'अज्ञान' हा शब्द वापरला होता. त्यात हिंदूंना सांगितले गेले होते :

> 'आम्ही तुम्हाला अज्ञानापासून वाचवायला आलो आहोत. पहा, ख्रिश्चन धर्माचा बोध समजून घ्या आणि त्याचा धर्म म्हणून स्वीकार करा आणि परमेश्वराची लेकरे व्हा.'

१५४५ साली तिसऱ्या किंग जॉनने गोव्याच्या गव्हर्नरना श्रेष्ठ ख्रिश्चन धर्म न मानणाऱ्या भारतीयांसाठी काही सूचना लिहून पाठवल्या होत्या :

> या सूचनांमध्ये राजाने अशी आज्ञा दिली होती की, गोव्यात कोठेही सार्वजनिक अथवा खाजगीरीत्या देवाच्या मूर्ती, पुतळे उभारलेले चालणार नाहीत आणि तसे कोणी केले तर त्यांना कडक शिक्षा केली जाईल. कोणाच्या घरात तशा मूर्ती दडवून ठेवल्या असल्याचा संशय असेल तर त्या घरांची झडती घेण्यात

> यावी. अशा देवदेवतांचे कोणतेही उत्सव साजरे केलेले चालणार नाहीत. प्रत्येक ब्राह्मणाला गोवा, बसीन व दीव यांच्या हद्दीतून तडीपार करण्यात यावे. सर्व सार्वजनिक कचेऱ्या एक वेळ ख्रिश्चन धर्म स्वीकारलेल्यांवर सोपवाव्यात पण ख्रिश्चन धर्म न मानणाऱ्यांना कदापि त्यावर अधिकारी नेमू नये.

हिंदुधर्माच्या बहुविध, सर्वसमावेशक, सर्वकरुणामय अशा आत्म्याचे पुनरुत्थान करण्याचे कार्य अंगावर घेतलेल्या या हिंदू संन्याशाचा धर्मांतरासाठी जाती-वर्णांचा वापर करण्यास विरोध होता, पण धर्मातील त्याच जातिभेदामुळे आणि अन्य काही दोषांमुळे धर्मांतर शक्य होते हेही ते नेहमीच मान्य करीत.

विवेकानंदांना त्यांचा गुलामीत खितपत पडलेला देश स्वतंत्र झालेला पाहायचा होता. संन्यासी म्हणून देशाला स्वतंत्र करण्याची त्यांची पद्धत आणि मार्ग हा ईश्वरप्राप्तीच्या माध्यमातून होता. ते म्हणतात, स्वातंत्र हे ईश्वराला प्राप्त करून मिळवता येते. तसेही तुम्ही एकदा जाणून घेतले की, सर्वांचेच जीवन समानरित्या पवित्र आहे तर मग आपल्याच देशात द्वितीय श्रेणीचे नागरिकत्व कसे स्वीकारू शकता? ही जाणीव, ही प्रगल्भता त्यांना नेहमीच त्यांच्या भोवती दिसत नव्हती; परंतु ते त्यांचा तो आदर्श लोकांना शिकवण्याचा कसोशीने प्रयत्न करीत.

> त्यांच्याभोवती दिसणारी जाती-वर्ण-वर्गव्यवस्था ही देशाला घातक आहे हे ते ठामपणे सांगायचे.
>
> 'मी जातिव्यवस्था मानतो का? जातिव्यवस्था ही सामाजिक रूढी आहे, तिचा धर्माशी काही संबंध नाही.'

सध्याचा जातिभेद हा भारताच्या प्रगतीला बाधक आहे, एक मोठा अडथळा आहे. तो संकुचित मनोवृत्तीचा द्योतक आहे, तो निर्बंध घालणारा, फूट पाडणारा, विभाजन करणारा आहे. नव्या विचारांसमोर तो टिकाव धरू शकणार नाही, तो कोसळून पडेल.

कोणत्याही धार्मिक वा सामाजिक रूढी, परंपरा यांत सुधारणा घडवून आणण्याचे सहसा दोन मार्ग असतात : त्या परंपरेत भाग घेऊन किंवा तिच्या बाहेर राहून. जर्मन धर्मवेत्ता व धर्मगुरू मार्टिन ल्यूथर हा ख्रिश्चन धर्मातील प्रोटेस्टंट पंथाच्या स्थापनेसाठीच्या धर्मसुधारणेच्या चळवळीचा प्रवर्तक होता. त्याने ख्रिश्चन धर्मात जो अंतर्गत बदल केला त्याची परिणती रोमन कॅथॉलिक्स आणि प्रोटेस्टंट या ख्रिश्चन धर्माच्याच दोन पंथांत मध्य युरोपमध्ये सुरू राहिलेल्या तीस वर्षांच्या युद्धात झाली. त्यांना त्यांच्या जीवनकाळातही संन्यासी म्हणून जी प्रचंड ख्याती मिळाली तिचा उपयोग करून विवेकानंदही धर्मांतर्गत सुधारणांचाच प्रयत्न करीत होते. प्रथम त्यांच्या मते, हिंदू धर्मव्यवस्थेचे मूळ कशात आहे, तिचे प्रधान लक्षण काय आहे याची व्याख्या करणे आणि मग जातिभेद हा कसा त्या मूलतत्त्वांचे उल्लंघन करणारा प्रघात आहे हे स्पष्ट करून सांगणे हा मार्ग त्यांनी

स्वीकारला. ते त्यांच्या वाचकांना, श्रोत्यांना, अनुयायांना, शिष्यांना हे विशद करण्याचा प्रयत्न करीत राहिले की, जातिव्यवस्था ही संकल्पना नीट समजून घेतली पाहिजे आणि जाणीवपूर्वक जातिभेद त्यातून पूर्णपणे वजा केला पाहिजे. तो आपल्या समाजात आलाच कसा? त्याने काय साधले? त्याच्या अत्यंत तिरस्करणीय अशा पद्धती का दूर फेकून दिल्या पाहिजेत? हे समजून घेतले पाहिजे.

> जाती-वर्ण-वर्गव्यवस्था ही वेदान्त धर्माच्या विरुद्ध आहे. ती एक सामाजिक प्रथा आहे आणि आपले सगळे महान धर्मवेत्ते, उपदेशक ती मोडून काढण्याचेच प्रयत्न करीत आलेले आहेत. बौद्ध धर्मापासून पुढील सर्व धर्म, पंथ हे या जातिव्यवस्थेचे खंडनच करीत आलेले आहेत पण दरवेळी तिचे पाश घट्टच होत गेले आहेत. भारतातील प्रस्थापित राजकीय व्यवस्थांमधून ही व्यवस्था निर्माण झाली आहे. या जाती म्हणजे लोक वंशपरंपरेने जो पेशा, जे काम, जो व्यवसाय करीत आले त्याचे लक्षण असतात. पण अलीकडे युरोपशी जी व्यापारातील स्पर्धा सुरू झाली आहे त्यात सर्वच जातींचे लोक भाग घेऊ लागल्याने ती जातिव्यवस्था अन्य कोणाच्याही शिकवणुकीपेक्षा या व्यापारामुळे जास्त वेगाने लयाला चालली आहे.

माणसाचा पेशा आणि त्यावरून ठरणारी त्याची जात यांतील घट्ट झालेला संबंध वारंवार तोडून विवेकानंद धर्मातून जातिव्यवस्थेला हद्दपार करण्याचा आणि या व्यवस्थेकडे वेगळ्या, प्रगत अशा दृष्टिकोनातून पाहून तिचे पुनर्गठनही करता येईल असे सांगण्याचा प्रयत्न करताना दिसतात. एके काळी पेशा, व्यवसाय यांवर आधारित समाजाचे विभाजन करणारी ही व्यवस्था आता कालबाह्य झाली असल्याने आता तिचा त्याग केलाच पाहिजे असे ते आग्रहपूर्वक प्रतिपादन करतात.

> जात-वर्ग-वर्ण ही धार्मिक संकल्पना नसून सामाजिक आहे. समाज जसजसा उत्क्रांत होत गेला तसतशी ही संकल्पना रुजत गेली. एक काळ असा होता की, अशा प्रकारची व्यवस्था आवश्यक होती आणि सोयीचीही होती. त्या वेळी ती रुजवण्याचा जो हेतू होता तो साध्य झाला होता. ती नसती तर आपण फार पूर्वीच मुसलमान झालो असतो. पण आता ती निरुपयोगी आहे आणि तिच्यापासून सुटका करून घतली पाहिजे. हिंदुधर्माला आता या जाती-वर्ण-वर्गव्यवस्थेच्या टेकूची आवश्यकता नाही. आता ब्राह्मण कोणाबरोबरही जेवण करू शकतो, अगदी अस्पृश्याबरोबरसुद्धा. त्यामुळे त्याचे पावित्र्य जराही डागळत नाही.

संन्यस्त वृत्तीच्या विवेकानंदांना ही मर्मदृष्टी होती की, धर्माची वैचारिक बाजू आणि त्यातील कर्मकांड या दोन गोष्टी स्वतंत्रपणे हाताळल्या पाहिजेत. कर्मकांड, रीती-

रिवाज यांचे स्थान तसे मोठे आणि महत्त्वाचे धरले जाते तरीही ते म्हणजे धर्म होत नाही हे ते ओळखून होते आणि तसे ते वारंवार सांगतही असत. जाती-वर्णभेद आणि त्यांच्यामधील खोलवर जाऊन बसलेला द्वेष यांचा ते सतत, अत्यंत पोटतिडिकीने धिक्कार करीत असत. आज हा जाती-वर्णभेद अगदीच क्षीण झाला असला तरीसुद्धा आपल्या भारतीय समाजातील ती फट चांगलीच रुंद आणि खोल असल्यामुळे विवेकानंदांचे त्या विषयावरील विचार, त्यांचे संदेश हे आजही प्रस्तुत वाटतात.

> हिंदुधर्म दोन भागांत विभागलेला आहे. एक विधिनियम, कर्मकांडांचा आणि दुसरा आध्यात्मिक विचारांचा. हा आध्यात्मिक भाग प्रामुख्याने योगी, संन्यासी लोक अभ्यासतात आणि त्या भागात ही जात-वर्ण-वर्ग ही संकल्पना नाही. आपल्या देशात अगदी उच्च जातीचा आणि अगदी नीच जातीचा माणूसही संन्यासी होऊ शकतो आणि अशा रीतीने दोन्ही जाती समान होतात. तेव्हा धर्मात जात-वर्ण-वर्ग नाही, ते समाजव्यवस्थेचा भाग आहेत.

याबाबतीत विवेकानंद आणखी एक पाऊल पुढे जाऊन सर्व नीच, खालच्या जातींच्या उद्धारासाठी, उन्नतीसाठी वाढत्या साधनसंपत्तीची मागणी करतात. प्रत्येक माणसात स्थित असणाऱ्या श्रेष्ठ मानवतेचा, ईश्वरी अंशाचा शोध घेणे हा त्यांचा आदर्श होता. त्यांनी त्यांच्या अनुयायांना तसेच सर्वच जनतेला आवाहन केले आहे की, त्यांनी सामाजिक बंधनांच्या पलीकडे जाऊन मानवी आयुष्याचा मूळ, सखोल हेतू शोधावा, त्याचा खरा, खोलवरचा अर्थ समजून घ्यावा. त्यांनी नेहमीच समोर उच्च उद्दिष्टच ठेवले- ईश्वरी साक्षात्काराचे! आणि त्यांच्यासारखे प्रत्येकालाच ते उद्दिष्ट प्राप्त करता यावे यासाठी ते कायम प्रयत्नशील राहिले.

> ब्राह्मणांनो, तुमच्या मते जर ब्राह्मणांमध्ये शिक्षणाची क्षमता ही आनुवंशिकच असेल आणि ती अस्पृश्यांपेक्षा कितीतरी जास्त असेल तर मग तुमच्या - ब्राह्मणांच्या शिक्षणावर पैसा खर्च करण्यापेक्षा तो सर्व पैसा अस्पृश्यांच्या शिक्षणावर खर्च करावा कारण ते त्याबाबतीत दुर्बल आहेत आणि दुर्बलांना तशा साहाय्याची गरज असते. ब्राह्मण जर जन्मत:च हुशार असेल तर तो कोणाच्याही मदतीविना स्वत:चे स्वत:च शिक्षण घेऊ शकेल. इतर जण जर तसे उपजत हुशार नसतील तर त्यांनाच आवश्यक ते शिक्षण, उत्तम शिक्षक यांचा लाभ होऊ दे. माझ्या मते, हे तर्कालाही धरूनच आहे आणि न्याय्यही आहे. आपल्या देशातील गरीब आणि पायदळी तुडवल्या गेलेल्या जनतेला त्यांच्या स्वत्वाची जाणीव झालीच पाहिजे. ते कोण आहेत हे त्यांच्या कानांवर गेलेच पाहिजे. प्रत्येक माणसाला - तो पुरुष असो, स्त्री असो वा मूल, तो कोणच्याही जातीचा, धर्माचा, वंशाचा असो, सबल असो वा

दुर्बल, त्याला - हे समजलेच पाहिजे, त्याच्या मनात पक्के बसले पाहिजे की, या जगातील प्रत्येक माणसाच्या - सबलाच्या दुर्बलाच्या, उच्च जातीच्या वा नीच जातीच्या - पाठीशी एक चिरंतन अशी, ईश्वरी शक्ती असतेच जी त्याच्यासाठी अगणित संधी उपलब्ध करून देते, त्याच्यातील प्रगती, उन्नती करून घेऊन मोठे होण्याच्या, चांगले बनण्याच्या सक्षमतेची ग्वाही देते. प्रत्येक व्यक्तीला हे घोषित करून सांगू या - 'उत्तिष्ठतजाग्रतप्राप्यवरान्निबोधत' - जागे व्हा, उठा आणि उद्दिष्ट साध्य होईपर्यंत थांबू नका. जागे व्हा, उठा! या दुर्बलतेच्या संमोहित अवस्थेतून बाहेर या. कोणीही दुर्बल नसते - तुमच्यातला आत्मा अनंत आहे, तो सर्वशक्तिमान आहे, सर्वज्ञानी आहे. उठा, स्वतःला विश्वासाने, निश्चयाने, ठामपणाने सिद्ध करा, तुमच्यातील परमेश्वराला नाकारू नका, त्याचे अस्तित्व स्वीकारा, त्याला साद घाला. आपल्याला आजवर दौर्बल्याने, निष्क्रियतेने ग्रासून टाकले आहे, आपल्याला संमोहित अवस्थेत ठेवले गेले आहे आणि आजही स्थिती तशीच आहे. तेव्हा हे आजच्या काळातल्या हिंदूंनो, त्या संमोहन अवस्थेतून बाहेर पडा, त्याचा मार्ग तुमच्याच धर्मग्रंथात दिलेला आहे. तो स्वतःला शिकवा, इतरांनाही शिकवा, स्वत्व ओळखा, निद्राधीन झालेल्या आत्म्याला हाक मारा, पहा तो कसा जागा होतो. तो जेव्हा जागा होऊन त्याचे स्वत्व जाणेल त्या वेळी तुमच्यात चैतन्य येईल, शक्ती येईल, चांगुलपणा येईल, तुम्हाला अंतर्बाह्य शुद्धता लाभेल, सन्मान लाभेल, जे जे काही अत्युत्तम आहे ते ते तुमच्याकडे येईल. भगवद्गीतेत मला जर काही सर्वांत जास्त आवडत असेल तर ते हे दोन श्लोक - ज्यांत गीतेचे, श्रीकृष्णाच्या शिकवणुकीचे सार सांगितले आहे, सर्वांत महत्त्वाचे तत्त्व सांगितले आहे -

*'यो मां पश्यति सर्वत्र सर्वं च मयि पश्यति।*
*तस्याहं न प्रणश्यामि स मे न प्रणश्यति।।*
*सर्वभूतस्थितं यो मां भजत्येकत्वमास्थितः।*
*सर्वथा वर्तमानोऽपि स योगी मयि वर्तते।।* ६.३०,३१

जो सर्व भूतमात्रांत एकच ईश्वर वास करीत असलेला पाहतो, नाशवंत गोष्टीतही अविनाशी परमेश्वराला पाहतो तो खऱ्या अर्थाने पाहत असतो. कारण एकच ईश्वर सर्वत्र वास करतो आहे हे पाहण्याने त्याला मी कधी अंतरत नाही आणि तोही मला कधी अंतरत नाही. अशारितीने तो सर्वोच्च ध्येयापर्यंत पोहोचतो.

विवेकानंद जाती-वर्ण यांची व्याख्याच बदलण्याचे स्वातंत्र्य घेतात. ते जेव्हा 'ब्राह्मण' असे म्हणतात तेव्हा ते ज्यांना जन्माने अत्युच्च जात प्राप्त झालेली असते त्यांच्याबद्दल बोलत नाहीत. ते आदर्श, सजग जाणिवेबद्दल, ईश्वरी तत्त्वाबरोबर

जुळणाऱ्या अधिक संपन्न अशा सहस्पंदनाबद्दल बोलत असतात, प्रत्येक व्यक्तीला तिच्या अंतरात स्थित असणाऱ्या ईश्वरी अंशाचा शोध लागावा यासाठीच्या उपायांची तरतूद करीत असतात. समाजात अनेक वाईट गोष्टी घडवणाऱ्या जात, वर्ण या गोष्टी केवळ रूढी आहेत, प्रथा आहेत, ज्या कालानुरूप, परिस्थितीनुरूप बदलत राहिल्या पाहिजेत, जुन्यांचा त्याग करून नव्या रूपात आणल्या गेल्या पाहिजेत असे ते, एक हिंदू संन्यासी या नात्याने, अनेक उदाहरणे देऊन लोकांना पटवून देत असत. प्रत्येकाला जास्तीतजास्त, नवनवे शिक्षण मिळाले पाहिजे, प्रत्येकाला त्याच्या धर्माचा खरा अर्थ, त्याचे सर्व पैलू समजले पाहिजेत आणि त्यात सुधारणा करण्याची क्षमता त्याला प्राप्त झाली पाहिजे यासाठी ते सतत आग्रही असत. विवेकानंद सर्वोत्कृष्ट सुधारक होते. त्यांनी जातिव्यवस्थेचा, जातिभेदाचा तत्काळ उच्छेद होईल अशी अपेक्षा कधीच धरली नाही कारण त्यांना माहीत होते की, अशा एका रात्रीत घडवून आणलेल्या बदलांनी समाजाचा शक्तिपात होतो, समाज खचून जातो. म्हणूनच ते समाजातील या 'दुष्ट प्रवृत्तीच्या मुळावरच घाव घालणाऱ्या' शिक्षणाच्या सर्वाधिक प्रसारासाठी आणि अखंड व अथक सुधारणांसाठी सतत, वारंवार, कळकळीचे आवाहन करीत राहिले.

जातिभेदासाठी त्यांनी वापरलेला 'दुष्ट प्रवृत्तीचे मूळ' हा शब्द फार अर्थपूर्ण आहे. एक संन्यासी जातिभेदाचा धिक्कार करायला जराही संकोचत नाही, कचरत नाही, एवढेच नव्हे तर त्याला 'दुष्ट प्रवृत्तींचे मूळ' अशी सर्वांत कठोर संज्ञा देतो हे विशेषच आहे. उत्तम शिक्षण आणि दलितांचा उद्धार या दोन मार्गांनी हिंदुधर्मातून जातिभेद नष्ट करण्यासाठीचा संघर्ष हा त्यांच्या जीवनकार्याचा एक महत्त्वाचा भाग असल्याचे जाहीररीत्या सांगण्याचा त्यांचा निश्चयच होता.

> मी काही सर्व जाती-वर्ण समपातळीवर आणाव्यात असे सुचवीत नाही. खरे तर ती एक चांगली व्यवस्था आहे आणि आम्हाला तीच सुरू ठेवायची आहे. परंतु या जात, वर्ण, वर्ग यांचा खरा अर्थ लाखांतल्या एकालाही नीट कळत नाही. जातिव्यवस्था नाही, असा जगात एकही देश नाही. भारतात, आम्ही जातीच्या त्या विचारापर्यंत पोहोचतो जिथे कोणतीही जात नाही. 'जात' ही पूर्णतः त्याच सिद्धान्तावर आधारित आहे. भारतात ही योजना आहे की सगळ्यांना ब्राह्मणत्व दिलं जावं ज्यामध्ये ब्राह्मण हे मानवतेचे आदर्श मानले जातात. तुम्ही जर भारताचा इतिहास वाचलात तर तुमच्या असे लक्षात येईल की, आपल्या देशात खालच्या जातीच्या लोकांच्यात बदल, सुधारणा करून त्यांना उच्च जातीत आणून बसवण्याचे सातत्याने प्रयत्न केले आहेत. आणि सर्वच जण ब्राह्मणांच्या दर्जाला, उंचीला पोहोचेपर्यंत ते प्रयत्न सुरूच राहतील, अधिकाधिक खालच्या जातीतील लोक वरच्या पातळीवर पोहोचतील. समस्त जनांना या ब्राह्मण पदापर्यंत घेऊन येण्याची योजना आहे.

यात कोणालातरी वर आणताना दुसरा कोणी खाली ढकलला जात नाही ना, याची काळजी घ्यावी लागते. आणि हे जे कार्य आहे ते ब्राह्मण स्वत:च सर्वांत चांगल्या पद्धतीने, परिणामकारकरीत्या करू शकतात.

जात-वर्ण-वर्ग ही संकल्पना, त्यांच्या रूढी, रीती, नियम, विधी आणि त्यांचे स्वरूप हे सगळेच सतत बदलत असते. पण त्यामागचे तत्त्व, त्याचा गर्भितार्थ मात्र बदलत नाही. आपला धर्म जर पूर्ण समजून घ्यायचा असेल तर वेदांचाच अभ्यास केला पाहिजे. वेद अढळ स्थानी आहेत, धर्मावरील इतर ग्रंथ बदलले पाहिजेत. वेदांचे अधिकार हे अनंत काळपर्यंत टिकणारे आहेत, अन्य ग्रंथांचे अल्पकालीन आहेत.

उदाहरणार्थ, आपल्याकडल्या स्मृती. त्यातील एक एका युगात महत्त्वाची ठरते, प्रमाण मानली जाते तर दुसऱ्या युगात दुसरीच. महान गुरू, उपदेशक, प्रेषित येतात एक नवा मार्ग सुचवतात, शिकवतात. काही खालच्या जातींच्या उद्धाराचे कार्य करतात, तर माधवाचार्यांसारखे स्त्रियांना वेदाभ्यासाचा हक्क मिळवून देतात. ही जाती-वर्णव्यवस्था पूर्णपणे जायला नको आहे, ती वेळोवेळी योग्य रीतीने बदलत्या परिस्थितीशी जुळवून घेतली गेली पाहिजे. तिची मूळ इमारतच इतकी व्यापक पायावर आणि बळकट बांधलेली आहे की, त्यात एक-दोन लाख नव्या खोल्या सहज सामावून जातील. ती मूळ इमारत पाडून टाकण्याचा विचार पूर्णतया वेडेपणाचा आहे. नवी पद्धती ही जुन्यातूनच निघाली पाहिजे, विकसित झाली पाहिजे.

एकदम एखाद्या आदर्शाच्या मागे लागलो तर ते काही व्यवहार्य ठरणार नाही. तेव्हा तशा आदर्शाच्या मागे धावण्यात आपली शक्ती खर्च करण्यापेक्षा सध्याच्या व्यवस्थेतील दुष्ट प्रवृत्तीच्या मुळाशी जाऊन ती नष्ट करू शकेल असे एखादे विधिमंडळ स्थापून, म्हणजे आपल्यातल्याच संबंधित लोकांना शिक्षित करून त्यांचा एक गट स्थापन करून त्या गटावर त्यांच्या स्वत:च्या समस्या स्वत:च सोडवायची कामगिरी सोपवावी. ते काम होत नाही तोवर या ज्या सध्याच्या सुधारणा झालेल्या आहेत त्या तशाच राखाव्यात.

विवेकानंदांचे म्हणणे असे दिसते की, ही जाती-वर्णव्यवस्था ही भौतिक पातळीवर लोक करीत असलेल्या कामावर आधारलेली आहे आणि आध्यात्मिक पातळीवर माणसाची आंतरिक प्रगती व उन्नती साधून त्याला अत्युच्च पातळीवर नेणारी, त्याला परमेश्वराचा साक्षात्कार घडवणारी आहे. जन्मावर आधारित जातिभेद आणि काही हिंसक रूढी यांचे ते अजिबात समर्थन करीत नाहीत. त्यांचे असे म्हणणे आहे की, प्रत्येकामध्ये परम सत्याचे आकलन करून घेण्याची पात्रता असते, तेव्हा त्या प्रक्रियेसाठी आवश्यक ती सर्व मदत अशा मुमुक्षूंना दिली पाहिजे. म्हणूनच ते म्हणतात,

> 'ब्राह्मणांमध्ये अस्पृश्यांपेक्षा आनुवंशिकरीत्याच शिक्षणाची नैसर्गिक क्षमता खूप जास्त असेल तर मग ब्राह्मणांच्या शिक्षणावर यापुढे खर्च करणे थांबवून तो सर्व पैसा अक्षम अस्पृश्यांच्या शिक्षणावर करा. कारण ते त्याबाबतीत दुर्बल आहेत आणि दुर्बलांना तशा देणगीची गरज असते.'

विवेकानंदांच्या प्रत्येक शब्दातून पोकळ रूढी, विधी आणि कर्मकांड यांच्याबद्दलचा तीव्र विरोध आणि सुधारणांसाठीचा आर्त आकांत प्रकट होतो. आणि त्यांच्या लिखाणातून अंधश्रद्धा, रूढींचे अविचारी पालन आणि स्पृश्यास्पृश्यता यांच्या विरुद्धचे इशारे मिळतात. ते हाच प्रश्न वारंवार विचारीत की, जर प्रत्येक मनुष्याच्या अंतरात एकाच परमेश्वराचा वास आहे, प्रत्येक जण जर एकाच ईश्वराचे अंश आहेत तर मग कोणालाही स्पर्श करणे अपवित्र कसे ठरू शकते? (या अस्पृश्यतेशी आमचा कोणत्याही प्रकारे संबंध जोडायला आम्ही स्पष्ट नकार देतो. ही अस्पृश्यता आमच्या हिंदुत्वात बसतच नाही, ती कोणत्याही धर्मग्रंथात नाही, ही एक सनातन धर्मात कधीच नसलेली, अस्वीकृत अशी अंधश्रद्धा आहे आणि तिने कायमच राष्ट्रीय कार्यक्षमतेला बाधा पोहोचवलेली आहे.) ज्या जगात प्रत्येक गोष्ट ही परमेश्वरस्वरूप आहे, ज्या जगात परमेश्वराखेरीज अन्य काहीच नाही, तेथे कोणीतरी अपवित्र असण्याचा प्रश्न येतोच कुठे?

> ते लिहितात, 'हे पहा, जरा माणुसकी दाखवा. जे कायमच प्रगतीच्या मार्गात अडथळा बनलेले आहेत त्या धर्मांध विद्वान उपदेशकांना बाजूला सारा कारण ते कधीच सुधारणार नाहीत, त्यांची कोती मने कधीच मोठी होणार नाहीत. ते शतकानुशतकांच्या अंधश्रद्धांचे आणि जुलूमशाहीचे बळी आहेत. हे धर्मोपदेश, धर्मपांडित्य मुळापासून उखडून टाका. जरा आपले पौरुषत्व दाखवा. आपल्या बिळातून बाहेर या आणि जगाकडे पहा, इतर देशांकडे पहा. पहा, त्यांनी कसे प्रगतीच्या मार्गावर कूच केले आहे. मला सांगा, तुमच्यामध्ये मनुष्यप्रेम आहे की नाही? देशप्रेम आहे की नाही? मग चला, सर्वांच्याच कल्याणासाठी, भल्यासाठी, प्रगतीसाठी संघर्ष करू या. नका, मागे बघूच नका.... अगदी तुमच्याजवळचे, तुमचे लाडके तुम्हाला थांबवायला अश्रू गाळू लागले तरी मागे फिरू नका. बस्स, आता मागे नाही, फक्त आणि फक्त पुढेच पाहायचे, पुढेच जायचे!
>
> 'चला, बाहेर पडा आणि आधी शुद्ध व्हा, युगानुयुगे ज्या अंधश्रद्धा तुम्हाला चिकटून बसल्या आहेत त्या झटकून टाका, त्यांचे डाग धुवून स्वच्छ व्हा, पवित्र व्हा.
>
> 'सर्व अंधश्रद्धांपासून सुटका मिळवा. गुरू, धर्मग्रंथ, देवदेवता – कोणीकोणी नसते. देवळे, त्यातले पुजारी, त्यातल्या मूर्ती, देवाचे अवतार

> या सर्वांना, अगदी देवालासुद्धा बाजूला ठेवा. जो काही परमेश्वर आहे तो तुमच्यातच आहे! हे तत्त्वज्ञांनो, उठा, भिऊ नका, आता देव आणि जगातल्या अंधश्रद्धा हे विषयच नकोत. लक्षात ठेवा, फक्त सत्याचाच विजय होतो आणि हेच अटळ सत्य आहे.'

विवेकानंदांचा दृष्टिकोन इतका व्यापक, विशाल होता की, त्यात केवळ संपूर्ण हिंदुत्वच नाही तर सर्व मानवजातीचा अंतर्भाव होता. विभाजन किंवा भेदभाव, दुजाभाव यांच्यावर टीकेची झोड उठवताना ते संतप्त होत असत, त्यांच्या शब्दांना, लेखणीला धार चढत असे. प्रगती, सुधारणा यांची ते मनापासून प्रशंसा करीत. सर्व पूर्वग्रह बाजूला सारून नव्या दृष्टीने जग पालथे घालण्याचा, जगभरातील माहिती, ज्ञान मिळवण्याचा आग्रह धरीत. हिंदुधर्मातील पोकळ रूढी व कर्मकांडांचे स्तोम, अस्पृश्यतेसारखे भेदभाव अशा अनिष्ट गोष्टींविरुद्ध बोलताना ते अत्यंत जहाल, कानउघाडणी करणाऱ्या शब्दांनी फटकारत असत.

> 'प्रत्येक जातिधर्माचा, प्रत्येक देशाचा एक निराळा, स्वतंत्र देव असतो आणि तोच काय तो खरा आणि त्याच्याखेरीज इतर सर्व चुकीचे, ही कल्पना म्हणजे प्राचीन काळातील एक अगदी खोटी अंधश्रद्धा आहे. अशा कल्पना आता सोडून दिल्याच पाहिजेत, ते अनिवार्यच आहे.'
>
> 'या, बघा या लोकांकडे आणि मग जा आणि शरमेने आपली तोंडे लपवून बसा. हे जराजीर्ण, क्षीण वृद्धांनो, तुम्ही बाहेर आलात तर तुमची जात भ्रष्ट होईल! शतकानुशतके डोक्यात मुरलेल्या अंधश्रद्धाचे ओझे डोक्यावर वागवीत बसल्यानंतर, याला शिवू की नको, याच्या हातचे अन्न खाऊ की नको यासाठी डोके खाल्ल्यावर, युगायुगांच्या सामाजिक जुलूमशाहीने हृदयातील माणुसकीचा पूर्ण निचरा झाल्यावर तुमच्यात आता उरलेच काय आहे? सांगा, काय उरले आहे तुमच्यात आणि काय करीत बसला आहात तुम्ही? हातात ग्रंथ घेऊन समुद्रकिनाऱ्यावर हिंडता आहात, युरोपिअनांचे न पचलेले ज्ञान घोकत फिरता आहात, तीस रुपड्यांची कारकुनी मिळवण्यासाठी जीव टाकता आहात किंवा फार तर वकील बनण्याची शर्थ करता आहात .... तीच तर आहे सध्याच्या तरुण भारताच्या महत्त्वाकांक्षेची पोहोच! प्रत्येक विद्यार्थ्याच्या आवतीभोवती भुकेने व्याकूळ झालेल्या पोरांची पलटण घिरट्या घालते आहे, भाकरी मागते आहे! अरे, तुमचे ते पायघोळ गाउन्स, तुमची जाड जाड पुस्तके, विद्यापीठांच्या पदव्या हे सगळे बुडवून टाकण्याइतके पाणी नाही का समुद्रात?'
>
> तुम्हाला जर तुमचा देश जिवंत रहायला हवा असेल, तर या सर्व गोष्टींपासून दूर रहा. चांगल्या गोष्टीची एकच कसोटी आहे – त्या गोष्टीमुळे

आपली शक्ती वाढली तर ती चांगली! चांगले म्हणजे जीवन, वाईट म्हणजे मृत्यू. या तुमच्या देशात भोळ्याभाबड्या अंधश्रद्धांचे पीक आले आहे आणि एरवी प्रत्येक गोष्टीचे तर्कशुद्ध स्पष्टीकरण मागणाऱ्या स्त्रियासुद्धा त्यांवर विश्वास ठेवत आहेत. त्याचे कारण असे आहे की, स्त्रिया स्वस्वातंत्र्यासाठी प्रयत्न करीत आहेत आणि त्यांची बुद्धिमत्ता अजून तितकी प्रगल्भ झालेली नाही. हल्ली काय झाले आहे, एखादी स्त्री एखाद्या कादंबरीवरच्या एखाद्या कवितेच्या चार ओळी वाचून, त्या पाठ करून आपल्याला पुरता ब्राउनिंग कळला आहे अशा भ्रमात राहते तर दुसरी तीन व्याख्यानांचा एक अभ्यासक्रम पूर्ण करते आणि जगभरातील ज्ञान मिळाल्याच्या समाधानात राहते. स्त्रियांमध्ये नैसर्गिकरीत्याच त्यांच्या स्त्रीत्वासंबंधीच्या काही चुकीच्या कल्पना, काही अंधश्रद्धा असतात त्यांच्यापासून त्या सुटका करून घेऊ शकत नाहीत ही अडचण आहे. त्यांच्याकडे पैसा आहे, बौद्धिक शिक्षण आहे. ही जी मधली एक संक्रमणाची स्थिती आहे ती एकदा त्यांनी पार केली की मग सगळे व्यवस्थित होईल. पण काही भोंदू, ढोंगी लोक त्यांना खेळवतात, त्यांची दिशाभूल करतात. नाही, नाही, दुःख करून घेऊ नका, मला कोणाला दुखवायचे नाही, पण मला सत्य तर सांगितलेच पाहिजे! तुम्ही या गोष्टीबाबत किती मनमोकळे, उदार आहात ते तुमचे तुम्हालाही माहीत आहेच. पण या स्त्रिया किती प्रामाणिकपणे प्रयत्न करीत आहेत हे तुम्हाला दिसत नाही का? स्त्रियांमध्ये मूलतःच असलेले एक देवपण, पावित्र्य कधीच नष्ट होत नाही हेही तुम्हाला जाणवत नाही का? त्या दैवी शक्तीला प्रार्थना कशी करायची हे समजायला हवं, इतकंच! विवेकानंदांच्या मते, हिंदुधर्मातून या हानिकारक रूढी, कर्मकांड आणि काही खोल जाऊन बसलेले पूर्वग्रह काढून टाकण्याचे दोन मार्ग होते. एक, धर्म बदलून टाकण्याचा, हिंदू धर्म नष्टच करणाऱ्या सामुदायिक धर्मांतराचा किंवा दुसरा, सतत सुधारणा, अखंड संघर्ष, हिंदुधर्माला त्याच्याच मूलतत्त्वांकडे, पायाभूत मूल्यांकडे परत घेऊन जाण्याचे अथक प्रयत्न करण्याचा.

म्हणूनच ते लिहितात,

'हिंदुधर्माचा इतिहास बघितला तर त्यात धर्म नष्ट करण्याचे प्रयत्न कुठेच दिसत नाहीत, फक्त उभारणीचेच दिसतात. एक पंथ होता ज्याला तो नष्ट करायचा होता, पण त्याला भारताच्या बाहेर घालवून देण्यात आले – तो होता बौद्ध धर्म. हिंदुधर्मात सुधारक मात्र भरपूर होऊन गेले – शंकराचार्य, रामानुजाचार्य, माधवाचार्य आणि चैतन्य महाप्रभू हे फार महान विभूती होते. त्यांनी त्यांच्या त्यांच्या वेळच्या परिस्थितिनुरूप धर्माची उभारणी केली आणि त्या सर्वांचेच कार्य अतिशय विधायक स्वरूपाचे होते. हीच आजवरच्या

सुधारकांची पद्धत होती. आधुनिक सुधारक युरोपिअन सुधारकांच्या विनाशक पद्धतींचा कित्ता गिरवायला जातात, ज्याने कधीच कुणाचेच कल्याण होत नाही, आजवर कधीच झालेले नाही.'

यातील बौद्ध धर्म हा ऐतिहासिक संदर्भ आहे. बौद्ध धर्माच्या उदयाच्या वेळी हिंदुधर्मात अनेक कलह सुरू होते. उदाहरणार्थ, शैव व वैष्णव पंथामधील स्पर्धा - पण तरीही शंकराचार्यांसारख्या सुधारकांनी बौद्ध धर्माच्या आक्रमणाचे आव्हान पेलले आणि हिंदू धर्म जिवंत ठेवला, त्याची व्याप्तीही कमी होऊ दिली नाही, त्याला हतबलही होऊ दिला नाही. शंकराचार्य त्याच्या मूलभूत मूल्याची आठवण 'अहं ब्रह्मास्मि।' या मंत्रातून देत राहिले.

विवेकानंद गौतम बुद्धाविषयी काय लिहितात ते पहा :

'मला नेहमीच बुद्ध आवडत आला आहे. इतर कोणाहीपेक्षा त्याच्याविषयी मला जास्त आदर आहे - त्याचे धारिष्ट्य, त्याची निर्भयता आणि त्याच्या हृदयातील अपार प्रेम. त्याचा जन्मच मानवजातीच्या कल्याणासाठी झाला होता. इतर जण परमेश्वराचा शोध घेतात ते स्वत:साठी. परम सत्याचा ध्यास घेतात ते स्वत:साठी. बुद्धाला त्याच्या स्वत:साठी काहीच नको होते- ना परमेश्वर ना परम सत्य. त्याला लोकांचे दु:ख, क्लेश, चिंता बघवेनात. त्यांना कसे साहाय्य करावे, ते दु:खमुक्त कसे होतील ही एकमेव काळजी त्याला डाचत होती. त्याने आयुष्यभर स्वत:चा विचार कधीच केला नाही.

'बुद्ध अन्य धर्म, पंथ, धर्मगुरू, रूढी, प्रथा यांच्यासमोर तर झुकला नाहीच, वेदांसमोरही झुकला नाही. तर्क जेथपर्यंत त्याची सोबत करीत होता तेथवर तो जात राहिला. त्याच्या अंतरात असलेले संपूर्ण विश्वावरील आत्यंतिक प्रेम आणि सत्याचा असा निर्भय शोध या गोष्टी जगाने अन्य कोठेच पाहिल्या नाहीत.

'बुद्ध म्हणतो, 'हे सण-समारंभ उत्सव सगळे चुकीचेच होते. या जगाने एकच आदर्श ठेवला पाहिजे - सर्व भ्रम भ्रांती नष्ट करा, जे सत्य असेल तेच फक्त उरेल. ढग नाहीसे झाले की सूर्य तळपेल.' अहं कसा मारायचा? संपूर्ण नि:स्वार्थी होण्याने. एका लहानशा मुंगीसाठीही आपले आयुष्य देण्याची तयारी दाखवा. कोणत्याही अंधश्रद्धेच्या मागे धावू नका, देवाला खूश करायसाठी काही करू नका, कोणतेही फळ मिळेल म्हणूनही काही करू नका, तुम्ही तुमचा अहं मारून टाकून मुक्ती मिळवण्याचा प्रयत्न करीत आहात त्यासाठीच फक्त काय करायचे ते करा. पूजा, भक्ती, प्रार्थना हे सगळे वेडेपणाचे आहे. तुम्ही परमेश्वराचे आभार मानता - कोठे आहे तो? कुठे राहतो? नाही माहीत तुम्हाला. तरीही त्याच्यासाठी वेडे होता आहात!'

ही गोष्ट विवेकानंदांच्या बाबतीत पुन:पुन्हा दिसून येते की, ते ख्रिस्तापासून मोहम्मदापर्यंत, मोहम्मदापासून गौतम बुद्धापर्यंत प्रत्येक महान विभूतींचा आदर करीत असत, त्यांच्या शिकवणुकीचा, तत्त्वांचा स्वीकार करीत असत, अंगीकार करीत असत. त्यांच्यापैकी प्रत्येकाच्यामधील देवत्व मान्य करीत असत. पण म्हणून ते हिंदुत्व, वेदान्त यांचे निराळेपण, स्वतंत्र स्थान गमवायलाही तयार नव्हते किंवा कोणामुळेही, कशामुळेही त्यांना धक्का पोहोचेल, ते नाश पावतील हे सहनही करू शकत नव्हते. परमेश्वरप्राप्तीचे भरपूर मार्ग आहेत हे त्यांना मान्य होते; परंतु त्यांचा मार्गही त्यांना टिकून राहायला हवा होता. त्याचे सर्व पूर्वग्रह, त्यातील कर्मकांडांचे फोलपण, त्याचे सहिष्णू आपलेपण, मोकळेपण यांमुळे तो त्याच्या स्वनाशाचा मार्ग ठरायला नको होता.

मी जेव्हा दिल्लीतल्या एका कडक उन्हाळ्यात हे पुस्तक लिहायला सुरुवात केली तेव्हा बहुतेक सर्वच लेखकांसारखा मीही असाच विचार केला होता की, लिखाण संपता संपता, शेवटच्या प्रकरणात मीही असा विचार मांडीन की – आपल्याला असे वाटत असते की, आज आपल्याला स्वत:बद्दल, आपल्या मनाबद्दल जेवढे ज्ञान आहे तेवढे आजवर कोणालाही कधीच प्राप्त झालेले नसेल. पण त्याबरोबरच आपले स्वत:वरचे, आपल्या मनावरचे नियंत्रण मात्र आजवर कोणाचेच कधीच झाले नसेल इतके कमी झाले आहे हे आपल्याला कळत नाही. मला वाटले की, मी हा मुद्दा मांडीन की– पुन्हा एकदा आपल्या देशात काही संन्यासी, काही बाबा, काही साधू आपल्या सार्वजनिक आयुष्याच्या केंद्रस्थानी विराजमान झालेले आहेत आणि असा प्रश्न विचारेन की, भारतीय समाजातून हे देवपुरुष (आणि देवनारीसुद्धा) कधीच बाहेर गेले नाहीत ही गोष्ट आपल्याबद्दल काय सांगते? काही जण जसे म्हणतात तसे हे सगळे म्हणजे केवळ भोळ्याभाबड्या जनतेची थट्टामस्करी आहे का? हे सगळे साधे–सोपे कसे वाटते हेही मी लिहिणार होतो. माझे नुकतेच प्रसिद्ध झालेले या आधीचे पुस्तक 'बीइंग हिंदू' आणि आता हे – ही दोन्ही पुस्तके लिहिताना मला या गोष्टीबद्दल आश्चर्यच वाटत आले आहे की, केवळ हिंदूच नव्हेत तर भारतातील अन्य धर्मीयसुद्धा आपापल्या धर्माला इतके चिकटून कसे राहतात आणि त्यापासून त्यांना लाभ तरी काय होतो? का हे सगळे अंधश्रद्धेपोटी घडते? काही प्रमाणात तरी ते तसेच असेल याविषयी माझी खात्री आहे; पण काही वेळा आणखीही काही मनात येते. अनेक शंका, अनेक प्रश्न यांच्या कल्लोळातून काही विलक्षण शांत–निवांत आणि काही निर्धाराचेही क्षण येतात, जे त्या कल्लोळाच्याही वर उठून येतात (की तो कल्लोळ शांत करतात असे म्हटले पाहिजे?). ज्या क्षणी मी विवेकानंदांचे हे शब्द वाचले तेव्हा मला त्या क्षणांचा अर्थ कळला – 'साधकाचे मौन ही सर्वांत उच्च स्वरातील प्रार्थना असते.'

आत्ता मी लंडनमध्ये या पुस्तकाचा अखेरचा भाग लिहितो आहे, त्या वेळी बाहेर रस्त्यावरही शांतता आहे. मला सर्व राजकीय, धोरणात्मक, वादावादीची विधाने असंबद्ध, अगदीच गुळगुळीत वाटू लागली आहेत. हे पुस्तक लिहिताना मी प्रचंड

वाचन केले आहे, त्या वाचनाची एक धुंदीच चढली होती मला. शिवाय, माझ्या आईवडिलांचे आयुष्य, आणि म्हणून माझेसुद्धा, रामकृष्ण मिशनशी घट्ट जोडले गेले असल्याने, माझ्या सभोवतालचे लोकही त्याच पंथातले असल्याने कोणी ना कोणी मला या पुस्तकाबद्दल विचारत नाही, आपले एखादे मत त्यात समाविष्ट करायला सांगत नाही असा काळ कधी गेलाच नाही. कोणीतरी मला असेही म्हणाले की, मी हे पुस्तक म्हणजे 'गुरुदक्षिणा' मानले पाहिजे. पण मी विचार केला, कोणत्या गुरूला देऊ मी ही दक्षिणा? कारण अशी लीनता दाखवायला गेलो तर विवेकानंदांच्या चेहऱ्यावर उपहासाचे स्मित झळकेल. त्यांना आणखी प्रश्न, दृढ मतांना, समजुतींना आणखी आव्हाने, बेपर्वाईने केलेल्या विधानांना तर्कशुद्ध उत्तरे असे सगळे आवडते. त्यांनी भिडस्तपणा कधीच स्वीकारला नसता.

विवेकानंदांना अज्ञानी भिडस्तपणापेक्षा अभ्यासू, प्रश्नार्थक विरोध अधिक पसंत होता.

मी सदनिकेत ज्या खिडकीजवळ बसून लिहितो आहे त्या खिडकीतून बाहेर संथ लयीत पडणारा उन्हाळी पाऊस दिसतो आहे. पाऊस यायच्या आधीही ना ढग गडगडले होते ना विजा चमकल्या होत्या. खालच्या शांत रस्त्यांवरून काळ्या रंगाच्या टॅक्सीजही आवाज न करता अगदी संथपणे ये-जा करीत होत्या.

> विवेकानंदांनी 'आदर्श' माणसाची व्याख्या केली आहे - 'ज्याला गंभीर शांततेत आणि एकांतातही जोरदार हालचाल जाणवते आणि ज्याला भोवती जोरदार हालचाल सुरू असतानाही वाळवंटातल्यासारखी शांतता आणि एकांत गवसतो!'

मी पुन्हा एकदा पुस्तकाच्या शीर्षकातील 'मंक' - 'संन्यासी' या शब्दाकडे वळलो. याच शब्दापासून मी आरंभ केला होता. मंक हा इंग्लिश शब्द ग्रीक भाषेतील 'मोनोस' म्हणजे एकटा आणि 'मोनाखोस' म्हणजे एकाकी या दोन शब्दांमधून तयार झाला आहे. मला अशी जाणीव झाली की, ज्या वेळी मी पुस्तकाचे लेखन सुरू केले तेव्हा माझ्याभोवती उत्साहाचे वातावरण होते, जोरदार हालचाली सुरू होत्या आणि ते लेखन संपवताना मात्र मी एकटा होतो.

पण ती शांतता एकाकी नव्हती. त्या शांततेत 'मुक्ती' होती. या पुस्तकाच्या लिखाणाने माझ्या मनात साठलेले विचार, वादंग ठामपणे, जाहीरपणे जगासमोर मांडायची माझी ऊर्मी शमली होती. आता ते वादंग मिटले होते, तो आवेग जिरला होता, निदान तात्पुरता तरी! मी भारतातून इंग्लंडला यायला निघायच्या आधी माझ्या लंडमधल्या एका मित्राने मला मेसेज केला होता, 'तू या वेळी एका नव्या, आणि मला आशा आहे की, जास्त चांगल्या लंडनमध्ये येणार आहेस. आजच्या एकमेकांपासून

दुरावलेल्या जगात एक आशादायी गोष्ट लंडनच्या बाबतीत घडलेली आहे, एक मुस्लीम आज लंडनचा मेयर झाला आहे!' माझ्या शांत सदनिकेत बसून मी तो मेसेज पुन्हा वाचत होतो. मुस्लिम मेयर – खूप आशाही होत्या आणि खूप भीतीही! कोणीच त्या क्षणी सांगू शकत नव्हते की, त्यातील कोणती भावना खरी ठरेल. निदान त्या क्षणी तरी लोकशाही विजयी झाली होती.

त्या संध्याकाळी मी माझ्या सदनिकेच्या खिडकीतून बाहेरच्या चिडीचूप बसलेल्या रस्त्यांकडे पाहत असताना विचार करीत होतो – लंडनसारखे अनेक परस्परविरुद्ध चेहऱ्यांचे शहरसुद्धा इतके शांत, स्थिर, सावरलेले असल्यासारखे दिसणे हे नवलाचेच आहे. हे त्याचे दर्शन फेसबुकवरील पोस्ट्ससारखे नवे वास्तवच समोर उभे करते. आपण आजवर काळजीपूर्वक रचलेल्या वास्तवाची रचनाच बदलली आहे. नव्हे, खरे तर ते वास्तवच बदलले आहे. आपण खऱ्याला, सत्याला पोस्ट करू शकतो इतका विश्वास आपल्यामध्ये नाही. आपण आपल्या आजवरच्या प्रतिमेला आव्हान द्यायचेच विसरून गेलो आहोत.

> लंडनमधील मेयरच्या निवडणुकीदरम्यान सहनशीलता, सहिष्णुता या विषयांवर भरभरून चर्चा होत राहिली आणि तिकडे आपल्या देशात असहिष्णुतेवर, सामावून न घेण्याच्या वृत्तीवर, सहनशक्तीच्या अभावावर आठवडेच्या आठवडे वाद होत राहिले. परंतु विवेकानंदांनी मात्र सहिष्णुतेची संकल्पना नाकारली होती. त्यांचे म्हणणे असे की ती अपुरी असते, संकुचित असते.

– तेव्हा आपले ब्रीद असेल स्वीकृती, एकीकरण, समावेश. बहिष्कृती नाही, वेगळे काढून टाकणे, भेदभाव करणे, नाकारणे नाही. तसेच केवळ सहिष्णुताही नाही, कारण बहुतेक वेळा सहिष्णुता किंवा सहनशक्ती दाखवताना मनात नकारच असतो, निंदाच असते आणि माझा काही त्यावर विश्वास नाही. मी म्हणतो मी का सहन करायचे? का एखाद्याचे चालवून घ्यायचे? म्हणजे माझ्या दृष्टीने तुम्ही चुकीचे आहात, तरीही मी तुम्हाला तसेच वागू द्यायचे? आपण एकमेकांना हवे तसे वागू देण्याचा, जगू देण्याचा मोठेपणा दाखवतो, उदारता दाखवतो ही समजूतच निंदास्पद नाही का? प्राचीन काळापासून जे अनेक धर्म अस्तित्वात आहेत ते सगळे मी मानतो. त्यांचा आदर करतो, त्या प्रत्येक धर्माचा देव मी पुजतो, त्यांच्या प्रार्थनास्थळी जातो. मी मुसलमानांच्या मशिदीत जातो, ख्रिस्तांच्या चर्चमधेही जातो, क्रूसासमोर आदरपूर्वक गुडघे टेकतो. मी बुद्धाच्या देवळात जातो, तेथे मी बुद्धाच्या पायाशी आसरा घेतो, त्याच्या शिकवणीत आधार शोधतो. एखादा हिंदू जंगलात जाऊन सर्वांच्याच हृदयात प्रकाश पसरवणाऱ्या तेजाचे दर्शन होण्यासाठी साधना करीत असेल तर मीही त्याच्याबरोबर ध्यानाला बसतो. हे सर्व तर मी करतोच, पण यानंतरही भविष्यात जर काही नवे येणार असेल तर त्यासाठीही माझ्या हृदयाची कवाडे मी उघडी ठेवतो. परमेश्वराविषयीच्या ज्ञानाचे

ग्रंथ संपून गेले आहेत का? का अजूनही या विश्वातील आकलन न झालेले भरपूर ज्ञान आहे? हे फार अप्रतिम असे ग्रंथ आहेत – त्यातील आध्यात्मिक साक्षात्कार नवलपूर्ण आहेत. बायबल, कुराण, वेद आणि इतरही कितीतरी पवित्र ग्रंथ – ज्यांची अजून कितीतरी पाने उलगडायची राहिली आहेत. मी ती सर्वांसाठी उघडून ठेवेन. आपण वर्तमानात जगतो आहोत; परंतु अनंत भविष्याच्या स्वागतासाठी दोन्ही हात पसरून तयार राहू या. भूतकाळ जाणून घेऊ या, वर्तमानातील प्रकाशमय तेजाची अनुभूती घेऊ या आणि येणाऱ्या भविष्यासाठी मनाच्या, बुद्धीच्या सर्व खिडक्या सताड उघडून ठेवू या. आजवर होऊन गेलेल्या, आज आपल्या आवतीभोवती असलेल्या आणि भविष्यात अवतार घेणाऱ्या सर्व महापुरुषांना वंदन करू या.

एखाद्या संन्याशाच्या शब्दांमधील सूर आज सुरू असलेल्या वादविवादाशी, चर्चांशी याहून अधिक मिळताजुळता असेल का? आपल्याला संन्याशाची गरज का पडते? कदाचित, हे पटवून द्यायला की सहिष्णुता, अस्तित्वाचा पाखंडी, वरवरचा स्वीकार ही गोष्ट स्वीकारार्ह नाही, निंदास्पद आहे. जेव्हा आपण अशा भीतीपोटी बाळगलेल्या सहिष्णुतेच्या, पायावरील शांततेवर समाधान मानतो तेव्हा आपल्या त्या लादलेल्या नम्रतेला लाथाडणाऱ्या, ज्यातून काहीही निष्पन्न होणार नाही अशा आपल्या मनातील बेगडी कल्पनांच्या शृंखलातून आपल्याला मुक्त करणाऱ्या आणि नव्या निराळ्या उच्चतम आदर्शांची जोरदार मागणी करणाऱ्या एका बुलंद आवाजाच्या निर्भय, परखड, पाशरहित संन्याशाचीच गरज असते. या बहुधर्मांच्या वास्तवाचा जाणीवपूर्वक, मनापासून, सर्वसमावेशक स्वीकार कसा करायचा हे शिकवायला आपल्याला असा संन्यासीच हवा.

आज आपण अशा जगात जगतो आहोत जे हिंसा, युद्ध, दुःख, नैसर्गिक विनाश आणि जगातील रहिवाशांच्याच मनात साठलेली दुष्टता असल्या पापांपासून रक्षण मिळवायचा प्रयत्न करीत आहे. परंतु विवेकानंद या रक्षणाच्या कल्पनेचा तिरस्कार करतात. ते म्हणतात, 'हा एक आगळावेगळा धर्मग्रंथ आहे, जो रक्षण मागत नाही, तर मुक्ती, स्वातंत्र्य मागतो. आपल्या स्वभावधर्माच्या बंधनातून मुक्त व्हा, मनाची दुर्बलता झटकून टाका. मग तुम्हाला समजेल की तुम्ही मूलतःच मुक्त आहात, स्वतंत्र आहात.'

याहून आधुनिक, आजचे, उद्याचे दुसरे काय तत्त्वज्ञान असेल? यासाठीच आजही आपल्याला, जगाला त्या संन्याशाची आवश्यकता आहे.

ताजा कलम :

हे पुस्तक छापले जात असतानाच भारतातील सर्वांत आदरणीय अशा टाटा उद्योगसमूहात तुंबळ असे अंतर्गत युद्ध पेटले.

मला वाटले, ती एक योग्य वेळ होती त्याच उद्योगसमूहाच्या प्रदीर्घ इतिहासातील एक अतिशय सकारात्मक घटनेचे स्मरण करण्याची. एका प्रवासात दोघे बरोबर

असताना टाटा उद्योगसमूहाचे संस्थापक सर जमशेटजी टाटा यांना विवेकानंदांनी असे काही प्रेरित केले की, त्यांनी तेथल्या तेथे 'इंडियन इन्स्टिट्यूट' या संस्थेची स्थापना करण्याचे ठरवून टाकले. इतकेच नव्हे, तर त्यांना विवेकानंदांना त्या संस्थेचे प्रमुखपद स्वीकारतील का असेही विचारले.

१८९८ सालच्या टाटा यांच्या एका पत्रात अन्य गोष्टींबरोबर त्यांनी असेही लिहिले होते :

> 'या क्षणी मला तुमच्या विचारांचे स्मरण होते आहे. तुम्ही भारतात प्रकर्षाने दिसून येणाऱ्या संन्यस्त, तपोनिष्ठ प्रवृत्तीविषयी आणि तिला दाबून टाकण्याच्या नाही, तर ती योग्य मार्गाकडे वळवण्याच्या नितांत गरजेविषयी माझ्याजवळ बोलला होतात. मी एक वैज्ञानिक संशोधन संस्था – 'रिसर्च इन्स्टिट्यूट ऑफ सायन्स' – स्थापन करीत आहे, जिच्याबद्दल आपणही नक्कीच ऐकले असेल, त्यासंदर्भात मला तुमच्या त्या विचारांची आठवण झाली. मला असे वाटले की, अशा प्रवृत्तीच्या लोकांना चांगल्या पद्धतीने राहता येईल आणि जेथे राहून ते विज्ञानाचे – निसर्गविज्ञान आणि मानवतावादावर आधारित विज्ञान या दोन्ही शाखांचे – संशोधन व संवर्धन करू शकतील अशा सोयांनी युक्त असे आश्रम अथवा निवासस्थाने बांधून दिली तर त्या वैशिष्ट्यपूर्ण व अपवादात्मक प्रवृत्तीचा सर्वांत चांगला उपयोग करून घेता येईल. अशा रीतीच्या त्या संन्यस्त व तपोनिष्ठ प्रवृत्तीला उत्तेजन देणारी अशी योजना तशा लोकांच्या तपश्चर्येला न्याय देईल, त्यातून विज्ञानाची सेवा होईल आणि आपल्या देशाचे नावही उज्ज्वल होईल. परंतु त्यासाठी एका अत्यंत सक्षम, कुशल नेत्याची गरज आहे आणि त्यासाठी मला तरी विवेकानंदांइतका योग्य 'सेनापती' दुसरा कोणीच दिसत नाही. आपल्याला असे वाटते का की आपल्या देशातील प्राचीन परंपरांना नवजीवन देऊन त्या ज्ञानाच्या भांडाराचा अशा पद्धतीने उपयोग करण्याच्या या योजनेत आपण सहभागी होऊ शकाल?'

या टाटा यांच्या आवाहनाला विवेकानंदांनी काय प्रतिसाद दिला त्याची कुठेच नोंद नाही; परंतु जेव्हा ती संस्था कार्यान्वित झाली त्या वेळी विवेकानंदांनी तिला पाठिंबा दिला, प्रोत्साहन दिले.

> आजच्या आधुनिक काळातील मानवाच्या दैनंदिन जीवनातील रोज भर पडत असणाऱ्या अतिशय चतुर व चतुरस्र अशा साधनांपुढे प्राचीन रीती, पद्धती टिकाव धरणे शक्यच नाही. कमीतकमी नैसर्गिक ऊर्जेचा वापर करून निसर्गाकडून जास्तीतजास्त सोयी, सेवा मिळवण्यासाठी जो आपली बुद्धी, कौशल्य पणाला लावणार नाही त्याचा ऱ्हास होईल, तो संपूनच जाईल.

त्यातून सुटका नाहीच. हे निसर्गाविषयीचे ज्ञान – जो निसर्ग संरक्षकही आहे आणि विनाशकही, मानवाचा आदर्श सेवकही आहे तसाच फार वाईट मालकही आहे – भारतीयांच्या हाती येण्याचा एक उत्तम मार्ग आज श्री.टाटा यांनी खुला केला आहे. त्या मार्गावरील वाटचाल भारतीयांना ज्ञानाच्या बळावर त्या बहुगुणी, बहुरूपी निसर्गावर अधिकार गाजवायची पात्रता, क्षमता देईल आणि मानवाच्या अस्तित्वाचा लढा ते यशस्वीपणे लढू शकतील. हे पुन्हा एकदा सांगतो, आज जी योजना कार्यान्वित झाली आहे तेवढी या संपूर्ण देशाचे कल्याण करणारी दुसरी कोणतीही योजना याआधी या देशाने पाहिलेली नाही. तेव्हा आपल्या संपूर्ण देशाने, जाती–धर्म–पंथभेद विसरून, एकदिलाने ही योजना यशस्वी करण्यासाठी पुढे यावे.

आधुनिक संन्याशाच्या आधुनिकतेवरील निष्ठेच्या संदेशाचे स्मरण आज टाटा उद्योगसमूहाने पुन्हा एकदा करावे.

# आभार

पेंग्विन रँडम हाउसची संपादिका मायली ऐश्वर्या यांनी माझ्यावर दृढ विश्वास ठेवला आणि मनमिळाऊ एजंट प्रिया दोरास्वामी यांनी मला आश्वस्त केले. उत्कृष्ट पुस्तक संपादन करणाऱ्या शतरूपा घोषाल यांचे खूप खूप आभार.

रामकृष्ण मिशनने मला जीवनात प्रकाशाची वाट दाखवली आहे. या संस्थेने मला जे दिले आहे, त्यासाठी मी काहीही केले तरी ते पुरेसे नसेल. मी त्या कुटुंबाचा अविभाज्य भाग आहे.

फॉर्च्युन इंडियामधील माझे दुसरे कुटुंब – डी. एन. मुखर्जी आणि वृंदा वासुदेवन हे मला वेगवेगळे प्रयोग करण्यासाठी आधार देतात.

या पुस्तकाच्या संशोधनासाठी JSTORला औदार्याने प्रवेश दिल्याबद्दल मी हरी किरण वडलामणी आणि इंडिक बुक क्लब यांचा आभारी आहे.